முள்ளிவாய்க்காலில் தொடங்கும் விடுதலை அரசியல்

முள்ளிவாய்க்காலில் தொடங்கும் விடுதலை அரசியல்

பா. செயப்பிரகாசம் (பி. 1941)

காய்ந்த கரிசல் மண்ணின் பசுமையான எழுத்து அணிவகுப்பில் தவிர்க்க முடியாத இவர், மதுரை தியாகராசர் கல்லூரியில் முதுகலை (தமிழ்) படித்து, 1968 முதல் 1971வரை கல்லூரியில் தமிழ்ப் பேராசிரியராகப் பணியாற்றினார். 1971ஆம் ஆண்டு முதல் தமிழ்நாடு அரசின் செய்தி – மக்கள் தொடர்புத் துறையில் செய்தி – மக்கள் அலுவலர் பணி, இணை இயக்குநராகப் பணி ஓய்வுபெற்றார்.

தாமரை, கணையாழி, தினமணி, புதிய பார்வை, தீராநதி, காலச்சுவடு, நந்தன், சதங்கை, இந்தியா டுடே, தமிழ் நேயம், உயிர்மை, உயிரெழுத்து, மனஓசை போன்ற இதழ்களில் கவிதை, கதை, கட்டுரைகள் வெளிவந்துள்ளன. கீற்று, பொங்கு தமிழ் போன்ற இணைய இதழ்களில் படைப்புகள் தொடர்ந்து வெளிவருகின்றன. *மனஓசை* என்ற கலை இலக்கிய மாத இதழின் பொறுப்பாசிரியராகச் செயல்பட்டார். உருவகக் கதைகள், மொழிபெயர்ப்புகள், நூல் விமர்சனம் போன்றவையும் எழுதிவருகிறார்.

முகவரி : 10, முதல் குறுக்குத் தெரு,
பாரி நகர்,
லாசுப் பேட்டை அஞ்சல்,
புதுச்சேரி 605 008.

தொலைபேசி : 91 - 94440 90186
மின்னஞ்சல் : jpirakasam@gmail.com

ஆசிரியரின் பிற நூல்கள்

சிறுகதைகள்

- ஒரு ஜெருசலேம் (1972)
- காடு (1973)
- கிராமத்து ராத்திரிகள் (1975)
- இரவுகள் உடையும் (1978)
- மூன்றாவது முகம் (1988)
- புதியன (1997)
- இரவு மழை (1998)
- புயலுள்ள நதி (2000)
- பூத உலா (2004)
- கள்ளழகர் (2006)
- பா. செயப்பிரகாசம் கதைகள்: முழுத் தொகுப்பு (2008)
- இலக்கியவாதியின் மரணம் (2011)

கட்டுரைகள்

- தெக்கத்தி ஆத்மாக்கள் (1999)
- வனத்தின் குரல் (2001)
- கிராமங்களின் கதை (2002)
- நதிக்கரை மயானம் (2003)
- ஈழக் கதவுகள் (2007)
- அந்தக் கடைசிப் பெண்ணாக (2007)
- முடிந்து போன அமெரிக்க கற்பனைகள் (2007)
- ஒரு பேரனின் கதைகள் (2009)
- ஈழ விடுதலைப் போராட்டமும் காந்தியமும் (2009)
- மரணபூமி (2010)
- கூடங்குளம் அணு உலை – கொஞ்சம் சோறு – நிறைய நஞ்சு (2012)

கவிதைகள்

- நதியோடு பேசுவேன் (2006)
- எதிர்க்காற்று (2002)

பா. செயப்பிரகாசம்

முள்ளிவாய்க்காலில் தொடங்கும் விடுதலை அரசியல்

காலச்சுவடு பதிப்பகம்

முள்ளிவாய்க்காலில் தொடங்கும் விடுதலை அரசியல் • கட்டுரைகள் • ஆசிரியர் : பா. செயப்பிரகாசம் • © பா. செயப்பிரகாசம் • முதல் பதிப்பு : நவம்பர் 2012 • வெளியீடு : காலச்சுவடு பப்ளிகேஷன்ஸ் (பி) லிட்., 669 கே. பி. சாலை, நாகர்கோவில் 629 001.

காலச்சுவடு பதிப்பக வெளியீடு: 477

muLLivaaykkaalil toTankum viTutalai araciyil • Essays • Author : paa. ceyappirakaacam • © B. Jeyapirakasam • Language : Tamil • First Edition :November 2012

Published by Kalachuvadu Publications Pvt. Ltd., 669 K.P. Road, Nagercoil 629 001, India • Phone : 91 - 4652 - 278525 • e-mail : publications@kalachuvadu.com

ISBN : 978-93-81969-32-8

11/2012/S.No. 477, kcp 862, 18.6 (1) 600

குண்டு துளைக்காத சுவரில்லை
மரணம் விழாத வீடு இல்லை
சாவோலம் தளும்பாத ஒரு வெளியுமில்லை
புதையுண்ட பின்னும் தணியாத
ஈழ மக்களின்
விடுதலை தாகத்துக்கு

பொருளடக்கம்

முன்னுரை

இக்கட்டுரைகளில் பெரும்பாலானவை மே 18, 2009 – முள்ளிவாய்க்கால் பேரழிப்புக்குப் பின் எழுதப் பட்டன. பெரும்பாலான எழுத்துக்களை, *காலச்சுவடில்* எழுதினேன் என்பது சொல்லப்பட வேண்டிய ஒன்று.

மே 18, 2009க்குப் பின் தமிழ்ச் சமூகத்தில், குறிப் பாகத் தாய்த் தமிழகத்தில், எல்லாமும் அவசர அவசர மாய் நிகழ்ந்தனபோல் தோன்றின.

1. 2010, ஜூன் இறுதியில் கோவையில் அப்போதைய முதல்வர் கருணாநிதி நடத்தி முடித்த ‘முதலாவது உலகத் தமிழ்ச் செம்மொழி மாநாடு.’
2. கொழும்பில் 2011, சனவரியில் நடைபெற்ற ‘சர்வதேசத் தமிழ் எழுத்தாளர் மாநாடு.’
3. புதிய தமிழகம் கட்சித் தலைவர் ப. கிருஷ்ணசாமி கோவையில் 2010, பிப்ரவரியில் நடத்திய ‘உலகத் தமிழர் பாதுகாப்பு மாநாடு.’
4. 2012, ஜூன் முதல் வாரத்தில், கொழும்புத் தமிழ்ச் சங்கம் கொண்டாடி முடித்த ‘உலகத் தமிழ் இலக்கிய மாநாடு’ (இவர்கள் சென்னை பாரதியார் சங்கத்துடன் இணைந்து முதல் நாள் ‘மகாகவி பாரதி விழா’ நடத்தினார்கள்).

‘புதிய தமிழகம்’ கிருஷ்ணசாமி நடத்திய கோவை மாநாடு தவிர, மற்றவை முள்ளிவாய்க்கால் படு கொலையை நினைவுகூரவோ, இரங்கல் தெரிவித்து ஒரு தீர்மானம் நிறைவேற்றவோ இல்லையென்பது அவலம்.

இந்நூற்றாண்டின் முதல் பத்தாண்டுகளில் ஈழத் தமிழினத்தின் கொலைக் காட்சி தொடங்கிற்று. இறுதியில் முள்ளிவாய்க்கால் ஊழி நிகழ்வு; முள்ளிவாய்க்காலிலிருந்து தம்மீது தெறித்த ரத்தக் கறையைக் கழுவிடச் செய்யும் முயற்சிகளாக, மாநாடுகள் என்ற பேரில் மக்கள் திரட்டப்பட்டனர் என்று தோன்றியது. இம்மாநாடுகள் பற்றிய அம்பலப்படுத்தலும், 'புதிய தமிழக'த்தின் 'உலகத் தமிழர் பாதுகாப்பு மாநாடு' பற்றிய அலசலும் - கால முறைக்குப் பொருந்தத் தொகுத்துள்ளேன்.

நதிவளம் இருகரைகளையும் செழிக்க வைக்கும் பசுமையில் வெளிப்படும். நதியோட்டமும் சிந்தனையோட்டமும் ஒன்றே போல்வன. செயல், சாதனை எனும் இருகரைப் பசுமையால், சிந்தனையின் ஓட்டம் மதிப்பிடப்படுகிறது. இங்குள்ள தமிழக அரசியல் தலைமைகளின் சிந்தனை மானுட குல வளர்வுக்கான நீரோட்ட வளம் கொண்டதில்லை. அவர்களது ஊனப்பட்ட சிந்தனை, செயல், சாதனை ஒரே கோட்டில் நேர்மையாகப் பாய்ந்திருப்பின், ஈழத் தமிழர் வாழ்வும், இங்குள்ள தமிழர் வாழ்வும் பசுமைகொண்டு செழித்திருக்க முடியும். ஈழத் தமிழரின் வாழ்வியலைக் குற்றுயிரும் குலையுயிருமாகச் சாகடித்த, தமிழகத் தலைமைகளின் ஓச்சப்பட்ட கொள்கையும் வாழ்வும் செயல்களுமே முக்கியமான வினையாற்றின.

ஈழத்தமிழர் படுகொலையின் நேரடிப் பகையாளியாய் சிங்கள உளவியலும், அதன் உச்ச வெளிப்பாடாய் இராஜபக்சேக்களும் நிற்கிறார்கள்; எனில் மறைமுகப் பங்காளிகளாய் இங்குள்ள பலர் நின்றார்கள். வன்னிப் பிரதேசத்தில் 'மரண ஓலம்' வானத்தைப் பிளந்து மேலே ஏறுகையில், சன் தொலைக் காட்சி, சன் நியூஸ், கலைஞர் தொலைக்காட்சிகளில் 'மானாட மயிலாட' துடிப்பாய் நடத்திக்கொண்டிருந்தார்கள். ஈழமக்கள் இலங்கை ராணுவத்தால் 'சாவுக்குள்' நகர்த்தப்பட்டபோது, சக்கர நாற்காலியை நகர்த்தித் தன் பிள்ளைகளுக்கு மத்திய அமைச்சர் பதவி கேட்க டெல்லிக்குப் பயணம் போய்க்கொண்டிருந்தார் அன்றைய முதல்வர் கருணாநிதி என அரசியல் நோக்கர்கள் வசமாக இறுக்கினார்கள்.

இனநலன் என்பதற்கும் தன்நலன் என்பதற்கும் அதல பாதாள வேறுபாடு; இந்த அதலபாதாளத்தில் ஒவ்வொரு மாநாடும் நடத்தப்பட்டு மக்கள் பற்றிய அக்கறை, மூலையில் சவம்போல் கிடந்தது – என்பதை இத்தொகுப்பு உணர்த்த முயல்கிறது;

முள்ளிவாய்க்கால், அதன் பின்னான செயல்கள், உலக நகர்வு, எதிர்கால வினைநோக்கு ஆகியன இக்கட்டுரைகளில் மையப் பயணிப்பாக அமைந்துள்ளன.

இலங்கைத் தீவில் பிரித்தானிய ஆட்சி கைமாறிய 1948இன் பின்னிருந்தே, இனவெறுப்பு தொடங்கியது என்று பலர் கருது கிறார்கள். இப்பார்வை ஓரளவு சரி; ஆனால் முழுமை கொண்ட தல்ல. 2250 ஆண்டுகள் முன் தொடங்கப்பெற்ற 'இலங்கை பௌத்த மகா சங்கம்' என்னும் வேரிலிருந்து பேரின விஷ விருட்சம் துளிர்த்துக் கிளைபரப்பத் தொடங்கியுள்ளது. "உலக அரங்கிலேயே மிக நீண்ட வரலாற்றைக் கொண்டதும், ஒழுங்கமையப் பெற்றதுமான நிறுவனம் இது. இந்நிறுவனம் அரச சிந்தனை மரபை, மதத்துடன் இணைத்துப் பேணி வருகிறது. உருக்குலையில் காய்ச்சிய இரும்பாய்ப்போன பழுத்த இராசதந்திரத்தை மகா சங்கம் காலத்திற்குக் காலம் மன்னர்களுக்கோ, ஆட்சியாளருக்கோ கடத்தித் தரும் மரபைக் கொண்டுள்ளது"

(மு. திருநாவுக்கரசு; கட்டுரை – 'எங்கிருந்து எங்கு')

பௌத்த மகா சங்கத்தின் விஷ ஊசிகள் ஏந்திக் களத்தில் இறங்கியவர்களே 1948இன் பின்னான இலங்கை ஆட்சியாளர்கள்.

இந்தியாவில் வடக்கிலோ, தெற்கிலோ பேரரசுகள் எழுச்சி பெறுகையில் அது இலங்கையைப் பாதிப்பது வழக்கம். அதனால் இந்திய எதிர்ப்பு வாதம் சிங்கள அரசியலில் அடிப்படையானது. ஆயினும் சோழர் படையெடுப்பு, கலிங்க மாகனின் படையெடுப்பு போன்ற படையெடுப்புகள் அதிகம் தாக்கம் விளைவித்தவை. இப்பின்னணியில்,

சோழ, பாண்டியத் தமிழ் மன்னர்கள் 'நாவலந்தீவு' என்றழைக்கப்பட்ட, இலங்கைமீது படை நடத்தி சிங்களரை வெற்றிகொண்டு, தமது ஆட்சியையும் நிறுவியிருந்தனர் என்பது வரலாறு. இது "பௌத்த மகா சங்கத்தை" சினமூட்டியிருந்தது. தமிழகத்தின் மீதான பகையாக மட்டுமல்லாமல், நாவலந்தீவின் தமிழ்க் குடிகள் மீதான பகையாகவும் அது மாற்றப் பெற்றது. தொடர்ந்து சிங்களர் இந்தியாவைப் பகை நாடாகவே கருதி, செயல்பட்டு வருகின்றமைக்கு மேற்குறிப்பிட்ட பின்னணி காரணம் ஆகும்.

இதன் எதிர்வினையாக நாட்டுக்குள் வாழும் சக தமிழர்களைவிட, தங்களை அடிமை கொண்ட பிரித்தானியர் களை விசுவாசமாய் அணைத்துக்கொண்டார்கள். புதிய எஜமானர்களுடனான மனப்பூர்வ இணைப்பில், தமக்குச் சமமாய்க் கருதிடவேண்டிய தமிழர்களை அடிமைகளாய் ஆக்கும் இராசதந்திர முன்னெடுப்புகளைச் செய்தார்கள்.

1934இல், 'சிங்களரின் தந்தை' என்றழைக்கப்பட்ட டி.எஸ். சேனநாயகா "இலங்கைத் தமிழர்கள் என்றாவது ஒரு

நாள் இந்தியாவுடன் இணைந்துகொள்வார்கள்" என்று உதிர்த்த வாசகம் இதன் வெளிப்பாடே! டி.எஸ். சேனநாயகா, இலங்கையின் முதல் பிரதமரானதும் மலையகத் தமிழர்களின் குடியுரிமை ரத்து செய்யப்பட்டது. அவர் முதல் பிரதமரானதும் செய்த காரியம் இது.

இந்தியாவில் பிரித்தானிய ஆதிக்கத்தை எதிர்த்து விடுதலைப் போரை எடுத்துச் சென்ற 'இந்திய தேசிய காங்கிரஸ்'போல், இலங்கை தேசிய காங்கிரஸ் தொடங்கப் பெற்றது. அதன் முதல் தலைவர் சேர்.பொன். அருணாசலம் என்ற தமிழர்தான். அதன்பின் ஆறு ஆண்டுகள் கழித்துத் தோன்றிய 'யாழ்ப்பாண வாலிபர் காங்கிரஸ்' முற்றிலும் தமிழரைக் கொண்டிருந்தது. யாழ்ப்பாண வாலிபர் காங்கிரஸ் அழைப்பின் பேரில், காந்தி அங்கு முதலில் யாழ்ப்பாணம் வந்தார். இதனைப் பிரித்தானிய ஆட்சி கடுஞ்சினத்துடன் எதிர் கொண்டது. இந்தியா போலவே, காந்தியை முன்வைத்து பிரித்தானிய எதிர்ப்பை இலங்கையில் உருவாக்க முயலுகிறார்கள் தமிழர்கள் என பிரித்தானிய எஜமானர்கள் கருதினார்கள். இந்தச் சந்தர்ப்பத்தை வசமாய்ப் பயன்படுத்திக்கொண்ட டி.எஸ். சேனநாயகா பேராசிரியர் ஐவர் ஜென்னிங்ஸ் வடிவமைத்த 'சோல்பரி யாப்பு' பெரும்பான்மை சிங்கள இனத்திற்குச் சாதகமாக அமையுமாறு பார்த்துக்கொண்டார். "இப்போது நடத்தப்பெறும் இனக் கொடூரங்களுக்கு எல்லாம் இந்த யாப்பு அடிப்படையாக அமைந்துவிட்டதே," என்று இங்கிலாந்திற்குப் போய்விட்ட பின்னாளில் பேரா. ஐவர் ஜென்னிங்ஸ் புலம்பியுள்ளார்.

கைபோட்டு அணைத்துச் செல்லும் வஞ்சகம், பிரித்தாளும் சூழ்ச்சி என அனைத்தையும் அதிகார சக்திகள் கையாளுவர். அதிகார சக்திகளுக்குரிய குணங்களை ஒரு பேரினவாத ஆதிக்கக் குழுவுக்குப் பொருத்திக் காணாமல், அதனுடைய அனைத்துச் சூழ்ச்சிகளுக்கும் மடங்கிப் போனமைதான் அங்குள்ள தமிழ்த் தலைமைகளின் கதை. உண்மைகளை அறிந்திட்ட ஆயுதப் போராட்டக்காராகள், ஆயுதம், அர்ப்பணிப்பு – என இரண்டையும் பிரதானமாய் முன்னிறுத்தி ஒரு விடுதலைப் போரினது இராசதந்திர வல்லமையைக் கைநழுவவிட்டனர்.

ஒரு விடுதலைப் போர் – இரு முனைகள் கொண்டது. சொந்த மக்களின் அணி; உலக ஆதரவு என்பவை அந்த இரு முனைகள். ஆயுதப் போராட்டத்தை, ஆதிக்கச் சக்திகளின் அறம்பேணாத் தன்மைக்கு எதிராய் முன்னெடுத்தனர் விடுதலைப் போராளிகள். முப்பது ஆண்டுகளாய் நடத்தப்பெற்ற

சாத்வீகப் (காந்திய வழி) போராட்டத்தில் கடைப்பிடித்த அறம் கைகொடுக்கவில்லை; அறம் பேணுதல் நன்றன்று என்ற எதிர் நிலைக்கு அனைத்துக் குழுக்களும் வந்து நின்றார்கள். இதன் முதற்பலி சனநாயகம். சனநாயக நடைமுறைகளைப் பேணாமையால் உள்நாட்டு மக்கள், உலக ஆதரவு – இரண்டையும் காவு கொடுத்தோம். சனநாயக நடைமுறையில்லாமல் போனமையின் இரண்டாவது பலி ஐக்கிய முன்னணித் தந்திரம்.

இயக்கங்கள் மக்களின் கண்காணிப்புக்குள் வரும் சனநாயகப் பொறிமுறை இல்லை; இதுவரையான புரட்சிகர இயக்கங்கள், இடதுசாரிக் கட்சிகள், விடுதலைக் குழுக்கள் என அனைத்தும் இந்தப் பொறிமுறைக்குள் வராமையால், அதிகார இயக்கமாகவே கட்டமைக்கப்பட்டன.

சனநாயகம் அற்றுப்போன வெளியில், கருத்துக்களின் மேலாண்மை இழக்கப்பட்ட இடத்தில், அனைத்துக் குழுக்களும் ஆயுத மேலாண்மையை நிறுவினார்கள்.

சனநாயகம் சமாதிக்கு அனுப்பப்படுதலையும் ஆயுத மேலாண்மையை நியாயப்படுத்தும் செயல்முறையையும் காலம் சரி என்று தீர்ப்புக் கொடுக்கவில்லை.

ஆயுதபலத்தோடு எந்த ஒரு இயக்கம், விடுதலைப் போரில் உறுதியாக நிற்குமோ, அதுதான் வெற்றி பெற்ற இயக்கம் என்ற சிந்தனையின் நிரூபணமாக அதை வலுவாக ஏந்தி வெற்றி பெற்றார்கள் இலங்கையின் இனவெறி சக்திகள். ஆயுதபலம் பற்றி, பாதுகாப்பு அமைச்சர் கோத்தபய இராஜபக்சே பேசுவான்; "விடுதலைப் புலிகள் ஆறு தடவைகள் மாத்திரம் வான் தாக்குதல் நடத்தினார்கள். ஆனால் இலங்கை விமானங்கள் 6000 தடவைகள் தாக்குதல் நடத்தின. புலிகள் 30 கிலோ எடையுள்ள இரண்டு குண்டுகளை மாத்திரம் போட முடியும். எங்கள் விமானப் படைகள் 250 கிலோ முதல் 1000 கிலோ எடையுள்ள குண்டுகளை வீசுகின்றனர்."

விடுதலைப் போருக்குரிய முக்கியமான பக்கங்களைப் புறக்கணித்து, ஆயுதபலம் என்ற ஒன்றை வைத்துத் தீர்மானிப்பது இராஜபக்சேக்களின் வெற்றியை நியாயப்படுத்துவதாக ஆகிவிடும். அதனால் பயங்கரவாதத்துக்கு எதிரான போரை நடத்தினோம் என்று அவர்கள் உரிமை கொண்டாடி, உலகத்தை வளைக்க ஏதுவாயிற்று.

விமர்சனம், சுயவிமர்சனம் என்ற அரசியல் விஞ்ஞான வழியில் கடந்த காலத்தின் அனைத்தின் மேலும் விருப்பு வெறுப்பில்லாத ஒரு பரிசீலனை உடனடித் தேவை. கடந்த

காலம் அனைத்தையும் துடைத்துக் கழுவி ஆய்வு செய்கிற மீள்பரிசோதனை அவசியம்; ‘தோல்வியடைந்த சேனை நன்கு கற்றுக்கொள்கிறது’ என்ற வாசகம் நமக்கானதே. நம்மிலிருந்து நாம் பாடம் கற்றுக்கொள்வோம்; நம்மிலிருந்து நாம் கற்கும் படிப்பினைகள் அடுத்த நிகழ்ச்சி நிரலுக்கு நடத்திப் போகும். மற்றவர்களின் மீதான விமர்சனம் மட்டுமே நமக்குத் துணை யாக வாராது; சுயவிமர்சனப் புள்ளியிலிருந்து தொடங்குகிற செயலூக்கமுள்ள முயற்சி நெடுந்தூரமாயினும் ஊர்கொண்டு போய்ச் சேர்க்கிற வழியாக அமையும்.

ஈழவிடுதலை பற்றிய நமது கரிசனம், மானுட விடுதலை யோடு இணைந்தது. மானுட குல உயர்வுக்கு ஈழவிடுதலை முக்கியமான உந்துசக்தியாக இருக்கும் என்பதில் ஐயமில்லை. ஈழ மக்களின் விடிவுக்காலம், மானுடகுலத்தை ஒரு அங்குல மேனும் உயரச்செய்யும் என்பதிலும் ஐயமில்லை. இந்த நோக்கமே ஈழப் போராட்டத்தினதும் அதன் சுற்றாடல்களும் பற்றிய இக்கட்டுரைகளில் வெளிப்பட்டுள்ளன.

எனது இந்த எழுத்துக்களை வெளியிட்ட *தென் ஆசியச் செய்தி, காலச்சுவடு, தீராநதி, உயிர்மை, அம்ருதா, கீற்று இணையம், பொங்கு தமிழ் இணையம்* ஆகிய இதழ்களுக்கும், வெளியிடுவதற்கு வாய்ப்பாக மின் தட்டச்சு செய்துதந்த தோழர் எஸ். கிருட்டிணமூர்த்தி அவர்களுக்கும் நன்றி சொல்கிறேன்.

புதுச்சேரி **பா. செயப்பிரகாசம்**

15.10.2012

1

முள்ளிவாய்க்காலில் தொடங்கும் விடுதலை அரசியல்

உலகமயச் சூறாவளியில் தேசிய இன ஒடுக்கப் படும் மக்களின் விடுதலைகள் எனும் வாழைத் தோப்புகளின் வாழ்வு கேள்விக்குறியாகியுள்ளது. பூமிக்கு மேல் நிகழும் காற்றசைவு, பருவ நிலை, கடல் என அனைத்தும் இன்றைய நாளில் உலகமய வானத் தால் இயக்கப்படுபவையாக ஆகியுள்ளன. எங்கோ பனிமூட்டத்தின் இடுக்கில் ஒற்றைக் கீற்றுப் போல, உலகமயக் கருணையினாலே தேசிய இனங்கள் விடுதலையை எட்டிப் பார்க்கின்றன. முப்பது நாற்பது ஆண்டுகள் முன் சொல்லி வைத்ததுபோல் நடந்த தேசிய விடுதலைகள் இப்போது ஒரு வழமையாக இல்லை. கொசாவா, கிழக்கு தைமூர், தெற்கு சூடான் விடுதலை களும் ஒற்றை மைய அரசியல் நிதி மூலதன, தகவல் ஆதிக்க, அரசியலின் கருணையினால் நடந்தவையாக ஆகிவிட்டன. இடதுசாரி முகாம் என்று சொல்லப் பட்ட வல்லரசுகள் இதுபோன்ற மக்கள் விடுதலைக்கு எதிர்முகம் கொண்டுவிட்டதால், உலகில் பொருளா தார, அரசியலின் ஆதிக்கப் புதிய ஒழுங்கைத் தீர்மானிக்கும் சக்திகளே, இவற்றையும் தீர்மானிப்ப தாக ஆகியுள்ளன.

மருந்துகள் உற்பத்தி செய்யப்படுவதில்லை. நோய் கள் உற்பத்தி செய்யப்படுகின்றன; புதிய நோய்கள் கண்டுபிடிக்கப்பட்டு, பிற நாடுகளில் ஊன்றிப் பன்னாட்டு மருந்து நிறுவனங்கள் பின்தொடர்ந்து மருந்துகளை அனுப்புகின்றன. நோய்க்காக மருந்து அல்ல; மருந்துக்காக நோய் என்ற புதிய மருத்துவ ஒழுங்கைத் தோற்றுவித்துள்ளன.

மக்களது வாழ்வின் அனைத்து நிலைகளிலும் வணிக மயப் புதிய ஒழுங்கை நிறுவியதன் விளைவுகள் குறித்து, 5 ஆண்டுகளுக்கு முன் அமெரிக்கா, 225 பக்கங்கள் கொண்ட 'உலக அரசியல் 20–21' (*Global Politics 20–21*) என்றொரு அறிக்கையை வெளிப்படுத்தியது.

"உலகம் கடும் பொருளாதார நெருக்கடிக்குள் சிக்கிக் கொண்டுள்ளது. மிகப் பெரிய பணக்கார வர்க்கம் ஒன்று உலகெங்கும் உருவாகியுள்ளது. அதைச் சுற்றி, அவர்களுக்குச் சேவை செய்யும் நடுத்தர வர்க்கம் ஒன்றும் உருவாகி வருகிறது. பெரும்பாலான மக்கள் ஏழைகளாகப் போனார்கள். இந்த ஏழைகள் போராடுவார்கள். மக்கள் திரள் எழுச்சிகள், தடுத்து நிறுத்த முடியாமல் போகும்" என்று அந்த அறிக்கை கூறியது.

தொடர்ந்து, அமெரிக்க முதலாளியச் சிந்தனையாள ரான ஹென்றி கிஸிங்கர் ஒரு அறிக்கை தந்தார். "இந்தப் போராட்டத்தை எவ்வாறு கையாண்டு அடக்குவது? இது தொடர்பாக மிகப் பெரிய ஆய்வுகளைச் செய்ய வேண்டிய கடப்பாட்டில் நிற்கிறோம்."

ஆயுதந்தாங்கிய போராக இருக்குமானால் அடுப்பு எரிக்க விறகுகள் வைத்தவனே, விறகை வெளியே எடுத்து, நெருப்பினை அணைத்துவிட முடிவது போல, ஆயுதங்கள் வழங்கியவர்களே வழங்கலை நிறுத்தி விடுகிறபோது, ஆயுதப் போர் அடங்கிப்போகும். அல்லது ஆட்சித் தரப்புக்கு ஆயுதம் வழங்க ஆரம்பித்தால், எழுச்சியை அடக்கிவிட இயலும் என்ற வகையில் அவர்களின் சிந்திப்பு ஓடியது. மக்கள் எழுச்சிகளை அடக்க அந்தந்த நாட்டுப் பணக்கார வர்க்கத்தின் ஆட்சி களுக்குத் தொழில்நுட்பமும், நவீன ஆயுதங்களும் வழங்கும் நிலையை மேற்கொண்டனர்..

மக்களின் உத்வேகமான போராட்டங்களை அடக்கும் சோதனைக் கூடங்கள் என்பதற்கு முள்ளிவாய்க்கால் படு கொலையும், இந்தியாவின் மத்திய மாநிலங்களின் பழங்குடி மக்கள் வேட்டையும் வெளிப்படையான சாட்சியங்களாகின. முள்ளிவாய்க்கால் சுற்றி வளைப்பு – மத்திய மாநிலங்களில் பழங்குடி மக்களின் இராணுவச் சுற்றி வளைப்பு – இவை போலவே, கூடங்குளத்தின் சுற்றிவளைப்பைக் காணமுடியும். மத்திய துணை இராணுவம், தொழில் பாதுகாப்புப் படை, கடலோரக் காவற்படை, தமிழகக் காவல்துறைகளின் முற்றுகையில் – அரச பயங்கரவாதம் செயல்பட்ட விதம் மக்களுக்கான மின்சார விநியோகம் அல்ல, உலகமயச் செயல்பாட்டுக்காக என்பதானது.

சுருங்கச் சொல்வதாயின் மக்கள் எழுச்சிகள் உருவாகக் காரணமாக இருந்து, ஒரு எல்லை வரை வளர்ச்சிக்குக் கொண்டுசெல்வது, பின்னர் அதனை அரச பயங்கரவாதம் வழியாய் உள்மடங்கச் செய்வது என எல்லாமும் உலகமயம் உண்டு பண்ணும் கட்டம் கட்டமான நகர்வுகளேயாம். மன்மோகன் சிங்குகளை அவர்களே உருவாக்கினார்கள். அதிலிருந்து பிறந்த மேதாபட்கர்களை அவர்களே எதிர் கொண்டார்கள். இலங்கையின் ஜெயவர்த்தனா, இராஜ பக்சேக்களை அவர்களே உருவாக்கினார்கள். அங்கிருந்து அதனால் பிறப்பெடுத்தப் போராளிகளையும் அவர்கள் எதிர் கொண்டு இல்லாமல் செய்தார்கள். இரு துருவங்களை உண்டு பண்ணி இயக்குதலும், மோதலில் இரு துருவங்களிடமிருந் தும் ஆதாயத்தைக் கறந்துகொள்வதும், இந்தப் புதிய ஒழுங்கு களின் உலக நிரலாக ஆகியுள்ளது.

இன்னும் வெளிவராத அந்த ஈழத்து நாவல் என் பார்வைக்குக் கிடைத்தது. சுகுமார் என்ற போராளி வாசகங் களால் நிறைந்தவன். அவனது வாசகங்கள் அனுபவங்களால் நிறைந்தவை. அவன் உடல் வயதை விட மனவயது அதிகம். ஒரு நேரத்தில் சுகுமார் சொல்லும் வாசகம் இப்படி வரும்.

“விடுதலைக்குத் தக்க விலைதான் கொடுக்கலாம். அதற்கு மேலும் கொடுக்க முடியாது. கொடுக்கக் கூடாது. கொடுக்க நேர்ந்தால் நாம் தோற்றுவிடக் கூடும்.”

இராசதந்திர அணுகுமுறைகளைக் கைவிட்டு, இலட்சிய வாதத்தையும் தியாகவாதத்தையும் இராணுவவாதத்தையும் முன்னிறுத்தியதால் நாம் வீழ்ந்து போனோம். எந்த ஒரு விடுதலைப் போரிலும் இத்தனை ஆயிரம் கல்லறைகள் எழும்பிய வரலாறு இல்லை. தமிழீழம் பெறுவதற்கான போரில் எந்த எல்லைவரையும் செல்லலாம்; எத்தனை தியாகத்தையும் செய்யலாம் – என்ற கருதுகோளே நம்மை வீழ்த்தும் என ஐந்து ஆண்டுகளுக்கு முன் எழுதிய நாவலில் முன்குறிப்பாய் உணர்த்துகிறார் படைப்பாளி.

இரட்டைக் கோபுர மரணங்களும், இரட்டை வாய்க்கால் கொலைகளும் (முள்ளிவாய்க்கால், இரட்டைக் கால்வாய்), வேறு வேறு நிகழ்வுகள் அல்ல. உலகமய அரசியலின் முன்னும் பின்னுமான விளைவுகள் இவை. மூவாயிரம் மரணங்கள் நிகழ்ந்த இரட்டைக் கோபுரத் தகர்ப்பு பெற்ற விசுவரூபம், 50 ஆயிரம் பேர் கொலையுண்ட இரட்டை வாய்க்கால் பெற வில்லை. பயங்கரவாதத்துக்கு எதிரான போராக இரட்டைக் கோபுரம் விசுவரூபம் கொண்டு ஈராக், ஆப்கான் என

தாண்டவம் ஆடி இறுதியாய் பின்லேடன் அழிப்பில் முடிந்தது. சாட்சியங்களற்ற போரால் பொசுங்கிய இரட்டை வாய்க்கால், இன்றும் முள்வேலி முகாமும் புலம்பலும் கண்ணீருமாய்க் காத்திருக்கிறது.

2005 இலங்கைத் தேர்தலில் ரணில் விக்கிரமசிங்கே என்ற நரியை ஆதரிப்பதைவிட இராஜபக்சேக்களை ஆயுதங்களால் எதிர்கொள்ள முடிவெடுத்துத் தேர்தல் புறக்கணிப்புச் செய் தனர் புலிகள். ஆயுதங்களே எல்லாவற்றையும் தீர்மானிக்கும் என்ற பழைய சுலோகம் காலாவதியாகி விட்டதைக் கண்டு கொள்ளாமல், மிகுதியான ஆயுதங்களைக் கொள்வனவு செய்து ஆயுதங்களால் எதிர்கொள்ள முடிவு செய்தனர். நரியை விட, சிங்கமே நரவேட்டையாடும் மிருகம் என்பதைக் காலம் உணர்த்தியது. தேர்தல் புறக்கணிப்பு அமெரிக்கச் சார்பு ரணிலின் வெற்றியைத் தடுத்து, சீனச் சார்பு இராஜ பக்சேக்களை வெற்றிகொள்ளச் செய்தமையால் அமெரிக்கா வும் மேற்குலகும் புலிகளின் வீழ்ச்சியை விரும்பினர். நண்டு வளையான இலங்கையில் வால் நுழைத்து, இலங்கை என்ற நண்டையே இழுத்துச் சாப்பிடவிருந்த அமெரிக்காவுக்கு, தன் கனவைச் சிதைத்த விடுதலைப் புலிகளைச் சிதைப்பதே திட்டமாயிற்று. 2005ஆம் ஆண்டின் பின்பு மூழ்கடிக்கப்பட்ட புலிகளின் 11 ஆயுதக் கப்பல்களில் 5 ஆயுதக் கப்பல்களை அமெரிக்கா மூழ்கடித்து உதவியது. இராஜபக்சே 2009ஆம் ஆண்டின் மத்தியில் இதை வெளிப்படையாக அறிவித்தார். அமெரிக்கத் தரப்பிலிருந்து மறுப்பு வரவில்லை. இப்போது மார்ச் 23 ஜெனிவா தீர்மானத்தின்போது "விடுதலைப் புலி களை அழிப்பதற்காக வழங்கப்பட்ட ஆயுதங்களில் 40 சதவீதம் நீங்கள் வழங்கியதுதானே" என்று கியூபா அமெரிக்காவை நோக்கி எள்ளலாகப் பேசியது. "2007இல் மட்டும் பிரிட்டன் 7000 கோடி ரூபாய் மதிப்புள்ள ஆயுதங்களை இலங்கைக்கு வழங்கியது" என்று டாக்டர் ராகுல் சாய்ஸ் என்ற பிரிட்டன் நாடாளுமன்ற உறுப்பினர் பிப்ரவரி 13, 2009இல் தெரிவித்தார். "அதற்காக வெட்கப்படுகிறோம்" என்று அவர் தெரிவித்த போதிலும், உண்மை வெளியே வந்தது.

"பின்லேடன் கொல்லப்பட்டவுடன் இஸ்லாமிய உலகிற்கு எதிரான அமெரிக்க யுத்தம் ஒரு முடிவுக்கு வந்து விட்ட நிலையில், சீனாவுக்கு எதிராக அமெரிக்கா தன் யுத்தத்தைத் தொடங்கியுள்ளது" என்று சில மாதம் முன்பு சீன அமைச்சர், அமெரிக்க வெளியுறவு அமைச்சர் கிலாரி கிளிண்டனுக்குக் காட்டமாய் அளித்த பதிலில் உண்மை அடங்கியிருக்கிறது.

இலங்கையை ஆதாரப் புள்ளியாகக் கொண்டு இந்துப் பெருங்கடல் பிராந்தியத்தில் தனது விரிவாக்கத்தைப் பெருக்கி வருகிறது சீனா. மத்திய கிழக்கு மற்றும் ஆப்பிரிக்க நாடுகளுடனான சீனாவின் கடல்வழி வர்த்தகப் பாதையில், இலங்கைத் தீவு ஆதாரப் புள்ளியாக இருப்பதைக் கலைத்துத் தனக்குச் சாதகமான புள்ளியாக மாற்ற முனைகிற அமெரிக்காவின் தாக்குதலே ஜெனிவா தீர்மானம். உண்மையில் அத்தீர்மானம் இலங்கைக்கு எதிரானது அல்ல, தன்னுடைய உலக ஆதிக்கத்தைக் கேள்வி கேட்டுப் போட்டியாக வளரும் சீனாவுக்கு எதிரானது என்ற சூட்சுமத்தை சர்வதேச அரசியல் ஆய்வாளர்கள் புரிந்துகொண்டுள்ளனர். *முள்ளிவாய்க்கால் பேரழிவென்பது இந்துப் பெருங்கடல் பிராந்தியத்தில் வல்லரசுகளின் பரஸ்பர மறைமுக வியூகம், ஜெனிவா தீர்மானம் என்பது அந்த வல்லரசுப் போட்டிகளின் நேரடி வியூகம்.* இத் தீர்மானம் நிறைவேறிய அதே நாளில் கடலோரப் பாதுகாப்பு, கடல் வளையக் கண்காணிப்பு சார்ந்த தொழில் நுட்பம், கண்காணிப்புக் கருவிகள் என ஆயுத வழங்கலுக்கு 30 ஆண்டுகளாய் இலங்கைக்கு விதித்திருந்த தடையை, அமெரிக்கா நீக்கிய செய்தி வெளியாயிற்று. அத்துடன் ஈரானிலிருந்து இலங்கை எண்ணெய் இறக்குமதி செய்துகொள்வதிலும் அமெரிக்க நிறைய சலுகைகளை வழங்கியுள்ளது.

ஜெனிவா தீர்மானத்தில் இலங்கைமீது நடவடிக்கை மேற்கொள்ளும்படியாய் எதுவும் இல்லை. அது அத்தனையும் சூத்தை (சொத்தை). சட்டியில் இருந்தால்தானே அகப்பையில் வரும் என்பது போல், எல்.எல்.ஆர்.சி அறிக்கையில் இருப்பதுதானே தீர்மானத்தில் வரும் என இலங்கைக்குத் தோளோடு தோள் உரசிக் காதைக் கடிக்கிறது அமெரிக்கா என்றுதான் கொள்ள வேண்டும். இருந்த ஒன்றிரண்டையும் திருத்தங்கள் செய்து இந்தியா உருவி எடுத்துவிட்டது. உங்களுக்கு ஒன்றுமே நேராமல் என்னென்ன செய்தோம் என்று இராஜபக்சேவுக்கு எழுதிப் புளகித்துக் கொண்டார் மன்மோகன்.

இந்தத் தீர்மானத்தையும், தீர்மானத்துக்கு ஆதரவாக நின்றது போல் காட்டிக்கொண்ட இந்தியாவையும் பார்த்து அடங்காத ஆத்திரத்துடன் "பின்னொரு நாளில் பயங்கரவாத காஷ்மீர் உங்களுக்கு ஒரு பாடமாக இருக்கப் போகிறது" என்கிறான் இராஜபக்சே.

உள் அரங்கிலும், உலக அரங்கிலும் இனச் சமத்துவம் பேணாத, விரும்பாத ஒரு நாடு இந்தியா. காஷ்மீர், நாகாலாந்து, மணிப்பூர், மேகாலயா, அஸாம் (உல்பா) என்று முதுகின்மீது அனல் கொப்புளங்களைச் சுமந்துகொண்டிருக்

கிற இந்தியா, இலங்கை வழியிலேயே இனப் பிரச்சனையைக் கையாளும் என்பதற்கு, காஷ்மீரம் கண்முன்னான சாட்சியாக இருக்கிறது. இரு சகோதரர்கள் ஒருவர்மீது ஒருவர் கோபித்துக்கொள்வது போலத்தான், இராஜபக்சேயின் மன்மோகன் மீதான கோபிப்பும் அமைகிறது.

எந்தப் பிரச்சனையிலும் ஒரு தாக்கம் உண்டென்றால் அதற்கு எதிர்த்தாக்கம் இருக்கவே இருக்கும். அமெரிக்கத் தீர்மானத்துக்கு இந்தியா ஆதரவாக வாக்களித்தமை சிங்களப் பெருந்தேசிய இனத்திற்குள் பெரும் பகையை மூட்டி விட்டுள்ளது. இந்தியா மீதான பகையை வழக்கமாகத் தமிழர்கள்மீது திருப்பிப் பழிதீர்த்துக்கொள்கிற சிங்களர் இப்போதும் தொடங்கியுள்ளார்கள். 1983இல் நிகழ்ந்த இனக் கலவரம் போல் இப்போதும் நிகழுமோ எனத் தமிழர்கள் அச்சத்தில் வாழ்கிறார்கள். குறிப்பாக, சிங்களர்கள் பெரும்பான்மையாக இருக்கிற கொழும்பிலும் கிழக்கு மாகாணத்திலும் உயிர்ப்பயம் ஓடுகிறது தமிழர்கள் மத்தியில்.

தமிழர்களிடம் உலகளாவிய ஒரு உளவியல் திருப்தி ஏற்பட்டுள்ளது. முள்ளிவாய்க்கால் முடிந்த 3 ஆண்டுகளின் பின் உலகின் கவனத்தை ஈர்க்க முடிந்திருக்கிறது என்ற திருப்தி அது. ஒன்றுமில்லாதத் தீர்மானமாக இருந்தாலும் இலங்கை மீது கேள்வி எழுப்ப முடிந்ததே என்று ஒரு உள் ரசிப்பு அனைத்துத் தமிழரிடமும் காணமுடிகிறது. முள்ளிவாய்க்கால் முடிவல்ல, ஆரம்பம் என்பதை உணர்த்திய இக்கால கட்டம் முக்கியமானது.

2

சர்வதேச அரசியல் வியூக நகர்வுகளைத் தெளிவாகப் புரிந்துகொண்டால் மட்டுமே ஈழத் தமிழர் விடுதலை அரசியலை முன்னெடுத்துச் செல்ல முடியும். உலக அரசியலே உள்ளூர் அரசியலுக்கு வழிகாட்டி. "இரட்டை வாய்க்கால் அழிப்பு, தமிழினத்துக்கு ஏற்பட்ட அழிவை மட்டும் போதிக்கவில்லை. தமிழினத்துக்கு இருக்கக் கூடிய சர்வதேச அரசியற் பலத்தின் முக்கியத்துவத்தையும் போதித்துள்ளது" என்ற கருத்து மனங்கொள்ளப்பட வேண்டும்.

தமிழர்களை இனி வாழ விடமாட்டோம் என்ற இடத்துக்கு அரசு, இராணுவம் மட்டுமல்ல மனோவியல் ரீதியாக சிங்களர்களும் வந்துள்ளார்கள். இணக்கப்பாடு, சமரசம் என்ற நல் நோக்கங்களைத் தமிழர்கள் ஏற்றுக்கொண்டால்கூட சிங்களர் அந்த எல்லைகளைத் தாண்டிவிட்டார்கள். தமிழர்

தமக்குக் கட்டுப்பட்ட அடிமைச் சமூகமாக இருக்கச் சம்மதித்தால் மட்டுமே வாழலாம் என்ற நினைப்பில் சிங்களர் இருக்க, இலங்கைத் தீவு இரண்டாக உடையாமல் சிங்கள அரசியலை ஒருவராலும் இனிக் கையாள முடியாது என்ற புள்ளியில் அரசியல் ஆய்வுகள் உருவாகின்றன. ராஜிவ் காந்தி – ஜெயவர்த்தனா ஒப்பந்த வரைவு இறுதி செய்யப்பட்ட வேளையில் இந்தியத் தூதராக இருந்த ஜே.என். தீட்சித், அதன் போதாமையைப் பற்றிக் கூறினார்;

> "சிங்களருக்கும் இலங்கைத் தமிழருக்கும் இடையில் இட்டு நிரப்ப முடியாத அதல பாதாளமான வேறுபாடுகள் உள்ளன. வெறுமனே பொருளாதார வளர்ச்சியாலோ சாதாரண அரசியல் சீர்திருத்தங்களினாலோ சரிப்படுத்திவிட முடியும் என எண்ணுவது பிழையானது."

ஆயுதப் போராட்டம் முற்றுப்பெற்றுள்ளது. தொடர்ச்சியாக, ஆயுதப் போராட்டமற்ற வழிமுறையை வரலாறு கோருகிறது. ஆயுதக் களம் இல்லாத நிலையில் சனநாயகத்திற்கான, வாழ்வு உரிமைகளுக்கான, தேசிய இனவிடுதலைக்கான, மக்கள் எழுச்சிப் போராட்டங்களுக்கான மூன்று புதிய தளங்கள் திறக்கப்பட்டுள்ளன.

முதலாவது – ஈழத் தமிழ் மக்கள்
இரண்டாவது – புலம்பெயர் தமிழர்கள்
மூன்றாவது – தாயகத் தமிழர்

அவரவர் தளங்களுக்கெனத் தனித்தனிக் கடமைகள் முன்னிற்கின்றன.

தெளிவான, மெய்மையான, யதார்த்தமான அடிப்படையைத் தமிழினம் வகுத்துக்கொள்ள வேண்டிய காலம் இது. நாம் விடுதலையின் ஆதரவு சக்திகள் என்ற வரையறை அது. உலகளாவிய ஆதரவைப் பெறவும் உலகிற்குள் போய்ப் பயணத்தை முன்னெடுக்கவும் இது வழி அமைக்கும்.

முதல் தளம் – ஈழம்

அனாதரவான ஈழ மக்களின் மனதின் எல்லா அசைவுகளும் மூடப்பட்டுள்ளன. கை, கால்கள் மட்டுமல்ல, மனதை வெளிப்படுத்தும் நாக்குகளும் வெட்டப்பட்டு விட்டன. தங்களுக்கென ஒதுக்கப்பட்ட பாலைவனத்தில் அவர்கள் ஜீவிக்கின்றனர்.

இனிப் பொறுக்க முடியாது என்று டுனிசியா போல், எகிப்து போல், சிரியா போல், லிபியா போல் ஒரு மக்கள்

எழுச்சி பரவி வர சாத்தியமில்லை. எங்கோ ஒரு புள்ளியில் ஏதோ ஓர் உயிர் தொடங்கி வைக்கக் காட்டுத் தீயாய் வெடிக்கும் தன்னெழுச்சியும் பொய்த்துள்ளது.

மார்ச் 23இல் ஜெனிவாவில் நடைபெற்ற மனித உரிமைப் பேரவையில் தமிழ்த் தேசியக் கூட்டமைப்பினர் இந்தியாவின் அறிவுரைப்படியே பங்கேற்காது ஒதுங்கினர் எனச் சொல்லப் படுகிறது. அதே நாட்களில் இராஜபக்சேயுடனான புரிந் துணர்வு நடந்து முடிந்தது. இந்தப் புரிந்துணர்வு சந்திப்பின் போது கூட்டமைப்பின் தள்ளாடும் தலைவர் சம்பந்தர், சுமேந்திரன் எம்.பியை உடன் அழைத்துச் சென்றார். தனதாளாகவும் அதே பொழுதில் இராஜபக்சேயின் ஆளாக வும் இயங்கும் வல்லமையுடடைய சுமேந்திரனை அழைத்துச் சென்றது மிகப் பாதுகாப்பனது. ஜெனிவா மனித உரிமை அவையில் மிகப் பெரிய எதிர்பார்ப்புகளுடன் காத்திருந்த புலம்பெயர் தமிழர்கள், சொந்த ரத்தமே பேசவரவில்லை யென்கிறபோது அந்த ரத்தத்தின்மீது அவர்களுக்கு ஐயம் எழுந்தது. அந்த ஐயம் தொடர்தடம் பதித்துச் செல்கிறது என்பதில் துளிச் சந்தேகமும் இல்லை. தமிழ்த் தேசியக் கூட்டமைப்பின் தலைவர் சம்பந்தர் இங்குள்ள கருணாநிதி போல் என்று சொல்லப்படுகிறது.

ஈழர்களின் பூர்வீகத்தில் இன்றைக்கு அரசியல் களத்தில் உள்ள சக்திகள் இரண்டு. ஒன்று இந்திய ஆதரவாளர்கள் மற்றவர் இலங்கையின் நேரடி ஆதரவாளர்கள். இந்தியாவின் தயவில் எதையாவது பெற்றுக்கொள்ள முடியாதா எனத் தமிழ்த் தேசியக் கூட்டமைப்பினர் நிலை எடுத்திருக்கிறார்கள். இந்திய அழுத்தத்திலேயே இலங்கை செய்யும் என நினைக் கிறார்கள். அதற்காக ஈழ மக்கள் அனைவரையும் இந்தியா வின் பிராந்திய நலன்களைப் புரிந்துகொண்டு அதற்கேற்ற வகையில் தகவமைத்துக் கொள்ளுமாறு வழி நடத்தும் வகையில் கூட்டமைப்பினர் செயல்கள் அமைந்துள்ளன. இந்தியாவை வல்லரசு நாடாக உலகில் உயர்த்திட வேண்டு மென்ற இந்திய ஆளும் வர்க்கங்களின் அவாவும் இதுவே.

தமிழ்த் தேசியக் கூட்டமைப்பினர், தாயகம், தேசியம், சுயநிர்ணயம் என்கிற தமிழினத்தின் அடிப்படைக் கொள்கை களைக் கைவிட்டது, தமிழ்ப் பிரதேசங்களான வடக்கு கிழக்கு இணைப்புக் கோரிக்கையைக் கைவிட்டது, சுய அதிகாரமற்ற மாகாணச் சபைகளை வலியுறுத்துகிற 13ஆவது திருத்தத்தினை ஏற்றுக்கொண்டமை போன்ற செயல்கள் இலங்கைப் பேரின வாத அரசியலுக்குள் தனது இனத்தின் அரசியலைக் கரைக் கும் முயற்சிதான் என்பதைக் காட்டுகின்றன. சிங்களப் பேரின

வாத அரசியலை முழுமையாய் முன்னகர்த்தும் ஐக்கியத் தேசியக் கட்சியுடன் இணைந்து மே தினப் பேரணியை நடத்தத் தமிழ்த் தேசியக் கூட்டமைப்பினர் தமிழ் மக்களுக்கு அழைப்பு விடுத்திருப்பது அவர்கள் நெஞ்சுரமற்ற தலைமை கள் என்பதை அப்பட்டமாகக் காட்டியுள்ளது. அவர்களின் கைகளில் இப்போது உயருவது. தமிழீழ விடுதலைக் கொடி யல்ல; தமிழரின் கருவறுக்கும் வாளேந்திய சிங்களக் கொடி.

இந்திய சரணாகதி அரசியல் என்பது இலங்கை சரணா கதி அரசியலுக்குச் சமமானது. இரண்டு சரணாகதி அரசியலையும் தாண்டி மக்கள் அரசியலை நடத்துகிற சக்தி கள் அங்கு எழுமானால் ஈழத் தமிழனுக்கு அங்கு சுவாசிக்க இடம் உண்டு.

இரண்டாம் தளம் – புலம்பெயர் தமிழர்

உலகெங்குமுள்ள பெரும்பான்மையான நாடுகளில் கணிசமான எண்ணிக்கையில் புலம்பெயர் ஈழத் தமிழர் வாழ்கின்றனர். யூதர்களுக்கு அடுத்து, நாடற்றவர்களாய் ஆகிய ஈழர்கள் உலக அளவிலும், எண்ணிக்கையளவிலும் யூதர்களை விடப் பெரிய சக்தி. சில நாடுகளில் சில பகுதிகளில் சில நாடாளுமன்ற உறுப்பினர்களை, நகரவை உறுப்பினர்களை வெற்றிபெறச் செய்யும் சக்தியாகவும் திரண்டுள்ளார்கள். அவ்வந் நாடுகளில் கருத்தியல் அழுத்தத்தைச் செலுத்தும் ஆற்றலும் அவர்களுக்கு உண்டு. சிதைக்கப்பட்ட ஈழத் தமிழர் களைவிட, செயலற்ற தாயகத் தமிழரைவிட, உலகின் கவனத்தை ஈர்க்கும் வல்லமை கொண்டவர்கள் இவர்கள்.

லண்டன் ஆக்ஸ்போர்டு பல்கலைக்கழகத்தில் கால் வைக்க முடியாமல் இராஜபக்சேயைத் திருப்பி ஓட வைத்தது, ஐ.நா விசாரணைக்குழு அறிக்கை, அமெரிக்கத் தீர்மானம் போன்ற காரியங்கள் இவர்கள் செயலாளிகள் என்ற சேதியைச் சொல்கின்றன. தம் வாழ்வையும் கவனித்துக்கொண்டு, தம் மண்ணின் விடுதலைக்கு உழைப்பார்கள் என்பதை உணர்த்து கிறது.

பயங்கரவாதத்துக்கு எதிரான போர் என்று மேற்குலகம் தொடங்கிய கருத்தியலை தனக்கானதாக சுவீகரித்து இராஜ பக்சே எப்படி முள்ளிவாய்க்காலை நடத்த முடிந்ததோ, அது போல் உலகம் உருவாக்கி வைத்திருக்கும் பொதுமக்கள் வாக்கெடுப்பு என்ற கருத்தியலை ஈழத்துக்கு சாதகமாகப் புலம்பெயர் தமிழர்கள் பயன்படுத்த முடியும். தமிழர் பிரதேசங்களில் மட்டுமல்லாது, புலம்பெயர் தமிழரையும்

உள்ளடக்கிய பொதுமக்கள் வாக்கெடுப்பினை நடத்தக் கோரி தத்தம் வாழ்விடங்களில் அழுத்தம் தரும் செயல் முறையைப் புலம்பெயர் தமிழர்கள் மேற்கொள்ள வேண்டும். இது அவர்களின் பிரதானக் கடமையாக இருக்கும். அவர் களிடமிருந்து புறப்படும் வாக்கெடுப்புக் கோரிக்கை, அந் நாடுகளிலுள்ள சிந்தனையாளர்கள், சனநாயகவாதிகள், மனித உரிமைச் செயற்பாட்டாளர்கள் போன்றோரை ஒரு செயற்தளத்துக்கு ஈர்க்கும். அமெரிக்க எழுத்தாளராக உருவாகி – கியூபா வெனிசூலா ஆகிய நாடுகளில் களப்பணி ஆற்றிய ரான் ரைட்வைரை இதன் முன்னுதாரணமாகக் காட்டலாம். ஜெனிவா மனித உரிமை அவையில் கியூபா, வெனிசூலா போன்ற நாடுகள் மேற்கொண்ட இலங்கைக்கு ஆதரவான நடவடிக்கையைக் கடுமையாகச் சாடியவர் அவராவார். விவாத அரங்கு, நேர்காணல்கள், பேரணிகள் போன்ற மக்களிணைப்பு நடைமுறைகளில் இத்தகைய மனித குலச் செயற்பாட்டாளர்களைப் புலம்பெயர் தமிழர் முன்னிறுத்த வேண்டும்.

ஜெனிவா தீர்மானத்துக்கு எதிராக வாக்களித்த நாடு களின் பிரதிநிதிகளுடனும் வாக்கெடுப்பில் கலந்துகொள்ளாத நாடுகளுடனும் உரையாடலைத் தொடங்கியுள்ளார்கள் புலம் பெயர் தமிழர்கள். இது ஒரு தேவையான முயற்சி. ஒரு நாட்டு அரசு இன்னொரு நாட்டுடனான உறவை அரசு மட்டத்தி லேயே வைத்துக்கொள்ளும். அரசற்ற ஒரு இனத்தின் குரல் எடுபடுமா? அரசு மட்டங்களில் எடுபடவில்லையென்றாலும் அந்நாட்டில் இயங்கும் சனநாயகவாதிகள், மனித உரிமைச் செயற்பாட்டாளர்கள், சமூக ஆர்வலர்கள் என்ற தளத்துக்கு எடுத்துச் செல்கையில் அங்குக் கவனப்படுத்தப்படும். எதிராக வாக்களித்த இந்தோனேஷியா, தாய்லாந்து, சவூதி அராபியா, கத்தர், குவைத் போன்ற நாடுகள் சிறுபான்மை இனங்கள் மீது அடக்குமுறையைத் தொடர்ந்து செலுத்துகின்ற நாடு களாயினும் அங்குப் போராடும் இனங்களிடம் அணுகி உரையாடும் எல்லையை இனித் திறக்க வேண்டும்.

1948க்கு முன்னும் பின்னும் பெற்ற இராசதந்திர வல்லமை எதிரிக்கு மிகப் பெரிய வளம். 60 ஆண்டுகளுக்கு மேலாய் அவனை வீழ்த்த அனுப்புகிற அம்புகளையெல்லாம், பாதி வழியிலேயே முறித்துத் தன் கைவசப்படுத்துகிற மாயாஜால வல்லமை அவனுக்கு உண்டு. “எதிரி நமது இராணுவ அரண் களை மட்டும் நொறுக்கவில்லை. கூடவே நம்மிடமிருந்த கற்பனைகளையும் தவறான சிந்தனைகளையும் நொறுக்கியிருக் கிறான்” என்ற வாசகத்தைக் கவனிக்க வேண்டும். எனவே

நாம் முடிக்கப்பட்டதற்கான, வீழ்ந்ததற்கான காரணத்தை நம்மிடையேயும் உலகச் சமூகத்திடையேயும் தேடுகிறதுபோதே, சுயவிமரிசனமாய்க் கற்றுக்கொள்ளலிலிருந்தே, நாம் வீழ்ந்து படாமல் இருப்பதற்கான வழிவகைகளைக் காண முடியும்.

"ஜெனிவா வெற்றியானது தமிழினத்தைப் பொறுத்த வரையில் அது புலம்பெயர் தமிழர்களையே சாரும். எனவே இன்னும் அவர்கள் வலுப் பெறுவார்கள். அதுபோன்ற சூழல் வருமானால் அவர்கள் எடுக்கும் எந்தவொரு முடிவும் தனி நாடு என்ற இலக்கை நோக்கியதாகவே இருக்கும்" என்று கண்காணிப்பு ஆய்வு மையம் (Observe Research Foundation, Chennai) சரியாகவே சுட்டிக் காட்டியுள்ளதைக் காணலாம்.

மூன்றாம் தளம் – தாயகத் தமிழர்

முள்ளிவாய்க்கால் முடிவுக்கு, களத்தில் போராடி மடிந்த போராளிகளும், மடிந்த எண்ணிக்கையில்லாப் பொது மக்களுமா காரணம்? இந்திய அரசுக்கு முன் மண்டியிட்டு மடங்கிய தமிழகமும் காரணம், தமிழகமே காரணம். தமிழக அரசியல் தலைமைகள், தத்தமது இயக்கங்களின் இருப்பைத் தக்கவைக்க, ஈழப் பிரச்சனையைப் பணயப் பொருளாக்கிய போது இது தெளிவாகியது.

இவர்களின் எதிர்ப்பு எவ்வகையிலும் இலங்கைக்கான இந்தியக் கரங்களைத் தடுத்து நிறுத்தப் போதுமானதாக இல்லை. யுத்தம் நடைபெறுகையில் நாடாளுமன்றத்துக் குள்ளும் சட்டமன்றத்துக்குள்ளும் நீடிப்பது என்பது நடைபெறும் யுத்தத்துடனான பேரமாக அமைந்தது. பிரதிநிதித் துவச் சபைகளுக்கு அப்பால், வெளியில் சமுதாயக் களத்தில் நடந்த போராட்டங்களும், நடுவணரசை நிலைகுலைய வைக்க வில்லை. குறைந்தபட்சம் நடுவணரசு அலுவலகங்களையோ மாநில அரசின் அலுவலகங்களையோ செயற்படவிடாமல் சில நாட்கள் செய்திருந்தால்கூட எல்லாம் சரியாகி இருக்கும். எல்லை மீறாத, வரையறுக்கப்பட்ட போராட்டங்களால் எல்லாமும் சரிப்படுத்தப்படும் என்பது இவர்களின் நம்பிக்கையாயிருந்தது.

இலங்கைக்கு எதிராய் இந்தியாவை வாக்களிக்க வைத்ததன் மூலம் தமிழக சக்திகள் இப்போதுதான் ஒரு நல்ல செயலை ஆற்றியிருக்கிறார்கள். தமிழக அரசியல் இயக்கங்கள் கொடுத்த நெருக்கடியால் இந்தியா எதிரான முடிவுக்குப் போயிருக்கிறது என்று இலங்கை வெளியுறவுத் துறை அமைச்சர் விரக்தியை வெளிப்படுத்துமளவுக்கு நடந்து

விட்டது. இந்தியாவின் இந்த முடிவுக்கு ஒவ்வொருவரும் உரிமை பாராட்டிக் கொண்டாலும் 'எவ்வாறோ அரைகுறை யாகவேனும் ஒரு காரியம் நடந்திருக்கிறது.' "இலங்கைக்கு எதிரான தீர்மானத்தை ஆதரித்ததன் மூலம் இந்தியா நெருப்பு வளையத்தில் உள்ளதாக" ப.சிதம்பரத்தை அதுவே பதற வைக்கிறது.

இந்திய வெளியுறவுக் கொள்கையில் தாங்களும் பங்காற்ற முடியும் என்பதை முதன்முதலாகத் தமிழர்கள் நிரூபித்திருக் கிறார்கள். இலங்கையுடனான இந்திய வெளியுறவுக் கொள்கை இந்தியப் புலனாய்வுத் துறையான ராவால் (RAW) வழிநடத்தப்படும் நிலைக்கு மாறாக – முதன்முதலாகத் தமிழக அரசியல் சக்திகள் தீர்மானிப்பதாக ஆகியிருக்கிறது. இதில் ஒரு தொடர்ச்சியைக் கொடுப்பதில்தான் தாயகத் தமிழர், ஈழத் தமிழரின் விழிகளில் கொஞ்சமேனும் ஒளிக் கீற்றை ஏற்ற முடியும். தமிழக அரசியல் கட்சிகளைப் போல், சந்தர்ப்பவாதத்துக்குத் தாலி கட்டிக்கொண்ட இயக்கங் களை, இதற்கு முன் நாம் கண்டதில்லை. இனி அதுபோல் இல்லை என்ற புதிய நம்பிக்கையுடன் சந்தர்ப்பவாதத்துக்கு, உள் மடங்காத, புதிய சக்திகள் தமிழகமெங்கும் உருவாகி வருகிறார்கள். இவர்கள் தேசிய இன விடுதலையில் மட்டு மல்லாது, மக்களின் ஒவ்வொரு அசைவிலும் பங்குகொள்கிற வர்களாகத் தம்மை இணைத்துக்கொண்டுள்ளார்கள்.

ஜெனிவா தீர்மானமோ, அதை நடைமுறைக்குக் கொண்டு செல்லும் நகர்வுகளோ, அந்தந்த நாட்டின் உள் அரசியல், புவிசார் உலக அரசியல், அந்நாடுகளின் ஆளும் வர்க்கக் குழுக்களின் நலன் என்ற வகையில்தான் அமையப் போகின்றன. அதன் தெளிவான வெளிப்பாடுகள் புலப்படத் தொடங்கி விட்டன. உடனே தொடங்கி, உடனே முடிவதல்ல. மூன்று தமிழர்களின் தோள்களும் சுமக்க வேண்டிய தொடரும் போராட்டம் என உணர்வதில் விடுதலை அரசியல் உள்ளது.

***காலச்சுவடு* – மே, 2012**

2

இனப்படுகொலையும் இந்தியாவும்

உலக அரங்கில் தேசிய இனங்களின் விடுதலைப் போராட்டங்கள் முற்றுப்புள்ளியாகி விட்டதா என்ற பொதுக் கேள்வியிலிருந்து தொடங்குவோம். உலக அரசியல், பொருளாதார வல்லரசுகள் அவ்வப்போது புதிய அரசியல் ஒழுங்கைத் தோற்றுவித்து வருகின்றன. உலகின் இயங்கு திசை வல்லரசுக் குழுக்களின் இயங்கு திசையாகவே உள்ளது. அதை மக்களின் இயங்கு திசையாக மாற்ற வேண்டிய கடப்பாடு நமக்குள்ளது.

தெற்கு சூடான் விடுதலை பெற்ற (2011) அண்மைக் காலம்வரை, உலக அரங்கில் தேசிய இன விடுதலைப் போராட்டம் முற்றுப் பெறாத நிகழ்வு என்பதையே காட்டுகிறது. 1990களில் ஸ்லேவேனியா, கொசாவோ, மாசிடோனியா, உக்ரைன், ஜார்ஜியா, டிராண்டஸ் டிரியா, போஸ்னியா, எரித்ரியா, மால்டோவா, கிழக்கு திமோர் போன்ற நாடுகள், 2000களில் மாண்டிநிக்ரோ, தெற்கு ரேசடியா, தெற்கு சூடான் என்ற நாடுகள் தேசிய இன விடுதலைக்குச் சான்றாய் நின்றன. இன்றும் நடைபெறுகிற காஷ்மீர், நாகாலாந்து, மணிப்பூர், மேற்கு இரியான், திபேத், ஈழம் போன்ற இன விடுதலைப் போராட்டங்கள் முக்கியத்துவம் பெற்றுள்ளவை. இவற்றுக்குள் கூர்மை பெற்று முன்னணியில் இருக்கும் போராட்டம் ஈழப் போராட்டம்.

தமிழீழம் சரியா, பிழையா என்ற விவாதத்தை வரலாறு கடந்துவிட்டது. தமிழினத்தைப் படுகொலை செய்த சிங்கள அரசுடன் இனியொருபோதும் இணக்கப் போக்கு சாத்தியமில்லை. இனப் படு கொலைகளை நடத்திய இடத்திலிருந்து இன விடுதலை யின் அடுத்த நகர்வைத் தொடங்க வேண்டும். இது தொடர்பில்–

"வரலாற்று ரீதியாகப் பார்க்கும்போது, இலங்கைத் தமிழர்களைப் போல் இனப்படுகொலைக்கு ஆளான எந்த மக்கள் குழுவும், தங்களுக்கென்று சுதந்திரமான ஒரு நாட்டை உருவாக்கிக் கொண்ட பிறகுதான், அதிலிருந்து தங்களைப் பாதுகாத்துக் கொண்டனர். கடந்த சில மாதங்களில் 50 ஆயிரத்துக்கும் அதிகமான தமிழர்கள் வன்னியில் படுகொலை செய்யப்பட்டபோது எந்த ஒரு நாடும் அந்த வெறித்தனமான படுகொலை நிகழ்வைத் தடுக்க முயலவில்லை. ஐ.நா.வின் 1948 – இன அழிப்பு எதிர்ப்பு ஒப்பந்தத்தின்படி, எல்லா நாடுகளும் தாங்கள் செய்ய வேண்டிய கடமையைச் செய்யத் தவறி விட்டன. எனவே இலங்கை அரசிடமிருந்து தங்களைக் காப்பாற்றிக்கொள்ள, தனிநாடு ஒன்றை உருவாக்கிக் கொள்வதே இலங்கைத் தமிழர்களுக்கு ஏற்புடையது. பன்னாட்டுச் சட்டதிட்டங்களின்படி, இன அழிப்பால் பாதிக்கப்பட்டவர்கள் தனி நாடு ஒன்றை உருவாக்கிக் கொள்வதே பயனுள்ள தீர்வும், உரிய இழப்பீடும் ஆகும்" என்று பிரான்சிஸ் பாய்ல்ஸ் கூறியதை மனங்கொள்ள வேண்டும். (பேராசிரியர் பிரான்சிஸ் பாய்ல்ஸ், உலக மனித உரிமைகள் அமைப்பின் (Amnesty International) முன்னாள் உயர் மட்டக்குழு இயக்குநர், இல்லினாய்ஸ் பல்கலைக்கழக முன்னாள் பேராசிரியர்).

நாம் ஏற்கிறோமோ இல்லையோ ஒரு உண்மையைப் பதிவு செய்தாக வேண்டும். எந்த ஒரு போராட்டமும் அறவழிப் பாதையில் இருக்கிறபோது உலகில் யாரும் கவனம் கொள்வதில்லை. ஆயுதப் போராட்ட வடிவெடுக்கையில் மாத்திரமே சர்வதேசக் கவனமும் தலையீடும் நிகழ்கிறது.

ஈழத் தமிழர் விடுதலைப் போர், 30 ஆண்டுகள் அறவழியில் அதுவும் இந்தியாவின் காந்தி காட்டிய வழியிலேயே நடந்தது. மிகப் பெரிய சனநாயக பூமி என்று சொல்லப்பட்ட இந்தியா அது காலம்வரை கண்டுகொள்ளவில்லை. காந்திய வழிப் போராட்டத்தை அங்கீகரித்து, அப்போதே பொதுமக்கள் வாக்கெடுப்பு நடத்தித் தீர்வு காணும் முன்னெடுப்பைக் காந்திய இந்தியா செய்திருக்க முடியும். காந்தீய இந்தியா செய்யாமல் விட்டதை, சோனியா – மன்மோகன் சிங்குகளின் இந்தியா செய்யும் என எதிர்பார்ப்பது அறிவீனம்.

1972லும் அதன் பிறகும் ஆயுதம் ஏந்திச் சிறு சிறு அளவில் போராட்டத்தைத் தொடங்கிய பின்னர்தான், இந்திய அரசு ஈழப் போராட்டத்தைக் கவனிக்கத் தொடங்கிற்று. 1983இல் இலங்கையில் நடந்த இனப்படுகொலையின் பின் இந்தியா

நேரடியாகத் தலையிடத் தொடங்கியது. இந்தத் தலையீடும் சுயநலன் சார்ந்தே அமைந்தது.

“இலங்கைத் தீவு இரு அரசுகளாக இருப்பதைவிட, ஓர் அரசாக இருக்கவிட்டு, அதனைக் கையாளுவதே இந்தியாவின் எதிர்கால நலனுக்குச் சாதகமானது. எனவே, தமிழீழக் கோரிக்கையைத் தமிழ் மக்களின் பிரச்சனைகளைத் தனது நலனுக்குகந்த அளவில் ஓரளவு தீர்த்து வைப்பதும், தனது தலைமையை இலங்கை அரசை ஏற்க வைப்பதுமே இந்தியாவின் பிரதான நோக்கமாய் இருக்கிறது.”

எண்பதுகளின் மத்தியில் ஈழத்தில் நடைபெற்ற அரசியல் சார்ந்த உரையாடல்களில் பிரதான இடம்பெற்றிருந்த இக் கருத்து இன்றும் வலிமையோடு நிற்கிறது.

தான் விடுதலை பெற்ற கையோடு, மக்களுக்கான விடுதலை அரசியலிலிருந்து இந்தியா விடுதலை பெற்றுக் கொண்டது. ஒடுக்கப்பட்ட மக்கள், நாடுகள், எங்கெங்கு எழுச்சி பெறுகிறார்களோ அதற்குத் துணைசெய்வது என்ற நேரு காலத்தின் குரல் பிற்காலத்தில் ஏறக்குறைய இல்லாமல் போய்விட்டது. விடுதலை பெற்றதும், பிடல் காஸ்ட்ரோவின் தொடக்க கால கியூபா, போர்ச்சுகீசியக் காலனி ஆதிக்கத்தை எதிர்த்துப் போராடிக்கொண்டிருந்த ஆப்பிரிக்க நாடுகளான கினிபிஸ்ஸா, அங்கோலா ஆகிய நாடுகளின் விடுதலைக்குப் பொருளாதார, ஆயுத, மருத்துவ உதவிகள் செய்து துணை நின்றது. அன்றைய கியூபாவுக்கும் மே 28, 2009இல் ஐ.நா மனித உரிமை அவையில் இலங்கைக்கு ஆதரவாய்த் தீர்மானத்தை முன்மொழிந்த கியூபாவுக்கும் இடையிலான வெளி 50 ஆண்டுகள் மட்டுமல்ல, இனக் கொலைக்குத் துணைபோன தலைகீழான கருத்து மாற்றமும் தான்.

ஈழத் தமிழர் பிரச்சனையில் இந்தியா தொடர்ந்து கேடு தருகிற நிலைப்பாடுகளையே எடுத்துவந்துள்ளது. 1983 இலங்கை இனப் படுகொலையைக் கண்டித்து, ஐ.நா. துணைக் குழுக் கூட்டத்தில் இதயமுள்ள நாடுகளின் தலைவர்கள் பலர் பேசினர். ஐ.நா.வின் இந்தியப் பிரதிநிதி சையத் மசூத்,

“இலங்கையில் உள்ள நிலைமைகள் குறித்து ஐ.நா. அவசரப்பட்டு நடவடிக்கை எடுக்கக்கூடாது” என்று பேசினார். அப்போதைய உலக முக்கியத்துவமுள்ள பிரச்சனைகள் பற்றி ஐ.நா.அவையில் பேசிய பிரதமர் இந்திராகாந்தி 1983 படுகொலை பற்றிப் பேசவில்லை. பேசும் அளவுக்கு முக்கியத்துவமுடையவை அல்ல அப்படுகொலைகள் என்று இந்திரா கருதினார் போல.

தனக்கு வந்தால் தெரியும் தலைவலியும் காய்ச்சலும் என்பது போல இலங்கை அமெரிக்கச் சார்பு நிலை எடுத்ததும், அதிலிருந்து இலங்கையை நீக்கம் செய்வதற்காக ஜெ.ஆர். ஜெயவர்த்தனா ஆட்சியில் உள்நாட்டு நெருக்கடிகளைத் தோற்றுவிப்பதற்காகப் போராளிக் குழுக்களுக்குப் பயிற்சியும் ஆயுதங்களும் அளித்தவர்தான் இந்திரா.

இலங்கை அரசு இனவாதத்தைச் சாக்காக்கி 1970களில் மேலைத் தேசங்களுடன் கை கோர்த்து இந்திய எதிர்ப்பில் தீவிரமாக நின்றது. இலங்கையின் எதிர்க்கட்சிகளும் இனவாதத்தை மூலதனமாக்கியே அரசியலில் ஜீவிக்க முடிந்தன. இப்பிராந்தியத்தில் வல்லரசாக உருவாகிக்கொண்டிருந்த இந்தியா தனது நோக்குநிலையிலிருந்து தீர்வுக்கு வர வேண்டியிருந்தது. முரண்பாடுகள் இராணுவப் பரிமாணத்தினாலேயே தீர்க்கப்படக் கூடியவனவாக முறுகல்நிலை கொண்டிருந்தன. பலாத்காரத்தைத் தவிர வேறு வழியில் தீர்க்க முடியாதெனக் கருதி, முன்னர் போராளிகளுக்கு ஆயுதப் பயிற்சியும் ஆயுதங்களும் அளித்த இந்தியா 1987இல் இலங்கைமீது இராணுவ நடவடிக்கை மேற்கொண்டது. அமெரிக்கா முழு இலங்கையையும் இழந்துவிடத் தயாரில்லை. இதுவரை காலமும் இருந்ததில் இருந்து சிறிய விட்டுக் கொடுப்பைச் செய்து பிரச்சனையை சமரசப்படுத்த அமெரிக்கா தயாரானபோது, ஜெ.ஆர். ஜெயவர்த்தனாவும் அதனைப் புரிந்துகொண்டார். சமரசத் தீர்வை சாதகமான வார்த்தைகளில் அமெரிக்கா வரவேற்றது என்பது இங்குக் கவனிக்கப்பட வேண்டியது.

“இந்தியாவுக்கு வயது வந்துவிட்டது. இலங்கைப் பிரச்சனையில் இந்திய அரசு எடுத்த நிலைப்பாட்டால் அது தன்னை ஒரு பிராந்திய வல்லரசாக மாற்றிக் கொண்டு விட்டது. இந்தியாவின் இந்த இராணுவ நடவடிக்கையை அமெரிக்கா வரவேற்கிறது” என்ற வார்த்தைகளில் வெளிப்படுத்தியது. அந்த நேரத்தில் வளைகுடா நாடுகளில் அமெரிக்காவுக்கு ஏற்பட்ட நெருக்கடியால் இலங்கைப் பிரச்சனையில் குறைந்தபட்ச உடன்பாட்டுக்குப் போக வேண்டிய தேவை ஏற்பட்டது. ஆனால் இந்தியாவின் இராணுவ நடவடிக்கைக்குப் பின் இலங்கை இந்திய அரசுகளுக்கிடையே இடம்பெற்ற ஒப்பந்தமானது, கைவிலங்கு உடைக்கப் புறப்பட்டவர்களுக்குக் கால் விலங்கும் மாட்டிய கதையாக ஆனதாகத் தமிழர்களால் கருதப்பட்டது.

பொதுமக்கள் வாக்கெடுப்பு நடத்தி வடக்கு, கிழக்கு மாகாணங்களை நிரந்தரமாக இணைக்கும் காலம்வரை

தற்காலிகமாக அவை இணைக்கப்பட்டு ஓர் அலகாகச் செயற்படும் என இந்தியா இலங்கை ஒப்பந்தத்தில் காணப் பட்டது. தற்காலிகமாக அல்ல, நிரந்தரமான இணைப்பே என இதனை பிரபாகரன் வலியுறுத்தினார். அப்போது பிரபாகரன் பக்கமாக நெருங்கி வந்து ராஜிவ் காந்தி காதோடு காது வைத்து "இலங்கையின் சிங்களத் தீவிர வாதிகளையும் சிங்கள மக்களையும் திருப்திப்படுத்துவதற்குத் தான் அப்படிச் சொல்ல வேண்டியிருக்கிறது. ஆனால் நிரந்தர இணைப்புத்தான்" என்று கூறினார். ராஜிவ் சொன்னதை அப்போதைக்கு ஏற்றுக்கொண்ட பிரபாகரன் தன் தளபதி களுக்கும் போராளிகளுக்கும் மீண்டும் மீண்டும் சொல்லிக் கொண்டிருந்தார். விடுதலைப் புலிகள் இதனை ஏற்றுக் கொள்ளவில்லை. இந்த ஒப்பந்தத்தை எதிர்த்து இரு போராளிகள் குப்பி கடித்து இறந்தார்கள். நிரந்தர இணைப்பு என்று உறுதியளித்த ராஜிவ் பின்னாளில் இதுபற்றி அக்கறை கொள்ளவில்லை. இப்போதுகூட இந்தியத் தலைமைகள் இந்த ஒப்பந்தம் பற்றிப் பேசுவதில்லை.

வடக்கு கிழக்கு மாகாணங்களைத் தற்காலிகமாக இணைத்து ஒரு முதல்வரை நியமிக்க வேண்டியுள்ளது எனவும் மூன்று பெயர்களைப் பரிந்துரை செய்யுமாறும் இந்தியத் தூதராக அப்போதிருந்த தீட்சித் பிரபாகரனிடம் கேட்டுக் கொண்டார்.

"மூன்று பெயர்கள் அல்ல, ஒரு பெயர்தான் கொடுக்க முடியும்" என்று பிரபாகரன் மறுப்புத் தெரிவித்தார்.

"மூன்று பெயர்கள் கொடுங்கள். அதில் முதலாவது பெயரையே தெரிவு செய்வோம்" என தீட்சித் உறுதியளிக்கப் புலிகள் அவ்வாறே செய்தார்கள். முதலாவது பெயராகக் கிழக்கு மாகாண மட்டக்களப்பைச் சேர்ந்த, அரசின் உயர் நிலை அதிகாரியாக இருந்த பத்மநாதன், மூன்றாவதாக யாழ்ப்பாணத்தைச் சேர்ந்த சிவஞானம் பெயர்கள் குறித்துத் தரப்பட்டன. மூன்றாவதாக இருந்த யாழ்ப்பாணத்தைச் சேர்ந்த சிவஞானத்தையே ஜே.ஆர்.ஜெயவர்த்தனா முதல்வ ராக இராஜதந்திரமாகத் தேர்வு செய்தார். கிழக்கு மாகாணம் தொடர்ந்து புலிகளால் புறக்கணிக்கப்பட்டு வருகிறது என்னும் பிரச்சாரத்துக்கு வலுவூட்டும் நோக்கத்துடன் ஜே.ஆர். செய்த திருவினையை இந்திய அரசும் ஏற்றுக்கொண்டது.

இப்படியான நிகழ்வுகள்தாம் இந்தியா மீதான நம்பிக்கை யின்மையை பிரபாகரனுக்கும் புலிகளுக்கும் ஏற்படுத்தியது. புலிப் போராளிகள் மட்டுமல்ல, பிற போராளிக் குழுக்களும்

இந்தியா ஏமாற்றிவிடும் என்று உணர்ந்தே இருந்தனர். அதே நேரத்தில் –

இந்தியாவின் பிராந்திய முக்கியத்துவத்தை, அனைத்துப் போராளிக் குழுக்களும் விளங்கிக்கொண்டிருந்தனர். மறுத்தார்களில்லை. பிரச்சனை என்னவென்றால் இந்தியாவின் ராஜதந்திரிகளும் கொள்கை வகுப்பாளர்களும் ஜே.ஆரின் தந்திரமான சொற்களால் இழுபட்டுப் போய்விட்டனர்.

பிரச்சனை இலங்கை இந்திய ஒப்பந்தத்தை நடைமுறைப் படுத்துவது பற்றியது. ஒப்பந்த ஷரத்துக்களில் கூறப்பட்டதற்கு மாறாக ஜே.ஆர். செய்தது எல்லாவற்றையும் இந்தியா ஏற்றுக்கொண்டது. *சண்டே லீடர்* வார இதழுக்கு அளித்த பேட்டியில் இந்தியத் தூதர் தீட்சித்

> *"நான் உண்மையைச் சொன்னால் நீங்கள் (சிங்களவர்கள்) எல்லோரும் என்னை எதிர்ப்பீர்கள். ஒப்பந்தத்தை முதலில் மீறியது இலங்கைதான். தமிழர்களின் எதிர்பார்ப்பு நிறைவேறவில்லை என்று தெரிவித்தார்."*
>
> "Tamil hopes not met.
> Dixit blames the singalese for breaking of India - Lanka accord."
>
> *Sunday Leader*: Sep 4, 1994

இந்தியா தனது பிராந்திய நலன்களுக்காக ஜே.ஆர்.ஜெயவர்த்தனாவும், இராஜபக்சேக்களும் இழுத்த இழுப்புக்கெல்லாம் போய்க்கொண்டிருந்தார்கள் என்பதற்கு இதைவிட வேறு என்ன ஆதாரம் வேண்டும்?

இதுபோன்ற நம்பிக்கைத் துரோகங்களின் வரிசையான அடுக்கின் முடிவில்தான் "இந்தியாவை நம்பிச் செயற்பட்டால் முதலையின் முதுகில் பயணம் செய்த குரங்கின் கதியாகி விடும்" என்று பிரபாகரன் கூறியதாகத் தெரிகிறது. இந்தியா பற்றிய அவருடைய, போராளிகளினுடைய கசப்பான அனுபவங்களின் வெளிப்பாடாக இதனைப் புரிந்து கொள்ள வேண்டும். ராஜிவைக் கொல்ல வந்த சிங்களவரின் நம்பிக்கையைப் பெறுவதில் காட்டிய அக்கறையில் கால்வாசியைத் தன்னை நண்பனாய்க் கருதிய தமிழர்கள்மீது இந்தியா காட்டத் தயாராயில்லை. இறுதியாய்த் தமிழர்களை முள்ளிவாய்க்காலில் அழிப்பதன் மூலம், சிங்களரின் நேசத்துக்குரியோராய் மாறிவிடலாம் என்று இந்திய ஆட்சியாளர்கள் நினைத்தார்கள். இப்போதும் தன்னுடைய புவியிட முக்கியத்துவத்துக்கும் பாதுகாப்புக்கும் ஈழத் தமிழரின் ஆதரவு முக்கியமென்பதும், ஈழத் தமிழர் வாழும் புவிப் பரப்பும் கடற்பரப்பும்

இந்தியாவுக்குப் பாதுகாப்பு என்பதையும் உணர்ந்து இந்தியத் தலைமைகள் நடப்பதாக இல்லை.

ஒப்பந்தத்தை நடைமுறைப்படுத்தவில்லையென்று காட்டிப் புலிகளை அழித்தாயிற்று. ஒப்பந்தத்தில் கையெழுத் திட்ட இலங்கை அரசு அதை நடைமுறைப்படுத்தாதபோது இந்தியா என்ன நடவடிக்கை எடுத்தது? வெளியுறவுத்துறை அமைச்சர் எஸ்.எம். கிருஷ்ணா 2012, சனவரி மாதம் இலங்கை போய் இந்திய – இலங்கை ஒப்பந்தத்தில் காணப்பட்டுள்ள 13ஆவது திருத்தத்தை நடைமுறைப்படுத்த இராஜபக்சே ஒத்துக்கொண்டுள்ளார் என்று செய்தியாளர்களிடம் கூறி விட்டு அந்தப் பக்கம் நகரவில்லை. "அப்படியெல்லாம் நான் செய்துவிட முடியாது. நாடாளுமன்ற ஒப்புதலோடுதான் நடைமுறைப்படுத்த முடியும்" என்று இராஜபக்சே சொல்லி விட்டார்.

இலங்கைக்குச் சென்ற எஸ்.எம். கிருஷ்ணா, காவிரி நதிநீர் ஆணையத்தின் ஒப்புதலை ஏற்காது, தமிழகத்துக்குத் தண்ணீர் தர மாட்டேன் என்று மறுத்த ஒரு கன்னடர். அப்போதைய கன்னட முதல்வர். அதனால் இராஜபக்சே அமைத்த இலங்கை அரசுக்குச் சாதகமான 'கற்றுக்கொண்ட பாடங்கள் மற்றும் நல்லிணக்க விசாரணைக் குழுவின்' (LLRC) அறிக்கையை எஸ்.எம். கிருஷ்ணா வரவேற்கிறார். புலிகள் அழிக்கப்பட்ட பின், இலங்கை அளித்த 13ஆவது சட்டத் திருத்தம் மற்றும் அதற்கு அப்பாலும் செல்வது என்ற பிரதான வாக்குறுதியைச் செயல்படுத்தாதது ஏன் என எஸ்.எம். கிருஷ்ணா கேள்வி எழுப்பவில்லை. அப்பால் செல்வது என்பதைவிடப் பல காதத் தொலைவு பின்னால் செல்வது என்பதையே, இராஜபக்சே மறுப்பு அறிக்கையால் காட்டி விட்டார்.

யதீந்திரா குறிப்பிடுவது போல் இந்திய சரணாகதி அரசியல் அல்ல தீர்வு. இந்திய எதிர்ப்பு அரசியலை முன்னெடுக்காமல் வேறு வழியில்லை. ஆனால் இலங்கையை யும் இந்தியாவையயும் எதிர்கொள்ள ஈழப் பிரதேசத்துக் குள்ளேயே ஒரு ஐக்கிய முன்னணி அமைத்துக்கொள்வது இன்றியமையாதது என்பதைப் புலிகள் உணரவில்லை. இலங்கை இனவெறி அரசை எதிர்கொள்ள முதலில் இந்த முக்கிய முன்னணித் தந்திரத்தைப் புலிகள் கையிலெடுத் திருக்க வேண்டும். புலிகள் இதில் அக்கறை செலுத்தவில்லை. தாமே ஏகப் பிரதிநிதி என்ற கோட்பாட்டை முன்வைத்துச் செயற்பட்டதால் எதிரிக்குப் பிரித்தாளும் வாய்ப்பைக் கொடுத்தார்கள்.

“விடுதலைப் புலிகள் 1991இல் மேற்கொண்டதொரு வரலாற்றுத் தவறு (ராஜிவ் கொலை) இந்தியாவிற்கும் விடுதலைப் புலிகளுக்கும் இடையிலான நிரந்தரமான பிரிகோடாக அமைந்தது” என யதீந்திரா குறிப்பிடுகிறார். அது ஒரு வரலாற்றுத் தவறு. அந்தத் தவறு விடுதலைப் போருக்குப் பின்புலமாக இருந்த தமிழக மக்களைத் தனிமைப்படுத்திவிட்டது. தேசப்பற்று என்று ஏற்றப்பட்டிருக்கிற மக்களின் உளவியலை இந்தியா தனக்கு நிரந்தரப் பிரிகோடாய் மாற்றிவிட்டது. ஆனால் ராஜிவ் கொலை தொடர்பான விசயத்தை வேறொரு கோணத்தில் பார்க்கிறார் மு. புஷ்பராஜன்.

“உண்மையில் ராஜிவ்காந்தி கொலைக்கு இந்தியா தனது வல்லாதிக்கக் கனவுகளின் பின்னணியிலேயே அழுத்தம் கொடுத்தது. ராஜிவ்காந்தி கொலை, விடுதலைப் புலிகளை அழிப்பதற்குத் தானாக மடியில் விழுந்த கனி. அக்கொலை நடைபெற்றிருக்காவிடினும் இந்தியா அவர்களை அழித்தே இருக்கும்; வேறு காரணங்களைத் தேடியிருக்கும்

(மு.புஷ்பராசன் – ‘வாழ்புலம் இழந்த துயர்’ எனும் நூலில்)

இந்தப் பின்புலத்தை ஏற்றுக்கொள்வதில் யதீந்திரா இடறுகிறார். மாறாக

“தமிழீழ விடுதலைப் புலிகளின் அரசியல் போக்கில் இடம்பெற்றுவந்த அனைத்துத் தவறுகளும் இந்தியாவின் தவிர்க்க முடியாத இடத்தை விளங்கிக் கொள்ளாமையின் விளைவுகள்தாம்” என்று நியாயப்படுத்தும் புள்ளியில் போய் நிற்கிறார்.

இந்தியாவின் தவிர்க்க முடியாத இடத்தை விடுதலைப் புலிகள் புரிந்து வைத்திருந்தார்கள். போராளிகளுக்குப் பயிற்சியும் ஆயுதங்களும் கொடுத்தது, பின்னர் திம்பு பேச்சு வார்த்தைக்கு அழைத்துப் போனது, அரட்டி, மிரட்டி விடுதலைப் புலிகளையும் ஒப்புக்கொள்ள வைத்தது, 1987இல் ஈழத்தின்மீது இந்தியப் படையெடுப்பு என இந்தியா எந்த இடத்தைத் தகவமைப்பதற்கான முயற்சியிலிருக்கிறது போன்ற தெளிவுகளை அரசியல் ஆய்வாளர்களும் எடுத்துத் தந்திருந்தார்கள்.

யுத்தநிறுத்த உடன்பாடானது அடிப்படையில் விடுதலைப் புலிகளுக்கே நன்மையளித்தது என நார்வே அறிக்கை விவரிப்பது உண்மைக்குப் புறம்பானது. ஆனால்

“அறிக்கை விவரித்திருக்கும் மேற்படி விடயங்கள் அனைத்தும் பொதுவாக ஈழத்தில் புரிந்துணர்வு ஒப்பந்தக் காலத்தில் வாழ்ந்தவர்கள் அனைவரும் அறிந்த உண்மைகள்” என யதீந்திரா நிறுவ முயலுவதுதான் வியப்பானது. நார்வே அறிக்கை – தனது இயலாமை, கையாலாகாத்தனம் என்பவை களை மறைத்துச் சொல்லப்பட்டதாக இருக்கிறது என்பது உண்மை. “இன்னும் ஆழமாகப் பார்ப்போமாயின் யுத்த நிறுத்தக் காலத்தில் தனது இராணுவக் கட்டமைப்புகளின் வலிமையைப் பெருக்கிக்கொண்டு மீண்டும் பொருத்தமான தொரு சந்தர்ப்பத்தில் யுத்த நிறுத்தத்திலிருந்து வெளியேறு வது பிரபாகரனின் திட்டமாக இருந்தது” என்கிற நார்வே அறிக்கையின் பகுதி யதார்த்த நிலைமைகளிலிருந்து, நடைமுறைகளிலிருந்து பெறப்பட்டதாக இல்லை. அமைதி ஒப்பந்தக் காலத்தின் செயல்கள் எதிர்மாறாகவே இருந்தன. இலங்கை தனது இராணுவக் கட்டமைப்பை வலிமைப் படுத்திக்கொண்டே இருக்க, விடுதலைப் புலிகள் இயல்பான வாழ் நிலைக்குத் திரும்பிக்கொண்டிருந்தனர். ஒரு கட்டத் தில் மிகக் குறைந்த போராளிகளே இருந்தனர். அங்கங்கே நிர்வாகக் கட்டமைப்பைப் பேணிக்கொண்டிருந்த போராளி கள் தவிரக் களத்தில் நிற்பவர்கள் குறைவானவர்களே. விடுதலைப் புலிகள் மக்களுடனான தொடர் பாடல்களில் ஈடுபட்டிருந்தாலும் அது போதுமானவையாக இல்லை. அவை வெகுமக்கள் திரள் நடவடிக்கைகளாக உருக்கொள்ளவில்லை. தமது கட்டுப்பாட்டில் உள்ள மக்களுக்கும் தமது எல்லை களுக்கு அப்பாலுள்ள மக்களுக்குமான சனநாயக வெளியாக மாற்றித்தர அந்த இடைக்காலத்தைப் பயன்படுத்தவில்லை.

2011 செப்டம்பர் 11, உலக வரலாற்று அரங்கில் ஒரு மோசமான நாள். அது எல்லாவற்றையும் தலைகீழாகப் புரட்டிப் போட்டது. அமெரிக்க ஜார்ஜ் புஷ் தனது அரசியல் இருப்புக்காக நடத்திய நிகழ்வுதான் செப்டம்பர் 11 என்றா லும், அது வெற்றிகரமான அரசியல் நாடகமாகவே நடந்தது. பயங்கரவாதத்துக்கு எதிரான போர் என்னும் புனித வசனத் துடன் பெரும் ஊடக, இராணுவ வலிமை கொண்ட அமெரிக்கா காட்டிய வழியை உலக நாடுகள் பின்பற்றின. உலகின் பல்வேறு பகுதிகளில் பயங்கரவாத அரசை இயக்கிக் கொண்டிருந்த நாடுகளுக்கு இது பெருவாய்ப்பாக மாறியது. விடுதலைப் போராட்டங்கள், ஒடுக்குமுறைக்கு எதிரான எழுச்சிகள் போன்றவைகளைப் பயங்கரவாதமாகச் சித்தரித்த னர். கூட்டமாக கூட்டமாய்க் கொல்லும் கொலைக்களத்தை உருவாக்கி நடத்த ஏதுவாயிற்று..

பயங்கரவாத ஒழிப்பு என்ற முழக்கத்தினை முன்வைத்து உலகை வேறொரு திசையில் வல்லரசுகள் நகர்த்திக்கொண்டிருந்த மாறிய சூழலை விடுதலைப் புலிகள் கணக்கில் கொள்ளவில்லை. கணக்கில் கொண்டிருப்பார்களேயானால் இராணுவ வல்லமையைப் பெருக்குவதற்காகக் கடைசிவரை காத்திருந்து மோசம் நடந்திருக்க வாய்ப்பில்லை.

நார்வேயின் சமாதான முன்னெடுப்பு பற்றி (1997–2009 வரை) அதற்கான ஒருங்கிணைந்த முயற்சிகள் பற்றிய மதிப்பீட்டு அறிக்கையின் அடிப்படையில் ஆய்வு செய்தால் சமாதான முன்னெடுப்பு என்பது முதலில் நார்வேயின் முயற்சி அல்ல. அதை முன்தள்ளுவதில் அமெரிக்கா போன்ற மேற்குலகம், இந்தியா, சீனா, ஜப்பான் போன்ற ஆசிய உலகம் அவரவர் விருப்ப அடிப்படையில் பங்காற்றியுள்ளனர். ஈழத்தில் சர்வதேசச் சுற்றிவளைப்பு என இதைக் குறிப்பிடுவது பொருத்தமாக இருக்கும்.

நார்வே என்பது சர்வதேச உலகத்தால் பின்னிருந்து உள்நுழைக்கப்பட்ட கருவி. இதைத் தெளிவாகத் தெரிந்து வைத்திருந்த விடுதலைப் புலிகள் நார்வேயினால் முன்னெடுக்கப்பட்ட அமைதி ஒப்பந்தத்தை நம்பவில்லை. அமைதி ஒப்பந்தத்தை நடைமுறைப்படுத்துவதில் நார்வே நடுநிலையாகக்கூட இல்லை. அமைதி ஒப்பந்தத்தின் ஷரத்துக்களில் முக்கியமான ஒன்று தமிழர் பகுதிகளிலிருந்து ஆக்கிரமிப்பு இலங்கையின் ராணுவ அகற்றல்களும், தமிழர் மீள் குடியேற்றங்களையும் பற்றியது. இவை பற்றிப் பலமுறை ஆதாரங்களுடன் அளித்தும் நார்வேயின் நடவடிக்கை எதுவும் இல்லை. நார்வே அறிக்கையில் குறிப்பிட்டிருப்பதற்கு எதிர்மாறாகவே நிகழ்வுகள் இருந்தன.

2002 சனவரியில் அமைதி ஒப்பந்தம் கையெழுத்தாகியிருந்தது. 2002 அக்டோபர் மூன்றாம் வாரத்தில் யாழ்ப்பாணத்தில் நடந்த மானுடத்தின் தமிழ்க்கூடல் மாநாட்டுக்கு நாங்கள் சென்றிருந்தோம். முடிந்து திரும்புகையில் கிளிநொச்சியில் பிரபாகரனுடனான சந்திப்புக்கு ஏற்பாடாகியிருந்தது. அச் சந்திப்பின்போது அவரிடம் கேட்டோம்.

“அமைதிப் பேச்சு வார்த்தைக்கான நார்வேயின் முயற்சிகளை நம்புகிறீர்களா?” என்ற எங்களின் கேள்விக்கு உலக அரசியலை அவதானித்துக்கொண்டு வருகிறோம் என்பதிலிருந்து பெற்ற நிதானமாக அவருடைய பதில் இருந்தது. உலக ஆதிக்கப் போட்டிகள் அனைத்தையும் உள்நுழைந்து பார்க்கிற தீர்க்கத்துடன் பேசிவிட்டுக் கடைசியாய்ச் சொன்னார்.

“நாங்கள் நார்வேயை நம்பவில்லை. அமெரிக்காவின் குரூர முகம் இஸ்ரேல், அமெரிக்காவின் மென்மையான முகம் நார்வே. இதை நாங்கள் தெளிவாகப் புரிந்து வைத்துள்ளோம்.”

அமெரிக்கா போன்ற மேற்கு நாடுகள் மட்டுமேயல்ல, நார்வேயின் சமாதான முன்னெடுப்பு முயற்சிகளின் பின்னணியில் இந்தியாவே பிரதான சக்தியாக இருந்தது என்று அறிக்கையில் கூறப்பட்டுள்ள செய்தி யதீந்திராவுக்கு மட்டுமல்ல நமக்கும் புதிய செய்திதான். ஆனால் நார்வே அறிக்கையை நடுநிலையான எந்தச் சார்புமற்ற ஒன்று என யதீந்திரா கருதினாரென்றால் நாம் செய்ய ஒன்றுமில்லை. ஒவ்வொரு அறிக்கையின் நோக்கமும், சாராம்சத்தில் வெளிப் படும் உள்ளீடுகளின் அடிப்படையிலேயே அமைகிறது.

ஐ.நா. விசாரணைக் குழுவின் அறிக்கை போன்றது அல்ல நார்வே அறிக்கை. ஐ.நா. அறிக்கை இரு தரப்பிலும் நிகழ்த்தப் பட்ட குற்றங்களைப் பட்டியலிட்டிருந்தாலும் இன்னும் அழிந்தொழிந்து போகாமல் உயிருடன் இயங்கிக்கொண்டிருக் கிற இலங்கை அரசுக்குப் பொறுப்புக் கூறும் கடமை உண்டெனச் சுட்டுகிறது. நார்வே அறிக்கையால் வழி நடத்தப்படுகிற யதீந்திரா போன்றவர்கள், இலங்கையில் தமிழீழ விடுதலைப் புலிகளை அழித்தொழிக்க வேண்டு மென்ற எண்ணம் இந்தியாவுக்கு இருந்திருக்கவில்லை என்பதை நார்வே அறிக்கையின் வாசகத்திலிருந்து புரிந்து கொள்ள முடியும் என்ற முடிவுக்கு வருகிறார்கள்.

இந்தியா புலிகளை அழித்ததா என்ற கேள்வியைவிட, அது ஈழத்தின் அப்பாவி மக்களை அழித்தது என்ற உண்மை முக்கியமானது.

“போரின் இறுதி நாட்களில் முள்ளிவாய்க்கால் பகுதியில் குறுகிய நிலப்பரப்பில் பல்லாயிரக்கணக்கான மக்கள் செறிந் திருந்த போதும், மக்களின் மத்தியில் விடுதலைப் புலிகளின் தலைவர்கள் பதுங்கியிருந்த இடங்களை ரா (RAW) அமைப்பு சரியாக இனங்காட்டியிருந்த போதும், முள்ளிவாய்க்காலுக் குள் போரற்ற பகுதியாக அறிவிக்கப்பட்ட மக்கள் செறிந் திருந்த பகுதிக்குள் இறுதி வலிந்த தாக்குதலை மேற்கொள்ளும் திட்டத்தை முன்னெடுக்குமாறு எம்.கே. நாராயணனும் சிவசங்கர மேனனும் அறிவுறுத்தினர். பொன்சேகா தரும் தகவலின்படி பொதுமக்கள் இழப்புக்களைக் குறைக்கும் வகையில் ஆகஸ்ட் மாத அளவிலேயே இறுதி வலிந்த தாக்குதலை நடத்துவதெனத் திட்டமிடப்பட்டிருந்தது. ஆனால் விடுதலைப் புலிகளின் தலைமையினை இல்லாமற்

செய்ய வேண்டும் என்று உறுதிப்பாட்டின் பேரில் செயற் பட்ட சோனியாகாந்தியின் அதிகாரம் பெற்ற முகவர்களான எம்.கே. நாராயணனும் சிவசங்கர மேனனும் காலம் கடத்து மிடத்து அமெரிக்கா விடுதலைப் புலிகளின் தலைமை யினையும் பொது மக்களையும் வெளியேற்றுவதற்கு வழி செய்துவிடும் என அஞ்சினர். இதன் விளைவுதான் முள்ளி வாய்க்காலில் நடந்தேறிய தமிழினப் படுகொலை."

(Ground report: V.S. Subramaniam 3.1.2010)

ரா – உளவு அமைப்பில் பணியாற்றிய முக்கிய அதிகாரி யான இந்த சுப்பிரமணியம் தொடர்ந்து சொல்வார் "சோனியாவின் அதிகாரம் பெற்ற முகவர்களின் மறைமுக மான கையாளாகவே கோத்தபய அப்போது செயற்பட் டிருக்கிறார். இந்தக் கொலைகளுக்கான தனிப் பொறுப்பினை கோத்தபய மீது மட்டும் சுமத்த முடியாது. அவ்வாறு சுமத்த முயன்ற டில்லியின் குற்றச்சாட்டினால் கோபமடைந்த கோத்தபய கொழும்பு போர்க் குற்றங்களில் ஈடுபட்டது என்ற குற்றச்சாட்டினை எதிர்கொள்ள நேர்ந்தால், அதற்கு புதுடில்லி யும் உடந்தையாக இருந்தது என்பதை உறுதிப்படுத்தும் வகை யில் சோனியாவின் அதிகாரம் பெற்ற ஆட்களுடனான உரையாடல் பதிவினைக் கையிலெடுக்கப் போவதாக அச்சுறுத்தினார். இது டில்லியின் வாயை அடைத்தது."

(Ground report: V.S. Subramaniam 3.1.2010)

இந்திய ராணுவத்தில் மேஜர் ஜெனரலாக இருந்தவர் சதீஷ் நம்பியார். இவரது சகோதரர் விஜய் நம்பியார், ஐ.நா. பொதுச் செயலர் பான் கி மூனின் சிறப்புச் செயலர். மேஜர் ஜெனரலாக இருந்தபோது சதீஷ் நம்பியார் இலங்கையின் உயர் பாதுகாப்பு வளையங்கள் பற்றி ஆராய்ந்து கருத்துச் சொல்வதற்காக 2003இல் அனுப்பப்பட்டார். "வடக்கு – கிழக்கு மக்களின் மீள்குடியேற்றம் மற்றும் அவர்களின் பாதுகாப்பை உறுதி செய்ய வேண்டுமென்றால் விடுதலைப் புலிகளின் ஆயுதங்கள் களையப்பட வேண்டும்" என அவர் அறிக்கை அளித்தார். இந்த சதீஷ் நம்பியார்தான், ஓய்வுபெற்ற பின் இலங்கையின் இராணுவ ஆலோசகராகப் பணியேற்றார் என்பதும், விடுதலைப் புலிகளை அழிக்கும் திட்டத்தினை நிறைவேற்றவே இலங்கைக்கு அனுப்பப்பட்டார் என்பதும் கவனிக்கத்தக்கது. ஐ.நா. பொதுச் செயலரின் தனிச் செயல ரான விஜய் நம்பியார் முள்ளிவாய்க்கால் படுகொலையின் போது கொழும்பில் இருந்து கவனித்துக்கொண்டு இருந்தார்

என்பதும், முள்ளிவாய்க்கால் படுகொலை நடைபெற்றபின் அதன் தடயங்களை அழிப்பதில் இந்த நம்பியார் சகோதரர் கள் பின்னிருந்து செயல்பட்டார்கள் என்பதும் கூடுதல் கவனத்துக்குரியன. ஆனால் இவை நார்வே அறிக்கை வெளிப் படுத்தாத உண்மைகள்.

இந்தியா – இந்தியாவே எல்லாம் என்ற கூவல் ஆபத் தானது. இது அமெரிக்காவே எல்லாம் என்பதற்குச் சம மானது. இந்தியாவை நம்பியும் அமெரிக்காவை நம்பியுமே இறுதிக்காலப் பேரழிவுகள் நிகழ்ந்துள்ளன என்பதைக் கருத்தில் கொள்ள வேண்டும்.

ஈழத் தமிழர் தமது தேசிய விடுதலைப் போரைத் தொடர்ந்து முன்னெடுப்பது தவிர வேறு வழியில்லை. இந்தியாவையும் இந்தியா போன்ற வல்லரசுகளையும் உலக அரசியல் போக்குகளையும் கூர்மையாய் அவதானித்து, எப்படிக் கையாளுவது என்ற ராசதந்திரத்துடன் நகர வேண்டும். ஈழத் தமிழர், புலம்பெயர் தமிழர், தாயகத் தமிழர் ஆகிய மூன்று தளங்களில் ஒருங்கிணைந்த செயல்பாடுகள் தாம் விடிவுக்கு வழி. ஒவ்வொரு தளத்திற்கும் தனித் தனிக் கடமைகள் உண்டு. ஒன்றே போல்வன அல்ல என்பதை மட்டும் குறித்துக்கொள்ளுதல் நல்லது. அதேபோல் மற்றொன்றையும் குறித்துக்கொள்வோம். மூன்று தமிழரின் கடமையும் இந்திய சரணாகதி அரசியலாக இருக்க முடியாது.

***காலச்சுவடு* – மார்ச், 2012**

3

விடுதலைப் புலிகளுக்கு எதிரான வன்மம் - விடுதலைப் போராட்டத்திற்கு எதிராய்

"இனி ஈழ விடுதலை சாத்தியமா?" என்ற கேள்விக்கு 'இல்லை' என வருகிறது ஷோபாசக்தியின் பதில். *(ஆனந்த விகடன் 22.07.2009 ஷோபாசக்தி நேர்காணல்)*

இறந்து போனவர்களுக்கு 'குழிப்பால்' விடுதல், இறுதிச் சடங்குகளில் ஒன்று. 'நாளைக்குப் பால்' 'நாளைக்குப் பால்' - என்று மயானத்தில் அறிவிப்பார் வெட்டியான். நாற்பதாயிரம் போராளிகளின் கல்லறையிலும் ஒன்றரை லட்சம் மக்களின் புதைக்குழிகளிலும், 'இல்லை' என்ற பதில் மூலம் குழிப்பால் விடுகிற வேலையை இந்த வெட்டியான் செய்கிறார்.

போராடுகிறவர்களுக்குத்தான் விடுதலை சாத்தியம்.

விடுதலையே
மற்றவர்கள் உன்னிடம்
நம்பிக்கை இழந்தாலும்
என்றென்றைக்கும் நான் மட்டும்
நம்பிக்கை இழக்கப் போவதில்லை

போராட்டத்தின் மீது தொய்விலா நம்பிக்கை வைத்த வால்ட் விட்மன்களுக்கும், நசீம் இக்மத்துகளுக்கும், ஜீலியஸ் பூசிக்குகளுக்கும், இன்குலாப்புகளுக்கும், புதுவை இரத்தினதுரைக்கும் அது சாத்தியம். நம் மக்களை விடுவிக்க வேண்டும் என்ற விடுதலைக்

கோட்பாட்டில் நம்பிக்கையுள்ளவன் அதற்கான வழிமுறைகளைக் கண்டறிந்து மீண்டும் எழுந்து தீருவான்; மீண்டும் மீண்டும் உயிர்த்தெழுவான்; மீண்டும் மீண்டும் எழுதியும், பேசியும், வாழ்ந்தும் தீருவான்.

உலக வரைபடத்தில் செர்பிய இனப்படுகொலைக்குப் பின் 'இனி ஒருபோதும் இல்லை' – என உலகம் உச்சரித்தது. இனி ஒருபோதும் நிகழக்கூடாது என்ற உலக விருப்பம் அவ்வாறு உறுதியளித்தது. உச்சரித்த நாக்கின் ஈரம் உலரு முன்னே இலங்கை அந்த இடத்துக்கு வந்தது. இனப் படுகொலை நிகழ்த்திய செர்பிய அதிபர் ஸ்லோபோடன் மிலோசாவிக்கின் கதாநாயக பீடத்தை இலங்கையின் இராஜபக்சே பிடித்திருந்தான்.

செர்பியா இனப் படுகொலைக்காக ஸ்லோபோடனை அனைத்துலக நீதிமன்றத்தின் முன் உலக அரசுகள் ஒன்றுபட்டு நிறுத்தின. சொல்ல முடியாத சோகக் கதைகளை இலங்கையில் விதைத்த இராஜபக்சேயை அதுபோல் குற்றவாளிக் கூண்டிலே நிறுத்திப் பார்க்க உலக நாடுகள் தயாராக இல்லை. பயங்கரவாதம் எனும் ஒரு சொல்லைக் காட்டி, இராஜபக்சேயை ஆதரிக்கத் தயாராயிருக்கின்றன. வன்னிக் காடுகளில் வாழ்வு சிதறடிக்கப்பட்டு அனாதரவாய் விடப்பட்ட லட்சக்கணக்கான மக்களுக்கு நாளும் நாளும் இம்சித்துவரும் இந்த சர்வ உலகத்தின் பதிலென்ன?

உலகம் போன வழியில் உள்ளூர் அறிவுஜீவிகளான அ. மார்க்ஸ், ஆதவன் தீட்சண்யா, ஷோபாசக்தி – இன்னும் வெளிப்படாத பெயர்களுடன் பலரும் நடந்துகொண்டேயிருக்கிறார்கள். புலிகள் பயங்கரவாதிகள் என்று விமரிசித்த அளவுக்கு இனப் படுகொலைகளை நடத்திய இராஜபக்சே அரசை – நேரடி நெறியாளனாக நின்று நிகழ்த்திய இந்தியாவை – இராணுவப் பின்புலமாய் நின்ற ஏகாதிபத்திய சீனாவை – இவர்கள் பயங்கரவாதிகள் என்று விமரிசித்ததில்லை; புலிகளின் பயங்கரவாதம் பற்றிக் கூச்சலிடும் இந்தப் புண்ணியவாளர்களுக்கு இதற்கு மூலமான இலங்கை அரச பயங்கரவாதமோ உலக அரச பயங்கரவாதமோ ஒப்பீட்டளவில் பெரியதாகத் தெரிவதில்லை. உலகப் பயங்கரவாதம் என்று வந்தால், கண்களில் வெண்ணெய் ஏந்திக் கொள்வார்கள். அ. மார்க்ஸ் உரத்துப் பேசாது 'சைடு' வாங்குவார். குருவைவிட, சிஷ்யன் ஷோபாசக்தி அதிகமாக ஒதுங்குவார். ஆதவன் தீட்சண்யா பதினாறடி பின்னாலே போய் ஆளே தென்படமாட்டார். இன்னும் பல நூற்றாண்டுகளுக்கு

உறைந்து தேங்கியிருக்கும் துயரம் பற்றி – அதன் மீட்புப் பற்றிச் சில முணுமுணுப்புகள், மீதியெல்லாம் எதிர்க் குரல் தவிர இவர்களிடமிருந்து வேறு வெளிப்பட்டதில்லை.

"கடந்த முப்பது வருடங்களில் புலிகள் இயக்கம் ஈழத் தமிழர்களிடையே சனநாயகம், கருத்துரிமை போன்ற விழுமியங்களை ஒட்ட அழித்திருக்கிறது. சிவில் சமூகத்தின் ஒரு பகுதியை அது பாஸிசத்தின் ஆதரவாளர்களாக்கியிருக் கிறது. தொழிற்சங்கம், சாதியொழிப்பு இயக்கங்கள், இடதுசாரி அரசியல் அமைப்புகள் போன்ற அத்தனை முற்போக்கு இயக்கங்களையும் புலிகள் இயக்கம் அழித்து அரசியலற்ற ஆயுதக் கலாசாரத்தில் மூழ்கிய புதிய தலைமுறைகளை உருவாக்கிவிட்டிருக்கிறது." *(தீராநதி ஜூலை 2009 பக்கம் 61)* என்று சீறிப் பாய்கிற ஷோபாசக்திகள் – வெள்ளை வேன் கடத்தல்கள் – கருணா, பிள்ளையான், டக்ளஸ் தேவானந்தா கும்பலால் அடையாளம் காட்டி உயிர் அழித்தல்கள் – 'புலிகள் கடலுக்கு; பெண்கள் உங்களுக்கு' என கோத்தபய இராஜபக்ச முன்னுரைத்த மந்திரம் ராணுவத்தினரால் நடைமுறைப்படுத்தப்படும் காட்சிகள் – இதற்காகவெல்லாம் இவர்களின் நெற்றிக் கண் திறவுபடவில்லை. புலிகள் என்றால் மட்டும் நெற்றிக்கண் நெருப்புதிர்க்கும்.

II

"யுத்தம் முடிவுக்கு வந்தது குறித்து ஒரு இலங்கைக் குடிமகனாக நான் நிம்மதியடைகிறேன்." *(தீராநதி – ஜூலை 2009 – பக்கம் 63)* ஷோபாசக்தி தன்னை இலங்கைக் குடிமகன் என்று ஒப்புக்கொள்கிறார்.

(பிரான்சிலிருந்து சென்னை வந்த சுகன் இலங்கை தேசிய கீதம் இசைக்கிறார். சென்னை லயோலாக் கல்லூரி எதிரில் உள்ள அய்க்கப் அரங்கம் அதிர்ச்சியில் ஆடிப்போனது. லீனாமணிமேகலை ஏற்பாடு செய்த ஈழக் கவிதைகள் குறித்த விமர்சனக் கூட்டத்தில் இது நடந்தது. ஷோபாசக்தி, சுகன் இருவரும் புலிகளின் தோல்வியைக் கொண்டாட பிரான்சி லிருந்து இங்கு வந்திருக்கலாம்.)

நான் என்னை இந்தியக் குடிமகன் என்று ஒருபோதும் சொல்வதில்லை. முதலில் நான் மனிதன். இரண்டாவதாய் நான் தமிழன். பிறகு, நான் சர்வதேச மனிதன். இடையிலுள்ள இந்தியன் என்பதை நீ விட்டுவிட்டாயே என்கிறார்கள் சிலர். நான் இந்தியன் இல்லை. இந்தியனாக இருப்பவர் எவரும் மனிதனாக இல்லை. இந்தியன் எவரும் மனிதனாக இல்லாதது

இயல்பானது போலவே நான் தமிழனாக இருப்பதால் மனித னாக இருக்கிறேன் என்பதும் இயல்பானது.

இல்லையென்றால் இங்கே இருபது கிலோமீட்டர் தூரத்தில் பல்லாயிரக்கணக்கில் மனித உயிர்கள் கொத்துக் கொத்தாய்க் கருக்கப்பட்டபோது – கண்கொண்டு காணாமல், காதுகொண்டு கேளாமல், கருத்துக்கொண்டு உணராமல் இருக்க முடியுமா? இருந்தார்கள். தமிழர்களாகக்கூட வேண்டாம்; உலகின் சக மனிதர்களாகப் பார்க்கவும் தயாராக இல்லை; இப்படி மரணத்தின் மேல் நின்று நர்த்தனமாடுகிற எந்த இந்தியனையும் மனிதன் என்று கூற நா கூசுகிறது.

இந்தியக் குடிமகனாக இருப்பதும், ஷோபாசக்தியின் இலங்கைக் குடிமகனாக இருப்பதும் ஒன்றே. இருவரும் மற்றவர்களின் மரணத்தில் சந்தோஷிக்கிறார்கள்.

“இரு தரப்புகளுமே ஓர் அரசியல் தீர்வுக்கு ஒத்துழைக்க மறுத்து விட்டன” என்று நடுவராக முதன்மைப் பாத்திரம் ஆடிய நார்வேயின் ‘எரிக் சொல்ஹெய்ம்’ இன்றுவரை சொல்கிறாராம். *(தீராநதி ஜூலை 2009 – பக். 63)*

நல்லது, போர் நிறுத்த ஒப்பந்தத்தை 2006இல் தன்னிச்சை யாக முறித்துக்கொண்ட இராஜபக்சே நார்வேயை வெளியேற்றியபோது, ‘எரிக் சொல்ஹெய்ம்’ எதிர்த்துக் குரல் எழுப்ப – “வாயை மூடிக்கொண்டு ஒதுங்கியிருங்கள்” என்று தேசியப் பாதுகாப்பு ஆலோசகர் எம்.கே. நாராயணன் அரட்டுப் போட்டதும், இந்தியா என்ற பெரிய அண்ணனைப் பகைத்துக்கொள்ள முடியாமல் எரிக் சொல்ஹெய்ம் ஒதுங்கிக் கொண்டதும் ஷோபாசக்தி மறைத்த உண்மைகள். இவர் இலங்கைக் குடிமகனாக இருப்பதே சரியானது.

இன்னும் புதைக்குழிக்கு அனுப்பப்படாமல் மீந்திருக்கும் ஈழத் தமிழர்களின் விமோசனத்துக்கு வழி என்ன? ஷோபா சக்திகளும், அ. மார்க்ஸூம் குறிப்பிடுவது போல் உழைக்கும் மக்கள், இனம் கடந்து ஒன்றிணையாமல் வேறெந்த வழியா லும் தமிழ் மக்களுக்கும் இலங்கையின் ஒட்டுமொத்த மக்களுக்கும் விடிவில்லை என்ற வழியா?

இலங்கையின் வரலாறு நெடுகிலும் இதற்கு முன்னும் இப்போதும் எப்போதும் இனி உழைக்கும் மக்களின் ஒற்றுமை சாத்தியமில்லை. வரலாற்று ரீதியாய் உடைந்த மண்பாண்டத்தை ஒரே பாண்டமாக ஆக்க ஒட்டவைக்க, வனைந்து சேர்க்கும் குயவர் எவரும் இல்லை; வெல்டிங்

செய்யவோ, பெவிகால் கொண்டு ஒட்டவோ, நூல் கொண்டு தைக்கவோ ஒற்றையாய் ஆக்க மார்க்சிய வழியில் ஒரு வகையும் இல்லை. மார்க்சிய, லெனினியத்துக்கு எதிரான வல்லாதிக்க வழிகள் உண்டு.

"இனம் கடந்து ஒன்றிணைந்த உழைக்கும் மக்களின் அந்தப் பாரம்பரியத்தை மீட்டெடுக்காமல், வேறெந்த வழி யாலும் தமிழ் மக்களுக்கும், இலங்கையின் ஒட்டு மொத்த மக்களுக்கும் விடிவு ஏற்படப் போவதில்லை. ஒடுக்கப்படும் சக்திகள் இனவாத அரசியலிலிருந்து மீண்டு வர வேண்டும்" – இது ஷோபாசக்தியின் வாசகம். (*தீராநதி* ஜூலை 2009 பக். 63)

இனவாத அரசியலின் தோற்றுவாய், ஒடுக்கப்படும் சக்தி களான தமிழர்களிலிருந்து கிளைக்கவில்லை. இனவாத அரசியலின் வேர், "பிறக்கப் போகும் குழந்தை (துட்டகை முனு) தமிழர்களை அழித்து ஒன்றுபட்ட சமஸ்தானத்தை ஆண்டு புத்த சமயத்தை வளர்த்தெடுப்பான்" என்ற மஹா வம்சத்திலிருந்து ஆரம்பிக்கிறது. மஹாவம்சத்தின் பேரின வாதப் போதையில் ஊறிய அநாகரிக தர்மபாலர் முதல், "ஒரு சிங்களவனின் உயிருக்கு ஆயிரம் தமிழர்கள் சமம்" என்று 1958 – மே 26இல் அறிவித்த தல்பவலசீவன் சதேரா என்ற புத்தபிக்குவரை இந்த உளவியல் உச்சம் பெற்றுள்ளது.

2009, மே 15 – 18களில் முல்லைத்தீவுப் பகுதியில், குறிப்பாக முள்ளிவாய்க்காலில் 50 ஆயிரம் தமிழர்கள் படுகொலைக்குப் பின் சாதாரண சிங்களர்கள் கருத்துரைத்தார்கள்.

"இந்த சுதந்திர இலங்கை சிங்களவருக்குச் சொந்தமானது. இதில் தமிழர் உரிமை கொண்டாட முடியாது."

"இலங்கையில் தமிழர் இருப்பது ஆபத்தானது. தமிழர் எல்லோரையும் அவர்களின் தேசமான இந்தியாவுக்கு விரட்ட வேண்டும்."

தொலைக்காட்சியிலும் பத்திரிகை ஊடகங்களிலும் முழங்கிய சிங்கள வெகு மக்கள் கருத்தாக மட்டுமல்ல "தமிழர் களுக்குப் போவதற்கென்று ஒரு நாடு இருக்கிறது அது போல் இஸ்லாமியர்களுக்கும் இன்னொரு இடம் இருக்கிறது. ஆனால் சிங்களருக்கு இதுதான் நாடு" என்று இனப் படுகொலையை நடத்தி வெற்றி கொண்ட(?) இராணுவத் தளபதி பொன்சேகா வரை தமிழர்களை அழிக்க வேண்டும் என்ற ஒற்றை உளவியல் கட்டமைக்கப்பட்டுள்ளது.

இனவாத அரசியலால் ஒடுக்கப்படும் சக்திகள் எதிர் வினையாற்றும். முப்பது ஆண்டுகளாய் அறவழியிலும், சற்றேறக்குறைய அதேயளவு ஆண்டுகளாய் ஆயுதப் போராட்ட முறையிலும் தமிழர்கள் எதிர்வினையாற்றி னார்கள். தமிழ் எல்லையோரங்களில் சிங்களக் குடியேற்றம் நடந்ததில் – அதன் காரணமாக விடுதலைப் புலிகள் அவர்கள் மேல் எதிர்த்தாக்குதல் செய்தார்கள். மளமளவென விரி வடைந்த சிங்களக் குடியேற்றம் மட்டுப்பட்டதற்கு விடுதலைப் புலிகள் என்ற தடுப்பு அரண் இருந்தது. 30 ஆண்டுகள் நடந்த காந்திய வழிப் போராட்டத்தில் இந்தத் தடுப்பு அரண் உருவாகவில்லை. இனி எந்தத் தடையுமற்று, கிழக்கு போலவே, வடக்கு முழுவதும் சிங்கள வசந்தம் உருவாகும்.

உணர்வால், மொழியால், கலாச்சாரத்தால், நடைமுறை யால் மஹாவம்சத்திலிருந்து புதிய அரசியல் யாப்பு வரையில் உருவாக்கப்பட்ட சிங்கள – பௌத்த பேரின அரசியலுக்குள்ளிருந்து இடதுசாரி அரசியல் மேலெழும் வாய்ப்பில்லை. உழைக்கும் மக்களை ஒன்றிணைக்கும் இடதுசாரி அரசியலோ அந்த வகை இயக்கங்களோ வாய்ப்பு அற்றுப்போனது. ஆயுத எழுச்சியில் தோன்றிய இடதுசாரிச் சிந்தனையான ஜே.வி.பி. கேவலமான இனவாத இயக்கமாக மாறியது. ஆட்சியிலிருக்கும் இராஜபக்சேயின் சிறிலங்கா சுதந்திரக் கட்சி, ரணில் விக்கிரமசிங்கேயின் ஐக்கியத் தேசியக் கட்சி, புத்த பிக்குகளின் 'ஜாதிக ஹெல உறுமய' என்ற இன வாதக் கட்சிகளே அங்குக் கொடிக்கட்டிப் பறக்கின்றன.

ஒடுக்கப்படும் இனம் இந்தக் கொடிய சூழலை எப்படி எதிர்கொள்வது?

"ஒடுக்கும் பெருந்தேசிய இனத்தின் பாட்டாளி வர்க்கம் புரட்சிக்குத் தலைமை தாங்கி முன்னெடுத்துச் செல்லும் பலத்துடன் இயங்கும்போது ஒடுக்கப்படும் தேசிய இனம் ஒன்றிணைந்து போராட முடியும். அம்மாதிரி நிலைமைகளில் மட்டுமே ஒடுக்கப்படும் தேசிய இனத்தின் ஒன்றிணைந்த போராட்டத்தை நாம் கோர முடியும். அவ்வாறான பாட்டாளி வர்க்கத்தின் தலைமையிலான இயக்கங்கள் வலிமையாய்த் திரண்டிராத வேளையில் ஒடுக்கப்படும் இனத்தின் விடுதலை பக்கமே நாம் நிற்க முடியும்". – என்று தேசிய இனப் பிரச்சனையில் யதார்த்தமான, பருண்மையான நிலைமைகளை முன்வைத்த லெனினது கருத்தின் சாரத்தை இந்த ஷோபாசக்திகள் கவனத்தில் இறக்கிக் கொள்ளவில்லை.

இரு இனத்தின் உழைக்கும் மக்களை ஒன்றிணைக்கும் இடதுசாரி அரசியலோ புரட்சிகர இயக்கங்களோ இல்லாத இன்றைய இலங்கையில் – பெருந் தேசிய இனத்தின் வெறித் தனமே எஞ்சியுள்ள யதார்த்த நிலையில ஒட்டுமொத்த உழைக்கும் மக்களின் ஒன்றிணைவு என்பதும், அவர்களின் விடிவு என்பதுமான ஷோபாசக்தியின் 'உடோப்பியா' கற்பனைகளுக்கு எல்லை ஏது? லெனினுக்கு எதிர்த்திசை யில் நடக்க எல்லா உரிமையும் உண்டு – இடதுசாரி என்ற உரிமை கோராமல்.

1983 – ஜுலை இனப்படுகொலையில் வெளிக்கடைச் சிறையில் வன்கொலைச் செய்யப்பட்ட தோழர் தங்கதுரை நீதிமன்ற உரையில் குறிப்பிட்டார். "விடுதலையை நாங்கள் பெறுவதன் மூலம் எமது லட்சியம் மட்டுமே நிறைவேறுவது அல்ல. சிங்கள மக்களுக்கும் பெரும் நன்மை செய்தவர் களாவோம். காரணம் அதன்பின் இனப் பிரச்சனையை பூதாகரமாக்கி, அரசியல் பிழைப்பு நடத்தல் என்பது சிங்களர் மத்தியில் எடுபடாது. அதனால் சிங்கள மக்கள் மொழி தவிர்த்த ஏனைய விசயங்களில அடிமைப்படுத்தப் பட்டிருக்கும் நிலைமையைப் பூரணமாக உணரவும், தமக்கு உண்டான அரசியல், பொருளாதாரத் தளைகளி லிருந்து தம்மை விடுவித்துக்கொள்ளவும் முன் வருவர்."

தமிழர் விடுலை – சிங்களரை விடுதலை செய்யும் திறவு கோலைத் தன்னிடம் கொண்டுள்ளது. சிங்கள அதிகாரம் என்ற ஒற்றைப் பெருமலையைக் காட்டி, அவர்களை ஏமாற்ற அவர்களும் ஏமாற, அம்மக்களை அடிமை நிலையில் வைத்திருக்கின்றன இனவாத சக்திகள். தமிழின விடுதலையே சிங்கள இனத்தின் விடுதலைக்கு நிபந்தனையாக அமைய முடியும் என்பது ஷோபாசக்திகளின் கற்பனாவாதத்திற்கு ஒத்துப் போகாது. விடுதலைப் புலிகளுக்கு எதிராக, ஷோபா சக்தி, அ. மார்க்ஸ், ஆதவன் தீட்சண்யா, சுகன் போன்றோ ரிடம் உள்ளிறங்கியிருக்கும் வன்மம், விடுதலைப் போராட்டத் துக்கு எதிரானதாய் உருவெடுத்துள்ளது. கோட்பாடுகளி லிருந்தும், பருண்மையான நிலைமைகளிலிருந்தும்தான் தேசிய இன விடுதலையைத் தீர்மானிக்க வேண்டுமே தவிர, விடுதலைப் போராளிகளுடன் ஒன்றுபட முடியாத புள்ளியிலிருந்து அல்ல. இந்தப் புள்ளிதான் விடுதலைப் போராட்டத்துக்கு எதிரான வெறுப்பாக உருவெடுக்கிறது.

இரு இனங்களின் உழைக்கும் மக்கள் ஒன்றிணைவு போன்ற கோணல் கோட்பாடுகளைச் சுமந்து நடந்தால்,

விடுதலைப் புலிகளின் பிழைகள் என்று குற்றம் சுமத்து கிறார்களே அதனினும் மேலான பிழைகளாக – விபரீத விளைவுகளை உண்டுபண்ணுவதாக – இராஜபக்சேக்களுக்கு அனுகூலமாகப் போய் முடியும்.

III

இனங்களுக்கிடையே வேற்றுமை நீங்கி, ஒரு மக்களாய், ஒரு தேசமாய் மேலாண்மை சக்திகளை எதிர்த்துப் போரிடும் குணம் பாட்டாளி வர்க்கத்துக்கு மட்டுமே உண்டு. குறிப்பாக, ஒடுக்கப்படும் தேசிய இனத்தின் உழைக்கும் மக்களைவிட, ஒடுக்கும் தேசிய இனத்தின் உழைக்கும் மக்களுக்குத்தான் அந்தக் கடமை உண்டு என்று மார்க்சிய – லெனினியம் காட்டுகிறது. நாமும் அவவாறே கருதுகிறோம்.

தேசம், தேசிய இனம் என்ற எல்லைகள் அனைத்தும் இற்றுவிடும் காலகட்டம் பிறப்பதை நாம் விரும்புகிறோம். அவை நிலைத்து நிற்பவை என்றோ, நிலைத்து நிற்கவேண்டு மென்றோ நாம் எண்ணவில்லை. *ஆனால் ஒன்றின் வினைப் பாடு வரலாற்றிலிருந்து நீக்கப்படுவதற்கு முன்னால், அதன் வரலாற்றுப் பாத்திரத்தை அது நிறைவு செய்ய வேண்டும். அவற்றின் வரலாற்றுப் பாத்திரத்தை அங்கீகரித்து அவற்றுக்கு முழுச் சுதந்திரமும் சனநாயகமும் வழங்கப்பட வேண்டும்.* நிறைவு செய்தபின், அவற்றின் வளர்ச்சிப் போக்கிலேயே அவை ஒன்றோடொன்று இணைவாகிக் கலந்து இனங்கள் இல்லாமல் போகும்.

தேசிய இனங்களை ஒடுக்குகிற கொள்கை என்பது தேசங்களைப் பிரிக்கின்ற கொள்கை என்றும், மக்களின் மனங்களைத் திட்டமிட்ட வகையில் கெடுக்கின்ற கொள்கை என்றும் லெனின் விளக்கப்படுத்துவார் (பாட்டாளிவர்க்க சர்வதேசியம், லெனின் கட்டுரைகள் – தொகுப்பு நூல்)

இரு இனங்கள் அல்லது இரண்டுக்கு மேற்பட்ட பல தேசிய இனங்கள் ஒன்றாய்க் கலப்பது, தேசிய இன ஒடுக்குமுறையை நடத்தும் வல்லாதிக்கங்களால் அல்ல, மாறாகத் தேசிய இனங்கள் அனைத்தும் தத்தமது தேசிய விடுதலை என்ற இடைநிலையைக் கடந்த பின்பே ஒன்றிணைவு சாத்தியப்படும்.

"எவ்வாறு ஒடுக்கப்படும் வர்க்கத்தின் சர்வாதிகாரம் என்ற இடைநிலைக் கட்டத்தைக் கடந்த பின்னரே வர்க்கங் களை மனித சமுதாயம் ஒழிக்க முடியுமோ, வர்க்கங்கள்

இல்லாமல் ஆகுமோ, அது போல் ஒடுக்கப்படும் எல்லாத் தேசங்களுக்கும் முழு விடுதலை என்ற அதாவது பிரிந்து போவது என்றால் அதற்குத் தடையேதுமில்லை, சுதந்திரம் உண்டு என்ற இடைநிலைக் காலத்திற்குப் பிறகுதான் தேசங்கள் ஒன்றுபடுவது இரண்டறக் கலப்பது என்ற நிலையை அடைய முடியும்." (தேசியக் கொள்கையும் பாட்டாளிவர்க்க சர்வதேசிய வாதமும் – சில பிரச்சனைகள் – லெனின்).

ஆதிக்கச் சக்திகளுக்கு அவ்வாறான நீண்ட நெடிய சமுதாயக் கண்ணோட்டம் ஒரு நாளும் இருக்க முடியாது. தேசிய இனங்களின் வரலாற்றுக் கடமையை மதிப்பதில்லை; ஒடுக்குகிறார்கள். இலங்கையின் பேரின ஆளும் வர்க்கங்கள், இன்னொரு இனத்தைக் காட்டி, சொந்த இனத்தை மேய்ப் பவர்கள். நிலாவைக் காட்டி மழலைக்குச் சோறூட்டும் நல்லதனமான காரியம் அல்ல. இது பூதம் வருவதாகக் காட்டி சிங்கள இனத்தைப் பயப்படுத்தி ஏய்க்கும் கயவாளித் தனத்தைப் பேரின ஆட்சி முன்னிறுத்துகிறது. இதற்குத் துணை செய்ய வெளிநாட்டு ஆதிக்கவாதிகளையும் ஒரு தீவை மொட்டையடிக்க அழைத்துக்கொண்டார்கள்.

தேசிய விடுதலையை வென்றெடுப்பதன் மூலம், வர்க்கப் போராட்ட முன்னெடுப்புக்கான தடை நீக்கம் பெறுகிறது. இந்த முதல் கட்டத்தைக் கடந்து செல்வதின் வழியே பிற அக முரண்பாடுகளைத் தீர்ப்பதற்கான வழி கிடைத்து விடுகிறது. உள் முரண்களே வலிமையான, பிரதான எதிரி யாகி விடுமெனில் அப்போது அதைத் தீர்த்து முடிப்பது பிரதானக் கடமையாகிவிடுகிறது. இலங்கைத் தீவில், ஈழ விடுதலையைச் சென்றடைய இந்த வகை நியாயம் எதுவும் இருக்கவில்லை.

இன ஒடுக்குமுறை சாதி பார்த்துக்கொண்டு வரவில்லை, இவன் தாழ்த்தப்பட்டவன், இவன் உயர் சாதி என்று வேறுபாடு பார்த்து இன ஒடுக்குமுறை நிகழ்த்தியதில்லை. தமிழன் என்ற இன அடையாளத்துக்குள் தள்ளித்தான் அத்து மீறல் நடந்தது. இதனை நேரடியாய்த் தெரிந்த பின்னும், அனுபவித்த பின்னும் அதிலிருந்து தம்மை மட்டும் மீட்டுக் கொள்வதற்கு உயர் சாதியினரில், மேல்வர்க்கத்தினரில் ஒரு சிலர் அரசு பதவிகளும் அமைச்சுக்களும் பெற்று சிங்கள ஆதிக்கத்தை நயந்துபோன காரணத்தினால் தமிழர் இந்தக் கதிக்கு ஆளானார்கள் என்பது கவனத்தில் கொள்ளப்பட வேண்டும்.

தேசிய இனத்தின் சுயநிர்ணய உரிமையை அங்கீகரிப்ப துடன், அது பிரிந்து போகும் உரிமையையும் அங்கீகரிப்பதே, பாட்டாளி வர்க்க சர்வதேசியமாகும் என லெனின் தெளிவாக வரையறுத்தார். “தேசிய ஒடுக்குமுறை இருக்கும் நிலையில் தேசிய விடுதலையைப் புறக்கணிப்பது சோசலிஸ்டு களின் கண்ணோட்டத்தில் தவறானது” என்று எச்சரித்த லெனின், “பொதுவான, வரலாற்று ரீதியான நிலைமைகளை யும், அரசு நிலைமைகளையும் கணக்கில் எடுத்துக்கொள்ளா மல் எந்த நாட்டைச் சேர்ந்த மார்க்சியவாதிகளும் தமது தேசியத் திட்டத்தை வகுக்கும் பேச்சுக்கே இடமில்லை” என்றார்.

இலங்கைத் தீவில் வரலாற்றுக் காலந்தொட்டு இரு தேசங்கள் இருந்து வருகின்றன. ஒன்றுக்கொன்று இணக்க மற்ற இரு தேசங்கள். ஒன்று சிங்களத் தேசம்; மற்றொன்று தமிழ்த் தேசம். பிரித்தானிய காலனிய ஆதிக்கம் கால் கொள்ளும்வரை தனித்தனி நாடுகள் – தனித்தனி அரசுகள் – தனித்தனி மொழி, நிலவியல், பண்பாட்டு முறைகள். ‘கல்லுளி மங்கன் போனவழி காடுமேடெல்லாம் தவிடுபொடி’ என்ற பழமொழிக்குத் தத்ரூபமான சாட்சியாகக் காலனியாதிக்கம் தனது வேட்டைக்கு ஒன்றுபட்ட நாட்டை உண்டாக்குகிறது. பிரிட்டனின் மேலாதிக்கத்தை எதிர்த்து, வீரமிகு எதிர்ப்புப் போரை நடத்தி மடிந்தவர்கள் அப்போதும் தமிழர்களே! எதிர்ப்பை நசுக்கி அடிமைப்பட்ட ஒற்றைத் தேசத்தை பிரிட்டன் உருவாக்கியது வரலாற்றில் முதல் பிழை. 1948இல் இலங்கையைவிட்டு பிரிட்டன் வெளியேறியபோது, முன்னர் இருந்ததுபோல் இரு தேசங்களாக அவரவர் கையில் ஒப்படைக்காமல், சிங்களப்பேரினத்தின் கையில் ஆட்சியை ஒப்படைசெய்தது – பிரிட்டன் செய்துவிட்ட இரண்டாம் வரலாற்றுப் பிழை.

“நாங்கள் வரலாற்று ரீதியாக மாபெரும் பிழைசெய்து விட்டோம்” என்கிறார் ராகுல் சாய்ஸ் என்ற பிரிட்டன் நாடாளுமன்ற உறுப்பினர். “தனித்தனி இரு நாடுகளை இணைத்து ஒரு நாடாக்கியது ஒரு வரலாற்றுப் பிழை. மிகப் பெரிய தவறு. தமிழ் மக்கள் ஆயிரக்கணக்கான ஆண்டு களாய்த் தனி அடையாளத்துடன் தனி எல்லைகளுடன், தனி அரசாட்சியுடன் வாழ்ந்தவர்கள். இங்கிருந்து போன எமது பிரிட்டீஷார், தமது வேட்டைக்காக ஒரே நாடாக்கி, சிங்களர் கையில் தானமளித்துவிட்டு வந்தனர். அதற்காக நாங்கள் மன்னிப்புக் கோருகிறோம். இலங்கை சுதந்திரம்

பெற்றதிலிருந்து, தமிழர்மீது நடக்கும் இன அடக்குமுறை களுக்கெல்லாம் இதுதான் காரணம்.”

“2007இல் மட்டும் 7000 கோடி ரூபாய் மதிப்புள்ள ஆயுதங்களை வழங்கியதற்கு வெட்கப்படுகிறோம்” என்று குற்ற ஒப்புதல் அளித்தார் ராகுல் சாய்ஸ்.

பேரினவாத அரசாகத் தன்னைக் கட்டியமைத்தபடி உருவாகி வந்த சிங்கள அரசு தமிழர்களுக்கு இழைத்த கொடுமைகளைக் கண்டு வெதும்பிப் போனவர் சேர் ஐவர் ஜென்னிங்ஸ். இவர் யாழ்ப்பாணப் பல்கலைக்கழகத்தில் துணைவேந்தராக இருந்தார். சிங்களத் தலைவர்கள் கேட்டுக் கொண்டபடி, அவர் ஒற்றையாட்சி அரசியல் யாப்பை (சாசனம்) உருவாக்கித் தந்தார். ஓய்வு பெற்று இங்கிலாந்து திரும்பியவர், இலங்கையில் நடைபெற்று வரும் இன ஒடுக்கு முறைகளை அறிந்து “இவ்வாறு தமிழர்களுக்குக் கொடுமைகள் செய்யப்படும் என்று தெரிந்திருந்தால், இந்த அரசியல் யாப்பை எழுதியிருக்கவே மாட்டேன்” – என்று வருந்தினார்.

தேச உருவாக்கத்தின் வரலாற்று ரீதியான நிலைகளை யும் அரசின் நிலைகளையும் கணக்கிலெடுத்துக்கொள்ள வேண்டும் என லெனின் சொல்வதும், தேச உருவாக்கத்தின் போது, வரலாற்று ரீதியான நிலைகளை, அரசின் நிலைகளைக் கணக்கில் எடுத்துக்கொள்ளாமல் எந்த நாட்டைச் சேர்ந்த மார்க்சியவாதிகளும் தமது தேசியத்திட்டத்தை வகுக்கும் பேச்சுக்கே இடமில்லை என்று இடித்துரைப்பதும் இதிலிருந்து தான்.

“சுயநிர்ணய உரிமையை அல்லது பிரிந்து போகும் உரிமையை மறுப்பதானது மேலோங்கி ஆட்சி புரியும் தேசத்தின் விசேட உரிமைகளை நடைமுறையில் ஆதரிப்ப தாகவே முடியும்” என்றார் லெனின். ஆக எப்படிப் பார்த் தாலும் இனித் தமிழீழ விடுதலை சாத்தியமே இல்லையென்று ஷோபாசக்திகள் சொல்கையில், மேலோங்கி ஆட்சிபுரியும் இலங்கை இனவாத அரசின் செயல்களை நடைமுறையில் ஆதரிப்பதாகவே முடிகிறது. இனவாத அரசியலிலிருந்து ஒடுக்கப்படும் இனம் மீண்டு வரவேண்டுமென்கிற போதனை அல்லது வேண்டுகோள், ஒடுக்கும் பேரினத்தை நோக்கி வைக்கப்படவில்லை என்பதையும் இதற்குள் ஒளிந்திருக்கும் ஷோபாசக்திகளின் ஓரவஞ்சகத்தையும் கண்டுகொள்ள முடியும்.

பாட்டாளி வர்க்க ஒற்றுமையைப் பேணுவதில், சர்வ தேசியத்தைப் பாதுகாப்பதில் ஒடுக்கும் தேசிய இனப் பாட்டாளி வர்க்கத்தின் கடமைகளையே லெனின் முக்கிய மானதாகவும் முதலாவதாகவும் கருதினார். "ஒடுக்கும் நாடு களைச் சேர்ந்த தொழிலாளர்களை சர்வதேசிய உணர்வில் பயிற்றுவிக்கும்போதே ஒடுக்கப்படும் தேசிய இனங்களுக்குப் பிரிந்து போகும் சுதந்திரம் அளிக்க வேண்டும் என்பதை ஆதரித்து அதற்காகப் போராட வேண்டும்" என்கிறார்.

ஒடுக்கப்படும் தமிழ்த் தேசிய இனத்துக்குப் பிரிந்து போகும் சுதந்திரம் அளிக்க வேண்டும் என்று ஏற்றுக் கொள்கிற சிங்கள மக்களும் இல்லை. அவ்வாறு பயிற்றுவிக்கிற இயக்கங்களும் இல்லை. ஒடுக்கும் எம்மை நீங்கள் நயந்து வாழவேண்டுமெனக் கட்டளையிடும் இனவாத இயக்கங்களே உள்ளன.

தொடர்ச்சியாய் லெனின் இன்னொன்றையும் முன்னுரைத்தார். "ஒடுக்கும் தேசிய இனத்தைச் சேர்ந்த சமூக சனநாயகவாதிகள் அத்தகைய பிரச்சாரத்தைச் செய்யத் தவறினால், அவ்வாறு தவறிய ஒவ்வொருவரையும் ஏகாதி பத்தியவாதி என்றும் கயவர் என்றும் கருதுவது நமது உரிமையும் கடமையும் ஆகும்." (தேசியக் கொள்கையும் பாட்டாளி வர்க்க சர்வதேசியவாதமும் – சில பிரச்சனைகள்).

ஒடுக்கும் தேசிய இன உழைக்கும் மக்கள், ஒடுக்கப்படும் தேசிய இனத்துக்கு ஆற்ற வேண்டிய கடமைகளையே முதன்மையானதாய் லெனின் வைக்கிறபோது – அதன் எதிர்த் திசையில் நின்று ஒடுக்கப்படும் சக்திகள் இனவாத அரசியலி லிருந்து மீண்டு வரவேண்டும் என ஷோபாசக்தி அறிவுரைக் கிறார். "ஆயுதப் போராட்டங்கள் இனி சாத்தியமே இல்லையா? அமைதிவழிப் போராட்டங்களால் இந்த அரசு களை வழிக்குக் கொண்டுவந்துவிட இயலுமா என்கிற கேள்விகளுக்கு உடனடியாகப் பதிலில்லாதபோதும் இன்றைய மாற்றங்களைக் கணக்கிலெடுத்துக்கொள்ளாமல் லட்சிய வாதம் பேசிக்கொண்டிருந்தோமானால் அது மக்களின் அழிவிற்கே இட்டுச் செல்லும்." *(அ. மார்க்ஸ் தீராநதி – ஜூலை 2009)*

ஒடுக்கப்படும் தேசிய இனம் விடுதலை பெறவேண்டு மென்று சொல்வதை லட்சியவாதம் எனகிறார் அ. மார்க்ஸ். லெனின் அன்று பேசிய லட்சியவாதத்தை இன்று புறக்கணிப் போம் என்கிற பொருள் இந்த வாசகத்தில் வாழுகிறது.

அ. மார்க்ஸ், ஷோபாசக்தி, ஆதவன் தீட்சண்யா, போன்றோரிடமிருந்து வெளிப்படும் இத்தகைய கருத்துகள் ஒடுக்கும் இனத்தவரின் கருத்துகளே என்பதில் துளியும் ஐயம் இல்லை. நீங்களெல்லாம் சிங்களர்களா என்று உடனே கொச்சைப் படுத்த வேண்டியதில்லை. லெனின் காட்டிய வழியிலேயே ஏகாதிபத்தியவாதிகள் என்போம், கயவர் என்போம்.

லண்டன் டைம்ஸ் இதழில் அடுத்தடுத்து இரு செய்திகள் வந்துள்ளன. இராஜபக்சேயின் நேர்காணலில் வெளிப்பட்டுள்ளன அச் செய்திகள்.

1. இலங்கையில் தமிழர்களுக்கெனத் தனி மாநிலத்தை ஏற்படுத்தவோ அல்லது அவர்களுக்கு சுயாட்சி அதிகாரங்கள் வழங்கவோ வாய்ப்புக்கள் இல்லை.
2. தமிழர் வாழும் வடமாநிலப் பகுதிகளில், சிங்களர் குடியேற்றத்தைத் தடுத்து நிறுத்தமுடியாது.

இராணுவக் காலடிகளின் கீழ் – சிங்களரின் நடுவில், தமிழரின் சுதந்திரத்தை முற்றாக உருவி எடுத்தபின் என்ன வாழ்வு மீதி? தமிழனின் மூச்சுச் சுவாசம், மூளைச் சிந்திப்பு எல்லாவற்றையும் சிங்களர் கழுத்துப்பிடியாய் இறுக்க, அவரவருக்கான உரையாடலை நிகழ்த்திக்கொண்டு பார்த்துக்கொண்டிருக்கின்றன உலக நாடுகள். இந்த உலகத்தை வளைத்துப்போட ஈழத் தமிழனுக்கு கரங்கள் போதாது. நிகழ்த்தப்படப்போகும் வாழ்வியல் நெருக்கடியிலிருந்து –எல்லாமும் அற்ற சூனியத்திலிருந்து புறப்படும் ஒரு தமிழன் – எந்த இடத்திற்குப் போய்ச் சேருவான்? தமிழன் மட்டுமல்ல, எந்த ஒரு மனிதனும்!

கீற்று இணையம் – ஆகஸ்ட், 2009

4

இலங்கையை எது நடத்துகிறது?

1958 ஜுன் மாதம் 3ஆம் தேதி இலங்கைப் பிரதமர் டபிள்யு. பி. பண்டாரநாயகாவின் வாயிலிருந்து ஒரு உண்மை வெளிவந்தது. ஆதிக்க நிலையிலிருப்போர், ஆட்சியாளர் பொதுவாக உண்மை பேசமாட்டார் களென்பது அரசியல் நியதி.

1956இல் சிங்களம் மட்டுமே ஆட்சி மொழிச் சட்டம் வந்தபின் தமிழ்ப் பிரதேசமெங்கும் கொந்தளிப்பில் இருந்தது.

1936இல் பண்டாரநாயகாவுக்குக் கூட்டாட்சிக் கொள்கை பற்றித் தெளிவான கருத்து இருந்தது. கூட்டாட்சி அமைப்பு பற்றி அப்போது அவரின் பேச்சுக்களும் எழுத்துக்களும்தான் இப்போது தமிழ் அரசியல்வாதிகள் கூட்டாட்சி கோருவதற்குக் காரணம் என்று தமிழ்த் தலைவர்களில் ஒருவரான வி. நவரத்தினம் சுட்டிக் காட்டினார்.

"அச்சமயத்தில் அது எனது கருத்தாக இருந்தது. இப்போது 1956ஆம் ஆண்டுத் தேர்தலில் மக்களின் ஆணையை நிறைவேற்ற வேண்டுமே" பண்டாரநாயகா பதில் அளித்தார்.

இலங்கைத் தீவில் நிலையான ஆட்சி அமைத்திட, பெரும்பான்மை சிங்களரின் பெரும்பான்மை வாக்கு களைப் பெற்றுவிட்டால் போதுமானது. சிறுபான்மை இன மக்களின் வாக்குகள் தீர்மானகரமான பங்காற்றுவ தில்லை: அவர்களின் வாக்குகள் போலவே அவர்களும் உதாசீனம் செய்யப்பட வேண்டியவர்கள் என்றா கிறது. சிங்களரின் நலன்களைப் பேணி வளர்ப்பதில்

சிங்கள அரசியல் கட்சிகளும், தலைமைகளும், குறியாக இருந்தனர் என்ற உண்மையை பண்டாரநாயகாவின் பதில் உறுதிப்படுத்தியது. அது சிங்களரின் ஆதிக்கக் கனவுகளுக்குத் தீனிபோட்டு ஊதிப் பெருக்க வைத்து ஆட்சியதிகாரத்தில் அமர வைத்தது.

மாகாணச் சபைகள் அமைக்கப்பட வேண்டுமென்ற நகல் வரைவுத் திட்டத்தை 1956இல் தமிழரசுக் கட்சியினர் அளித்திருந்தனர். வெளியுறவு, பாதுகாப்பு, நாணயம், முத்திரை, சுங்கவரி, மாகாணங்களுக்கிடையேயான போக்குவரத்து ஆகியன பிரிட்டிஷ் நிர்வாகத்திடமும் மிகுதி உரிமைகள் அயர்லாந்திடமும் கொடுக்கப்படுதல் என்ற அடிப்படை அன்று பிரித்தானியாவில் செயல்பாட்டுக்கு வந்திருந்தது. (பின்னர் அயர்லாந்து தனி நாடாக விடுதலையடைந்தது) அதே அடிப்படையில் இலங்கையின் வடக்கு கிழக்கு மாகாணங்கள் ஒரு பிரதேசச் சபையாகச் செயல்படும் என்று வரைவு நகலில் கண்டிருந்தது. பேச்சு வார்த்தைகள் தொடர்ந்து நடந்து 1957ஆம் ஆண்டு ஜூன் மாதம் 27ஆம் தேதி பண்டாரநாயகாவும், தமிழர்களின் பிரதிநிதியாக செல்வநாயகமும் கையெழுத்திட்டனர்; இது பண்டா – செல்வா ஒப்பந்தம் என அழைக்கப்பட்டது.

பண்டா – செல்வா ஒப்பந்தத்தை எதிர்த்து ஐக்கியத் தேசியக் கட்சியின் தலைவரான ஜே.ஆர். ஜெயவர்த்தனா, புத்த பிக்குகளைத் திரட்டி கண்டியிலிருந்து கொழும்பு நோக்கி யாத்திரை தொடங்கினார். 1958 ஏப்ரல் மாதம் ஒன்பதாம் நாள் புத்த பிக்குகள் 200 பேர் யாத்திரையின் முடிவில், பண்டாரநாயகாவின் இல்லத்தை முற்றுகையிட்டு பண்டா – செல்வா ஒப்பந்தத்தைக் கிழித்தெறியும்படி கோரினர்.

“தவறு நடந்துவிட்டது குருமார்களே, உங்கள் விருப்பப் படியே செய்கிறேன்” என்று கூறி, பண்டாரநாயக ஒப்பந்தக் காகிதத்தை அவர்கள் முன் கிழித்தெறிந்தார். பெரும்பான்மைச் சிங்கள முகங்களே அவரை அச்சுறுத்தின. சிறுபான்மைத் தமிழர்களின் வேதனை படிந்த முகங்கள் கண்ணில் படவில்லை. கொழும்பிலும் இதர சிங்களப் பகுதியிலும் வாழ்ந்த தமிழ் மக்கள் நிம்மதியிழந்து அச்சமடையுமளவுக்கு பண்டா – செல்வா ஒப்பந்தக் கிழிப்பின் வெற்றிக் களிப்பில் சிங்களர் தமிழர்மீது வெறிகொண்டு பாய மூர்க்கம் கொண்டு நின்றனர்.

சிங்களக் குடியேற்றம் முழுவீச்சில் நடைபெற்றிருந்த கல்லோயா, பொலனறுவை, பதவியா போன்ற இடங்களிலும் கொழும்பிலும் 1958 மே மாதம் தமிழர்மீது இனவெறித் தாக்குதல் தொடங்கிற்று. இனத் தாக்குதல் தீவிரப்பட்டதால், கொழும்பிலிருந்தும் தென்னிலங்கையிலிருந்தும் சிங்களக் குடியேற்றங்கள் நடந்த தமிழ்ப் பகுதிகளிலிருந்தும் கப்பல் கப்பலாக, தமிழர்கள் தமிழ்ப் பிரதேசங்களுக்கு ஏற்றி அனுப்பப்பட்டனர். 1958இல் நடந்த இனத் தாக்குதல் பற்றிய விவரங்களை, எஸ்.எம்.கோபு என்ற கோபாலரத்தினம் 'முடிவிலாப் பயணத்தின் முடியாத வரலாறு' என்னும் தனது நூலில் விரிவாக (பக். 123 முதல் 148 முடிய) எடுத்து வைக்கிறார்.

சிங்கள ஸ்ரீ எழுத்துகள் பொறிக்கப்பட்டு அனைத்து வாகனங்களும் ஓட வேண்டும் என்ற ஆணையை எதிர்த்துத் தமிழர்கள் யாழ்ப்பாணம் பேருந்து நிலையத்திற்கு வந்த அரசுப் பேருந்துகளில் ஸ்ரீயை அகற்றித் தமிழ் எழுத்துகளைப் பொருத்தினர். தமிழர்ப் பகுதிகளில் அரச நிர்வாகத்தை எதிர்த்தப் போராட்டம் தீவிரப்பட்டது. தமிழரசுக் கட்சியைத் தடைசெய்ய வேண்டுமென்று சிங்கள எம்.பி.க்கள் அப்போது நாடாளுமன்றத்தில் முழக்கமிட்டனர். "தமிழரசுக் கட்சியினர்தான் நன்கு திட்டமிட்டு இனக் கலகம் செய்தனர். இந்தத் தலைவர்களைக் கைதுசெய்து நடவடிக்கை எடுக்காததால் அரசாங்கத்துக்கே அவமானம் ஏற்பட்டிருக்கிறது" என்று உரை நிகழ்த்தினர்.

"தமிழரசுக் கட்சியினரும் மற்ற சக்திகளும் அரசைக் கவிழ்த்துவிட்டு வடக்கிலும் கிழக்கிலும் தனியாக ஒரு நிர்வாகத்தை அமைக்கத் திட்டமிட்டார்கள்" என்று இதற்குப் பதிலளித்துப் பண்டார நாயகா உரையாற்றினார்.

"இனக் கலகத்தினால் தமிழர்களை வடக்கு, கிழக்குப் பிரதேசங்களுக்குத் திருப்பி அனுப்பியதால் கூட்டாட்சி வடிவில் தமிழர்கள் தனி அரசு அமைக்க நீங்கள் இணங்கி விட்டதாக அவர்கள் சொல்லித் திரிகிறார்கள். மிக விரைவில் கூட்டாட்சி அமையும் என்று நாடு முழுதும் நம்புகிறது" என நாடாளுமன்றத்தில் தொடர்ந்து அமளி செய்தார்கள். அப்போது நாடாளுமன்றத்திலே பண்டாரநாயகா பிரகடனப் படுத்தினார். "கூட்டாட்சி அமைப்பை நான் அனுமதிக்க மாட்டேன்."

1958 ஜூன் மாதம் 3ஆம் தேதி வரலாற்று முக்கியத்துவமுள்ள அந்த உண்மை நாடாளுமன்றத்தில் பிரதமர் வாயிலிருந்து வெளியில் விழுந்தது.

“ஆனால் அதையெல்லாம் நான் முறியடித்துவிட்டேன். இப்போது வடக்கிலும் கிழக்கிலும் எனது ராணுவம்தான் இருக்கிறது. அங்கு ஆளுநர்களைக் கொண்டு ராணுவ ஆட்சி நடைபெறுகிறது. அவர்கள் இராணுவ ஆளுநர்கள். அந்த இரு மாகாணங்களிலும் நிர்வாகத்தை இனி எனது ராணுவத்தின் மூலம் பார்த்துக்கொள்வேன்.”

1958லிருந்து இராணுவச் சுற்றி வளைப்புக்குள்தான் தமிழர்கள் இன்னும் வாழ்ந்துகொண்டிருக்கிறார்கள். 1958 கலவரத்தில் ராணுவம் சிங்களருக்குப் பாதுகாப்பாய் நின்று, தமிழர்களை வேட்டையாடியது. 1958 தாக்குதலில் சொத்துக் கள் சூறையாடப்பட்டு எல்லாமும் இழந்து ஒரு குடும்பம் காங்கேசன் துறைமுகத்தில் வந்திறங்கியபோது “எங்கட நாட்டுக்கு வந்திட்டம்” என்று அந்தப் பெண் கதறியழுதார்.

நாட்டை நினைப்பாரோ,
எந்த நாள் இனி அதைப் பார்ப்பதென்று
அன்னை வீட்டை நினைப்பாரோ – அவர்
விம்மி விம்மி விம்மியழுத குரல்
கேட்டிருப்பாய் காற்றே

என்பதாக அவர்கள் விம்மி விம்மியழுதார்கள். தாய் மண்ணை முத்தமிட்டார்கள்.

சிதம்பரநாதன் லண்டனில் அகதிகள் பணியகத்தில் ஆலோசகராகப் பணியாற்றுகிறார். மனித உரிமைகளுக்கான வழக்குரைஞர். 2002இல் ஈழத்துக்குச் சென்று திரும்பிய அவருடைய மனநிலையை வெளிப்படுத்தினார். “நான் பல இடங்களில் வழி மறிக்கப்பட்டு இராணுவச் சோதனைச் சாவடிகளில் சோதனையிடப்பட்டேன். அங்குக் கேள்விகள் என்னை முற்றுகையிட்டன. பலமுறை எனது கடவுச் சீட்டு பரிசோதிக்கப்பட்டது. எமக்கென்று ஒரு நாடு கிடைத்தா லொழிய இலங்கைக்குத் திரும்புவதில்லை என்ற முடிவுடன் நான் லண்டன் திரும்பினேன். எனது முடிவு எவ்வளவு சரியானது என்பது இங்கு நான் வந்தபின் மேலும் உறுதி யாகியுள்ளது. வடக்கு கிழக்கில் தமிழீழ விடுதலைப் புலிகளின் கட்டுப்பாட்டிலுள்ள பகுதிகளைத் தவிர்த்து நான் சென்ற இடமெல்லாம் இராணுவ முற்றுகைக்குள்ளான இடங்களில் பயணித்தது போன்ற உணர்வே ஏற்பட்டது. பல இராணுவ முகாம்கள், பல இராணுவச் சோதனைச் சாவடிகள் எங்கும் சிப்பாய்கள் நிறுத்தப்பட்டிருந்தார்கள்.”

1958இல் சிங்களக் கொழும்பிலிருந்து அனைத்தும் இழந்து தப்பித்து அகதியாய்த் திரும்பிய காங்கேசன் துறைத்

தமிழச்சியின் மனவேதனையும், 2002 அக்டோபரில் ஈழம் போய் லண்டன் திரும்பிய ஒரு தமிழனுடைய முடிவும் சமகோட்டில் பயணிக்கின்றன. இலங்கை எமக்கு நாடல்ல, ஈழமே எமது நாடு என்ற தனி நாட்டை நோக்கிய சிந்தனைப் பயணம் தமிழ் மக்களின் உளவியலில் அக்காலம் முதல் அழுத்தமாகக் கீறத் தொடங்கியது.

பாகிஸ்தான், மியான்மர், சில ஆப்பிரிக்க நாடுகளில் வெளிப்படையாக இராணுவ ஜெனரல்கள் தலைமையில் இராணுவ ஆட்சி நடந்தன. நடைபெறுகின்றன. 1958 முதல் சனநாயகத்தின் பேரில் இலங்கையில் இராணுவ ஆட்சியே நடக்கிறது. ஒரு உண்மையை இந்த இடத்தில் பொருத்திப் பார்க்க வேண்டும். 50 ஆண்டுக் காலமாய் இராணுவ ஆட்சி நடைபெறுகிற இலங்கைக்கு அன்று முதலாக இன்றுவரை இந்தியா முட்டுக்கொடுத்துத் தாங்குகிறது. அமெரிக்கா ஒப்புக்குக் கொண்டுவந்த ஜெனிவா தீர்மானத்தில் திருத்தங் கள் செய்து இன்னும் கைத்தாங்கலாய் – இடுப்பில் கை போட்டுக் கூட்டிக்கொண்டு அலைகிறது இந்தியா.

2

“தேசிய ஒன்றிணைப்பு என்பது குடிமக்கள் இதயங்களில் பிறந்திட வேணடிய ஒன்று; அங்கே அது இறந்து போகையில், இராணுவமோ, அரசமைப்போ, அரசாங்கமோ அதனைக் காப்பாற்ற முடியாது” என்று இந்தியாவின் அறியப்பட்ட வழக்குரைஞர் நானி பல்கிவாலா கூறினர். (1990, நவம்பர் ‘கேம்பிரிட்ஜ் பல்கலைக்கழக உரை)

இலங்கைப் பேரினவாத அரசு செய்த மிகப்பெரிய சாதனை இறந்துபோன தேசியத்தை இராணுவத்தால் மீட்க முயன்றதுதான். உருவிழந்த இலங்கைத் தேசியத்தை இராணுவ ஆட்சியால் உருக்கொடுக்க முயன்றனர்.

1985இல் இராணுவம் வடமராட்சியைப் புலிகளிடமிருந்து கைப்பற்றியது. கைவசப்படுத்தியவுடன், வடமராட்சியைச் சுற்றிவளைத்து, இளைஞர்களையெல்லாம் கடற்கரைக்குக் கொண்டுசென்றது. அவர்கள் கைகளில் சிங்கள “சிங்கக் கொடியைக் கொடுத்து “ஸ்ரீலங்கா வாழ்க” என முழக்கமிடச் சொன்னது. அவர்கள் “ஸ்ரீலங்கா வாழ்க“ என முழக்க மிட்டதைத் தொலைக்காட்சிகளில் மீண்டும் மீண்டும் ஒளி பரப்பினர். இலங்கைத் தேசியத்தை ஏற்றுக்கொண்டு விட்டார்கள் இத் தமிழ் இளைஞர்கள் என்று பிரச்சாரம் செய்ய அது பயன்பட்டது. சிங்கள மக்களைப் பெருமிதம்

கொள்ளச் செய்யவும் தமிழர்களை அச்சுறுத்தவும் பயன் படுத்திய பின்னர் இராணுவம், அவர்களில் 50 பேரைக் கடற் கரைக்கு அணிவகுக்கச் செய்து சுட்டுக் கொன்றது. அதில் ஒரு ஊமைப் பையனும் அடங்குவான். தேசிய இனங்களின் இணைப்பைப் பேண உள்நுழைக்கப்பட்ட இராணுவம், அதன் இராணுவக் குணாதிசயத்தின்படி இருப்பதையும் உடைத்துச் சிதற வைத்தது.

“பத்துத் தமிழர்களுக்கு ஒரு இராணுவச் சிப்பாய் என்ற கணக்கில் நிறுத்தப்பட்டிருக்கிறார்கள்” என 2002இல் சிதம்பரநாதன் கூறினார். இன்று அந்தக் கணக்கு மாறியுள்ளது. மூன்று பேருக்கு ஒரு இராணுவச் சிப்பாய்; பத்து ஊர்களுக்கு ஒரு இராணுவ முகாம். நகரமாயினும் கிராமமாயினும். கல்யாணமானாலும் கருமாதி வீடாயினும் இராணுவம் வருகிறது. எந்தக் குடும்ப நிகழ்வும் சுதந்திரமானதாக இல்லை. சிரிக்கவும், அழவும் அது தொடர்பான விசேடங்களுக்குப் போகவும் இராணுவத்தின் அனுமதி பெற்றுச்செல்ல வேண்டி யுள்ளது. இராணுவம் அந்த இடங்களிலெல்லாம் நேரடியாக வந்து கண்காணிக்கிறது. சிவில் நிர்வாகம் அறவே நடைமுறை யில் இல்லை.

“தமிழர்ப் பகுதிகளில் ஆயிரக்கணக்கில் இலங்கை இராணுவச் சிப்பாய்கள்தான் தங்கியுள்ளனர். சமூக ரீதி யாகவும் வேறு வகையிலும் இது தமிழ்ச் சமூகத்தினருக்கு மிகப் பெரும் அச்சுறுத்தலாக இருக்கிறது” என்று பிரிட்டிஷ் வெளியுறவுத்துறை அமைச்சர் வில்லியம் ஹேக் சுட்டிக் காட்டுகிறார். இலங்கையில் நிலவும் சனநாயகம், மனித உரிமைகள் மறுப்பு பற்றி ஏப்ரல் 30, 2012 அன்று பிரிட்டன் வெளியுறவுத்துறை வெளியிட்ட விரிவான அறிக்கை, இது பற்றி விவரிக்கிறது.

“தமிழர்களுக்காகப் பரிந்து மட்டுமல்ல, பொதுவாக இலங்கை அரசின் போக்கை விமரிசிக்கும் சனநாயகவாதி கள் கூடக் கடுமையான அச்சுறுத்தல்களுக்கும் தாக்குதல் களுக்கும் உள்ளாகின்றனர். இந்த விசயத்தில் தமிழர்கள் மட்டு மின்றி சிங்களர்களும் கடுமையாக ஒடுக்கப்படுகின்றனர்

“தமிழர்களின் வசிப்பிடங்களில் குவிக்கப்பட்ட ராணுவத் தினரின் எண்ணிக்கையைக் குறைக்க, அரசு நடவடிக்கை எடுக்கவில்லை. இதனால் தமிழ்ப் பெண்களின் பாதுகாப்புக் கேள்விக்குறியாக இருக்கிறது. உலக அளவில் ஆண் – பெண் விகிதத்தில் இலங்கை படுமோசமாகச் சரிந்து (இது தமிழ்ப் பிரதேசம் பற்றியது) 16ஆவது இடத்திலிருந்து 31ஆவது இடத்துக்குப் போய்விட்டது.”

பிரிட்டன் வெளியுறவுத்துறை அமைச்சர் வில்லியம் ஹேக்கின் இந்தக் கவலை அனைவராலும் பகிர்ந்து கொள்ளப்பட வேண்டியதாகும். ஆனால் பாதுகாப்பு அமைச்சர் கோத்தபய இராஜபக்சே வேறொரு குண்டைத் தூக்கிப் போடுகிறார். "நாங்கள் பிற நாடுகளில் இராணுவ முகாம்கள் அமைக்கவில்லையே; எங்கள் நாட்டில்தானே வைத்திருக்கிறோம்" என்று எகத்தாளம் கொள்கிறார். இப்படிப் பேசுவதன் மூலம் அமெரிக்கா, பிரிட்டன், பிரான்சு போன்ற வல்லரசுகளை எள்ளலுக்கு ஆளாக்குவதாக நினைக்கிறார். இராணுவ முகாம்கள் இருப்பதால் அந்தப் பகுதிகள் பொருளாதார ரீதியில் வளர்ச்சி பெறுகின்றன என்ற இன்னொரு கொத்துக் குண்டையும் வீசுகிறார் கோத்தபய.

"கிளிநொச்சி, வவுனியா மாவட்டங்களை விட அனுராத புரம், பொலனறுவை மாவட்டங்களில் இராணுவ முகாம்கள் அதிக அளவில் உள்ளன. ஆனால் அங்குள்ள மக்கள் முகாம் களை அகற்ற வேண்டுமெனக் கூச்சல் போடவில்லை. தியோத்தலோவ் போன்ற பிரதேசங்களில் இராணுவ முகாம்கள் இருப்பதினாலேயே பொருளாதார ரீதியாக வளர்ச்சியடைந்து வருகிறது. அதுபோல் ராணுவ முகாம்கள் இருப்பதால் தமிழ்ப் பிரதேசங்கள் வளர்ச்சி பெறும்."

கோத்தபயவின் இந்த வார்த்தைகள் மூலம் ஏகாதிபத்தியங் களின் இராணுவங்கள் இன்னொரு நாட்டில் இருப்பதால் அந்த நாடுகள் பொருளாதார ரீதியாகவும் மற்ற அம்சங் களிலும் வளர்ச்சி பெறுகின்றன என்று அர்த்தம் கொள்ள இடம் ஏற்படுகிறது. இவ்வகைத் தர்க்கபூர்வமற்ற வாதங்களும் குரூர மன அமைப்புகளும் கொண்டவர்களாய் எந்த மனக் கலக்கமும் இல்லாமல் இராஜபக்சேக்கள் இராணுவ வெறி யாட்டம் போடுகிறார்கள் என்பது யதார்த்தம்.

எதிர்க் கட்சித் தலைவர் சுஷ்மா சுவராஜ் தலைமையில் தமிழ் மக்களின் மீள் குடியேற்றங்களைப் பார்வையிட்டுத் திரும்பிய காங்கிரஸ் நாடாளுமன்ற உறுப்பினர்கள் கூட்டாக சென்னைச் செய்தியாளர்களிடம் சொன்னார்கள். *(21.4.2012)*

"தமிழர்கள் கோவில் மற்றும் விழாக்களுக்குச் செல்லும் போது ராணுவம் தொடர்ந்து கண்காணிக்கிறது. அவர்களைத் தடுத்துக் கேள்விகளும் கேட்கின்றனர். இதுவே தமிழர்களிடம் ஒரு விதப் பயத்தை ஏற்படுத்தி உள்ளது. தமிழர் பகுதிகளி லிருந்து ராணுவத்தைத் திரும்பப் பெற வேண்டுமென இலங்கை அரசிடம் வலியுறுத்தினோம். இதை இலங்கை அரசு ஏற்று நடவடிக்கை எடுப்பதாகத் தெரிவித்தது."

ஈழத் தமிழருக்குத் துளியளவேனும் செய்துவிட வேண்டுமெனச் சிந்தையிலும் செயலிலும் உருக்கொடுத்து, இரவு பகல் பாராது அயராது உழைத்து வரும் மார்க்சிஸ்ட் கம்யூனிஸ்ட் கட்சியின் (!) டி.கே. ரங்கராசன் எம்.பி, தனியாகச் செய்தியாளர்களைத் சந்தித்தார். (22.4.2012)

“யாழ்ப்பாணம் பகுதிகளில் கோயில்களிலும் ராணுவம் நுழைந்திருக்கிறது. யாழ்ப்பாணத்தில் எல்லா இடங்களிலும் ராணுவம் நிறுத்தப்பட்டிருப்பதை மக்கள் குறையாகக் கூறினர். இந்த இடங்களில் ராணுவம் திரும்பப் பெற வேண்டும் என இராஜபக்சேவிடம் அனைவரும் வலியுறுத்தினோம். ராணுவத்தைத் திரும்பப் பெறுவதாக இராஜபக்சே உறுதியளித்தார்” என்கிறார்.

குழுத் தலைவரான சுஷ்மா சுவராஜூம் இராணுவத்தைத் திரும்பப் பெற வலியுறுத்தியதை இராஜபக்சே ஏற்றுக் கொண்டதாகத் தெரிவித்தார். இலங்கை இந்திய ஒப்பந்தப்படி அரசியல் சட்டத்தின் 13ஆவது திருத்தம் தெரிவித்துள்ளவாறு அதிகாரப் பகிர்வு அளிக்கப்படும் என்று நாடாளுமன்றக் குழுவிடம் இராஜபக்சே உறுதியளித்ததாகவும் சுஷ்மா தெரிவித்தார்.

“இராஜபக்சே இராணுவத்தைத் திரும்பப் பெறுவது பற்றியோ 13ஆவது சட்டத் திருத்தத்தைச் செயல்படுத்துவது பற்றியோ எந்த உறுதியும் அளிக்கவில்லை” என்று கொழும்பிலிருந்து வெளிவரும் ஐலேண்ட் பத்திரிகை தெரிவித்தது. “இலங்கையின் வடக்கு கிழக்குப் பகுதியிலிருந்து ராணுவத்தை விலக்கிக்கொள்வது சாத்தியமில்லை” என்று எம்.பி.க்கள் குழுவிடம் இராஜபக்சே தெரிவித்துவிட்டார் என்பதாகவும் எழுதியது.

முள்ளிவாய்க்கால் இனப் படுகொலையின் மே 18ஐ இலங்கை அரசு வெற்றி விழாவாகக் கொண்டாடிற்று. விடுதலை நாள் விழா, குடியரசு நாள் விழா வரிசையில் தேசிய விழாவாக இந்த வெற்றியைக் கொண்டாடிய அன்று இராஜபக்சே பேசினார்; “நாட்டின் வடக்கு கிழக்கு பகுதியில் இருந்து ராணுவம் விலக்கிக்கொள்ளப்பட வேண்டுமெனப் பலரும் வலியுறுத்துகின்றனர். இப்போதுள்ள சூழலில் நாட்டின் பாதுகாப்பைக் கருத்தில்கொண்டு செயல்பட வேண்டியுள்ளது. இந்நிலையில் இங்குள்ள ராணுவ முகாம்களைத் திரும்பப்பெற முடியாது.”

இன்னும் ஒருபடி மேலே போய் “ஐ.நா. மன்றத்தில் மற்ற நாடுகளைப் போல் இலங்கையும் உறுப்பு நாடுதான். மற்றவர்

களுக்கு அளிக்கப்படும் கௌரவமும் மரியாதையும் இலங்கைக்கும் அளிக்கப்பட வேண்டும். எங்கள் நாட்டில் உள்ள பிரச்சனைகளைத் தீர்த்துக்கொள்ளும் வலிமை எங்களுக்கு உள்ளது" என்றார். எங்கள் விவகாரத்தில் யாரும் தலையிடாதீர் என மேற்கு நாடுகளை எச்சரிப்பதாக அமைந்தது.

இராணுவத்தைத் திரும்பப் பெறும் எண்ணம் இல்லை என இந்திய நாடாளுமன்ற உறுப்பினர்களின் மூக்கிலும், வாயிலும் ரத்தம் வரும்படி குத்திய பிறகு, நாடாளுமன்றக் குழு உறுப்பினர்களோ இந்திய ஆட்சியாளர்களோ ஏன் வாய் திறக்கப் போகிறார்கள். இவர்கள் இலங்கைத் தமிழ்ப் பிரதேசத்தில் எல்லாம் சுபமாக நடக்கிறது என்று தமிழகம் வந்து பரப்புரை செய்ய அனுப்பப்பட்டார்கள். நோக்கம் நிறைவேறியதும், மீண்டும் நோண்டாமல் நிறுத்திக் கொண்டனர்.

இலங்கையில் தமிழர்கள் வாழும் வடக்கு, கிழக்குப் பகுதிகளில் ராணுவம் அதிகம் குவிக்கப்பட்டதாகத் தன்னுடைய அரசுக்கு அறிக்கை அனுப்பிய இலங்கைக்கான பிரிட்டிஷ் தூதர் ஜான் ரான்சின்னை இலங்கை வெளியுறவுத் துறை அமைச்சர் ஜி.எல்.பிரிஸ் அழைத்து எச்சரித்தது மறைவுப் புள்ளியைத் திறந்து காட்டியது.

"ராணுவம் தமிழர்ப் பகுதிகளில் தொடர வேண்டும். ராணுவத்தை வெளியேற்றுமாறு தமிழ்க் கட்சிகள் கோரக் கூடாது. 200 தீவிரவாதிகள் சேர்ந்தால் குண்டு வெடிப்பதன் மூலம் இப்போதிருக்கும் நிலையைத் தலைகீழாக மாற்றிவிட முடியும்."

விடுதலையான பொன்சேகா இராஜபக்சே வழியிலும் அதை விஞ்சியும் வலியுறுத்துகிறார்.

"தமிழர்களுக்கு அதிகாரப் பகிர்வு அளிப்பதை சிங்களர்கள் ஏற்றுக்கொள்ள மறுக்கிறார்கள். தமிழர்களுக்கு எதைக் கொடுத்தாலும் சிங்களர்கள் எதிர்ப்புத் தெரிவிக்கிறார்கள். ஏனென்றால் தமிழர்களை அவர்கள் நம்பவில்லை. பல்வேறு இனங்களைச் சேர்ந்தவர்கள் இணைந்து வாழ்வது எல்லாம் ஒரே நாளில் நடந்துவிடாது. கொஞ்சம் காத்திருக்க வேண்டியிருக்கும். பத்து இருபது ஆண்டுகள்கூட ஆகலாம். நாம் காத்திருந்துதான் ஆக வேண்டும்."

பொன்சேகாவின் அறிவிப்பின்படி, தமிழர்கள் அனைவரும் சிங்களராக மாற்றப்பட ஆகும் காலமாகிய

பத்திருபது ஆண்டுகள்வரை – தங்களின் மொழி, அரசியல் பண்பாட்டுத் தனி அடையாளங்களை சிங்களத்தில் கரைக்கும் வரை காத்திருக்க வேண்டுமென்பது அர்த்தம்.

இனக்கொலை, அதனை நியாயப்படுத்தல் என்ற ஒரு வாயின் இரு உதடுகள்தாம் இராஜபக்சே, பொன்சேகா என்ற இரு கொலையாளிகள்.

3

ஊடகவியலாளர் நடேசன் கொல்லப்பட்ட நினைவு நாள் *30.5.2012*. நடேசன் *வீரகேசரியி*ன் பத்தி எழுத்தாளர். சுதந்திரமான ஊடகவியலாளர். "இராணுவத்துக்கெதிரான செய்திகளை வெளியிட்டால் கைது செய்யப்படுவீர்" என்று *17.6.2003*இல் விசாரணைக்கு அழைத்துச் செல்லப்பட்டு இராணுவ அதிகாரிகளால் அச்சுறுத்தப்பட்டார் என "ஊடக வியலாளர் பாதுகாப்பு சர்வேதேச அமைப்பு" சுட்டிக் காட்டி இருந்தது. *2004* மே *31*இல் நடேசன் படுகொலை செய்யப் பட்டார். இராணுவத்தினரின் துணையோடு, கருணாவின் ஒட்டுக்குழு அதைச் செய்து முடித்திருந்தது. லசந்த விக்கிரம சிங்கே என்ற ஊடகவியலாளரின் படுகொலை பட்டப்பகலில் வெளிப்படையாக நடந்தது. இராஜபக்சேக்களின் நிர்வாக ஊழல்களைக் குறிப்பாக இராணுவத்தின் சீர்கேடுகளை லசந்த வெளிப்படுத்தத் தொடங்கியிருந்தார். அப்போது "போர் நடைபெற்ற காலத்தில் ஊடகங்கள் மற்றும் ஊடகவியலாளர் களுக்கு எதிரான தாக்குதல்களை இராணுவமே முன்னெடுக் கிறது என்ற தோற்றத்தை இராஜபக்சே ஏற்படுத்தினார்" என்று சொல்கிறார் பொன்சேகா.

"இராஜபக்சே ஊடக நிறுவனங்களின் உரிமையாளர் களை அலரி மாளிகைக்கு (ஜனாதிபதி மாளிகை) அழைத்து நீங்கள் இராணுவத்தினருடன் மோதிப் பிரச்சனைகளை ஏற்படுத்திக்கொண்டால் அதனை என்னால் தீர்க்க முடியாது என பொறுப்பற்ற வகையில் அச்சுறுத்தியிருந்தார்" என்று வெளிப்படுத்தியிருக்கிறார் கூட்டுக் கொலையாளியான பொன்சேகா. இதன் மூலம் தன்மேல் படிந்திருக்கும் கொலைகாரப் பட்டத்தை இராஜபக்சேவுக்கு மாற்றிவிட முயல்கிறார். இராணுவ ஜெனரலின் விசமத்தனம் புரிகிறது. ஆனால் இரு ராணுவ சர்வாதிகாரிகளின் நீயா நானா போட்டியில் இப்போதைக்கு இராஜபக்சே பொன்சேகாவைக் கீழே தள்ளிவிட்டார்.

பொன்சேகா சொல்வதில் ஆயிரம் பொய்கள் அடுக்கி யிருந்தாலும் ஒரு உண்மை திறந்து விடப்பட்டிருக்கிறது. தமிழர்களுக்கு எது செய்தாலும், சிங்களர்கள் ஏற்றுக்கொள்ள மாட்டார்கள் என்பது உண்மையே. பேரின அரசியலை முன்வைத்து ஒவ்வொரு இலங்கை அதிபரும் அவரின் அரசியல் கட்சியும் இது காலமும் சிங்கள மனோவியலைக் கட்டியமைத்து எடுத்து வந்துள்ளார்கள். வன்னியில் ஒரு லட்சத்து 50 ஆயிரம் தமிழர்கள் கொல்லப்பட்டதும் முள்ளி வாய்க்கால் படுகொலையும் தமக்குச் சாதகமான சரியான செயலென சிங்களர்கள் ஏற்கிறார்கள். படுகொலைமீது அவர் களுக்கு வெறுப்புணர்வு இல்லை. கொல்லப்பட்டதைக் கொண்டாடும் வகையில் இலட்சம் இலட்சமாய் கொழும்பில் மே 18இல் இணைந்தார்கள். ஒவ்வொரு ஆண்டும் இணை வார்கள்.

இன்றைக்கு இலங்கை இனவெறிக் காட்டாட்சியின் முன்னணி நட்சத்திரங்களாய் ஜொலிப்பவர்கள் இராஜ பக்சேக்களும் பொன்சேகாவும். திரைமறைவில் ஒளிந்திருக்கிற சந்திரிகா, ரணில் விக்கிரமசிங்கே என்ற நபர்களைப் பேசாது விடமுடியாது. சிங்களரின் ம்னோவியல் தெரிந்த இவர் களுக்குக் குவியல் குவியலாய்க் கிடக்கும் பிணங்களுக்காகப் பேசத் தயக்கம்; கொலை செய்யப்பட்ட மனிதர்களுக்காகப் பேசப் போய், சிங்களர்கள் தமக்கு எதிராக எழுந்து விடுவார் களோ எனும் பயம் முதுகுத்தண்டில் ஓடுகிறது. சேனல்–4 ஒளிபரப்பிய கொலைக்களக் காட்சிகளைக் கண்டு "நான் ஒரு இலங்கை நாட்டவன் என்று சொல்லிக்கொள்ள அவமானப்படுகிறேன்" என லண்டனில் படிக்கும் தன் மகன் சொன்னதைக் குறிப்பிட்ட சந்திரிகா அதன்பின் தொடர்ச்சி யாய் எதையும் கூறவில்லை. அவருடையதும் ரணில் விக்கிரம சிங்கேவினுடையதுமான தொடர்ச்சியான செயல்பாடு இராஜபக்சேக்களின் கொலைக் குற்றத்தைச் சுட்டிக் காட்டவோ, எதிர்க்கவோ, உலகப் பார்வைக்கு அம்பலப் படுத்தவோ இல்லை. சந்திரிகாவின் மகனாக இல்லாமல் வேறு யாரும் எப்பகுதியிலிருந்து பேசியிருந்தாலும் உயிரைப் பறித்திருப்பார்கள். இந்த உயிர் அச்சம் இருவருக்கும் உள் ஓடுகிறது. ஆனால் சந்திரிகாவும், ரணிலும் சர்வ தேசங்களால் அறியப்பட்டவர்களாதலால் பிரபலங்களின் உயிர்நீக்கம் அவ்வளவு எளிதல்ல. இராஜபக்சேக்களுக்கு எதிர்ப்பு என்று ஆரம்பித்து, முடிவில் அந்த அரசியல் தங்களுக்கான எதிர்ப்பு அரசியலாக 'பூமராங்' ஆகி விடுதல் கூடாது என்ற அச்சத்தில்

மௌனித்திருக்கிறார்கள். இறுதியில் அது தமிழர் எதிர்ப்பு அரசியலாக மிச்சப்பட்டு நிற்கிறது.

சிங்கள மனோவியலின் பிரதிபலிப்புத்தான் இராணுவம். அது உளவியலாக மட்டுமல்லாமல் குடும்ப வாழ்வாகவும் ஆகிவிட்டது. இராணுவத்தில் இருக்கிற சிங்களச் சிப்பாயின் குடும்பம் வளமாக வாழ்கிறது. இன்று சிங்களச் சமுதாயத் தின் மதிப்புறு வட்டத்துக்குள் சிங்களச் சிப்பாய்க் கம்பீரத் துடன் நிற்கிறான். தென் இலங்கையின் பெரும்பாலான சிங்களக் குடும்பங்கள் இராணுவ வருமானத்தில் செழிப்பாய் வாழ்க்கையைக் கடத்துகிறார்கள்.

இராணுவத்தைப் பார்க்கும் ஒவ்வொரு சிங்களவ னும் தனக்கானதாய் நேசபாவத்தோடுப் பார்க்கிறான். இராணுவத்தை எதிரில் காணுகிற ஒவ்வொரு தமிழனும் அச்சத்தோடுப் பார்க்கிறான். அவனைக் கழுவேற்றிய இராணுவம் என்ற உணர்தலின் பயம் அது.

இராணுவத்தையும் சிங்களக் கூட்டு உளவியலையும் ஒருசேரப் பாதுகாப்பாய் வைத்திருக்கும்வரை இராஜபக்சேக் களுக்கு எதிர்ப்பு வந்தாலும் பயமில்லை. தமிழர்களுக்கான அரசியல் தீர்வு பற்றிச் சிந்திக்கவோ கவலையோ கொள்ள வேண்டாம். இராஜபக்சே 18.3.2011இல் சொன்னார். "சமஷ்டி (கூட்டாட்சி) என்ற பேச்சுக்கே இடமில்லை. அதை நாங்கள் எப்போதோ தூக்கியெறிந்து விட்டோம். எமது மக்கள் ஏற்றுக் கொள்ளக்கூடிய தீர்வையே வழங்குவோம்."

இங்கு 'எமது மக்கள்' என்ற அடைமொழியை சிங்களருக்கு உரித்தானதாகக் காண முடியும். ஒற்றை இனத்தினது ஒற்றைச் சிந்தனை வழியில் நடப்பதற்குப் பிற இன மக்களும் முன்வந்தார்களாயின் தப்பித்துக்கொள் வார்கள் என்பது அதன் சாரம்.

"தமிழருக்கான அரசியல் தீர்வென்பது சிறிலங்காவைப் பொறுத்தவரை அருவருப்பான சொல். அது பிரிவினைக்கு வழிவகுக்கும். நான் ஓய்வுபெற்று வீட்டுக்குச் செல்ல வேண்டுமானால் அதைப் பேசினாலே போதும்."

இதுவும் 18.3.2011இல் இராஜபக்சே சொன்னது.

4

இராஜபக்சேக்கள் தமிழ்ப் பிரதேசத்தில் ஐந்தாம் கட்டப் போரை நடத்திக்கொண்டிருக்கிறார்கள். நான்காம்

கட்டப் போரை முடிவுக்கு கொண்டுவந்த பிறகு, இராணுவம் வழியாக இரு வகையில் ஐந்தாம் கட்டப் போரை முன்னகர்த்துகிறார்கள்.

முதலாவது

ஆக்கிரமிக்கப்பட்டத் தமிழர்ப் பகுதிகளில் இராணுவ முகாம்களை அதிக எண்ணிக்கையில் நிறுவுகிறார்கள்; சிப்பாய்களின் எண்ணிக்கையை அதிகப்படுத்துகிறார்கள். இராணுவ நிழலில், சிங்களக் குடியேற்றங்கள் நிகழ்த்தப் பெறுகின்றன. புதிய புத்தவிகாரைகள் அதற்கு ஏதுவாய் நிர்மாணிக்கப்படுகின்றன. இராணுவம் + புத்தவிகாரை + சிங்களக் குடியேற்றம் எனும் முக்கூட்டில் நான்காம் கட்டப் போர் நடக்கிறது.

தமிழர் நிலங்கள், இந்தச் சிங்கள மயமாக்கலுக்காய் அபகரிப்புச் செய்யப்படுகின்றன. யாழின் அனைத்துத் தமிழ்க் கட்சிகளும் இணைந்த எதிர்ப்புப் போராட்டம், அது நடைபெற முடியாமல் தடுத்த இராணுவம், இராணுவத்தின் பரிந்துரையில் தடைசெய்த நீதிமன்றம்; கூட்டமும் பேரணியும் நடத்த முடியாமல் போய்த் தமிழ்த் தேசியக் கூட்டமைப்பு யாழ் அலுவலகத்தில் நடத்தியக் கூட்டம், நில அபகரிப்புக்கு எதிராக 18.06.2012இல் கவன ஈர்ப்புப் போராட்டம், முறிகண்டி பிள்ளையார் கோயில் திடலில் 26.06.2012இல் நடைபெற்ற எதிர்ப்புப் போராட்டம் என மக்களின் எழுச்சி நடவடிக்கைகள் உயர்ந்தும் அதிகரித்தும் வருகின்றன.

மாறாகத் தமிழ்க் குடும்பங்களின் குடியேற்றம் தடுக்கப் பட்டு வருகிறது. வலிகாமம் பகுதியில் 7067 குடும்பங்களின் 26,338 பேர் இன்னும் குடியேற அனுமதிக்கப்படவில்லை. மீள்குடியேற்றம் நடந்ததாகச் சொல்லப்படும் சில இடங்களிலும் செஞ்சிலுவைச் சங்கம் போன்ற பொது அமைப்புக் களது நடமாட்டம் அனுமதிக்கப்படவில்லை. வடக்கின் மீள்குடியேற்றப் பகுதிகளில், குடிநீர் விநியோகத் திட்டங் களைச் செஞ்சிலுவைச் சங்கம் செயல்படுத்திடத் தடை விதிக்கப்பட்டது.

2010இல் வடக்கில் செஞ்சிலுவைச் சங்க அலுவலகங்கள் இழுத்து மூடப்பட்டன. வன்னிப் பேரழிவின் பின் "எமக்கு வந்த முறைப்பாடுகளில் காணாமல் போனவர்கள் எண்ணிக்கை 15,780. இதில் 1,494 பேர் சிறுவர்கள், 751 பேர் பெண்கள்" என்கிறது செஞ்சிலுவைச் சங்கத்தின் 2011ஆம்

ஆண்டு அறிக்கை. இது தொடர்பில் அரசுக்குப் பல தடவை முறைப்பாடுகள் செய்தும், பதில் ஏதும் கிடைக்கவில்லை யென்கிறது செஞ்சிலுவைச் சங்கத்தின் கொழும்புத் தலைமையகம்.

இரண்டாவது

வடக்குப் பகுதிகளில் அபிவிருத்தி என்ற ஸ்லோகத்தில், உலகநிதி மூலதனங்களை உள்ளிறக்கும் முயற்சிகள் துரித மாய் நடைபெறுகின்றன. இதன் பொருட்டான காய்நகர்த் தலே, ஐ.நா. மனித உரிமை அவையில் அமெரிக்காவின் இலங்கைக்கு எதிரான தீர்மானம். விடுதலைப் புலிகள் மீதான தாக்குதலுக்கு எல்லா வகைகளிலும் உதவிய சீனா, இந்தியா போன்றவைகளின் உள்ளிறங்கலுக்காகவே யுத்தம் விரைவுபடுத்தப்பட்டது. தமக்கான கடல் வழியையும் நில வழியையும் திறந்து வைத்தன. முன்னர் இந்த இருக்கைக்காகக் காத்திருந்து, பலவிதமான சூழ்ச்சி செய்தும் இயலாதுபோன அமெரிக்கா, பிரிட்டன், ஜப்பான் போன்ற நாடுகள் மூலதனத்தை இறக்கத் தயாராகிவிட்டன. பிரமாண்டமான திட்டங்களை வடக்குப் பிரதேசத்திற்குள் கோர்த்து, உலக மயமாக்கலுக்குள் தமிழ்ப் பகுதியின் இருப்பை இல்லாமல் செய்வதுதான் வடக்கின் வசந்தம். மிகப் பெரிய திட்டங் களைச் செயல்படுத்த சிங்கள வட்டாரத்தின் மேல்நிலை அதிகாரிகள் முதல் கீழ்நிலை சிங்கள மக்கள் வரையிலும் கொண்டுவரப்படுவார்கள். இப்போதைய சீன, இந்தியக் கட்டுமானங்களிலும் வேலைகளிலும் தமிழர் இல்லை; அந்தத் தொழிற்சாலைகளில், நிறுவனங்களில் சிங்களர் மயமாக்கப் பட்டு நிரந்தர வசிப்பாளர்களாக மாறுவார்கள். உண்மையில் இது தெற்கின் வசந்தம்!

சிங்கள இனத்துக்குத் தமிழர்கள் ஒரு கறை தீராஅழுக்கு; கையிலிருக்கும் கறையை சோப்புத் தண்ணீரால் கழுவுதல் போல உலகமயமாதல் வழியே தமிழரின் இருப்பைத் தேய்த்துத் துடைக்க இலங்கை தயார்.

ஜூன் 2012 முதல் வாரம்; இந்தியாவின் சென்னைக்கு அருகிலுள்ள தாம்பரம் விமானப்படைப் பயிற்சி நிலையத் தில், இலங்கை விமானப்படையினர் ஒன்பது பேருக்குப் பயிற்சி தரப்பட்டது. கேள்விப்பட்டதும், விசை கொடுத்தது போல், ம.தி.மு.க.வினர் விமானப்படைப் பயிற்சி முகாமுக்குப் போய் எதிர்ப்புத் தெரிவித்து, ஆர்ப்பாட்டம் நடத்திக் கைதானார்கள். மார்க்சிஸ்ட் கம்யூனிஸ்ட் கட்சி தவிரத்

தமிழக முதல்வர் ஜெயலலிதா முதல், ஏன் பேராயக்கட்சி யினர் (காங்கிரஸ்) உட்பட, அனைத்து அரசியல் கட்சிகளும் எதிர்ப்புக்குரல் கொடுத்தார்கள். இலங்கை விமானப் படையினரை, பெங்களூரிலுள்ள 'ஏலகங்கா' விமானப்படை நிலையத்தின் முகாமுக்கு மாற்றி அனுப்பிப் பயிற்சி தருகிறது இந்தியா.

இலங்கைக்கு இன்று எந்த வெளிநாட்டுப் படையெடுப் பும் இல்லை; வேறு எந்தவொரு நாட்டுடனும் அது போரிட வில்லை; இன்னொரு நாட்டோடு பொருதுவதாக இருப்பின் பயிற்சி தேவைப்படும். ஒரு நாடு, இன்னொரு நாட்டுப் படையுடன் போரிட்டு வெற்றிபெற வேண்டுமென்பதற்காக, பிற நாடுகளில் இராணுவப் பயிற்சி பெறுவதுண்டு; பிற நாடு களும் இராணுவப் பயிற்சி தருவதுண்டு, தன் நாட்டுத் தமிழர் களை அடக்கவும் கொல்லவுமே ஒரு ராணுவத்துக்கு இந்தியா தருகிற பயிற்சி, உண்மையில் கொலைகாரக் கூட்டாக மட்டுமே கருதக் கூடியது.

சூரியன் அஸ்தமிக்காத பேரரசைக் கொண்டிருந்த நாடு பிரிட்டன். இன்றும் உலகப் பெரும் வல்லரசுகளில் முக்கிய இடம் வகிக்கிறது. இன்று பிரித்தானிய ஏகாதிபத்திய இராணுவ வலிமை 80 ஆயிரம் படையினர் மட்டுமே. "அந்த எண்ணிக்கையை இன்னும் குறைத்திடவும், இராணுவச் செலவினத்தைக் கட்டுப்படுத்தவும் வேண்டும்" என பிரிட்டன் நாடாளுமன்றத்துக்குள் எதிர்க்கட்சிகள் குரல் கொடுத்து, அரசும் அதற்கான பரிசீலனைகளில் ஈடுபட்டுள்ளது.

சுண்டைக்காய்த் தீவான இலங்கையில் தரைப்படை யினர் 2 லட்சத்து 30 ஆயிரம்; இதுமட்டுமின்றி கடற்படை, விமானப்படை எனப் பல பத்தாயிரக் கணக்கிலிருக்கிறார்கள். இலங்கை என்ற நாட்டில் இராணுவச் செலவினமே முதலில் நிற்கிறது. மேலும் மேலும் படைப் பெருக்கம் நிகழ்ந்து கொண்டே போகிறது. இந்திய அரசு, சனநாயக அரசாக இருக்குமானால், செய்யவேண்டியது எது?

"நாங்கள் உதவி செய்யாவிட்டால், உதவி என்ற பெயரில் சீனா காலூன்றிவிடும்" என்ற இந்திய வாதம் சிறுபிள்ளைத் தனமானது. சீனாவை, பாகிஸ்தானைக் காட்டி, தன் விரிவை வலுப்படுத்தும் தந்திரம் அல்லாமல், உண்மையான பேச்சு அல்ல. இந்தியா 'ரேடார்' கொடுத்தது; போராளிகளின் நடமாட்டம் அறிய 'ஆளில்லா வேவுவிமானம்' தந்தது. கனரக ஆயுதங்கள் முதல் கொத்துக் குண்டுகள்வரை அளித்தது

என்பதெல்லாம் அனைவரும் அறிந்த விசயம். கேள்வி எதுவெனில், "சீனா கொடுக்கிற குண்டு வெடிக்கும்; இந்தியா கொடுக்கும் குண்டுகள் வெடிக்காதா? சீனா கொடுக்கிற ஆயுதங்கள் தமிழர்களைக் கொல்லும்; இந்தியா கொடுக்கும் ஆயுதங்கள் தமிழர்களைக் 'கொல்லாமை' என்ற கோட்பாட்டுடன் பயணித்தவையா? எந்த உயிரையும் பறிக்காததும், எவரையும் நோக வைக்காததுமான நல்லெண்ணக் குண்டுகளை" காந்திதேசம் தயாரித்து அனுப்புகின்றதா? என்பவையே கேள்விகள்.

அங்கே புத்தனும் புதைந்து போய்விட்டான்; இங்குக் காந்தியும் கொல்லப்பட்டுவிட்டான். இதன் காரணமாகவே பிரபாகரன்கள் உருவானார்கள்.

இந்தியர்களுக்கு மட்டுமல்ல, இங்குள்ள தமிழருக்கும் ஈழத் தமிழருக்கும் சீனா ஒரு அந்நியநாடு. சீனாக்காரன் உதவியால் சாகடிக்கப்படுவதால், அந்த அந்நியன் மேல் ஈழத் தமிழரின் கொடுஞ்சாபம் கொப்பளித்துப் பொங்குகிறது. ஆனால் அதே உயிர் கொல்லும் வேலையை இந்தியா செய்யலாமா என்ற அவர்களின் கேள்வி நியாயமானது. அவர்களின் தொப்புள்கொடி உறவான தமிழகம், இந்தியாவுக்குள் இருக்கிறது என்பதால், இந்தியாவை நேசபூர்வ நாடாய் நம்பினார்கள். காமுகருக்குத் தாயென்றும் தங்கையென்றும் பேதமில்லை என்பது போல, வணிக மூலதனத்தில் கொழுக்கும் இந்தியாவுக்குத் தன்னவர் என்றோ அயலவர் என்றோ பேதமில்லை.

இந்தியா நம் தாய்நாடு – இங்குள்ள தமிழருக்கு நம்பிக்கை உடைகிறது;

இந்தியா நம் அண்டைநாடு – ஈழத் தமிழருக்கு நம்பிக்கை தகர்கிறது.

இந்தியா நம் பகைநாடு – இரு தமிழர்களும் வந்து நிற்கிறார்கள்.

2013 வரை இருந்தாலும் அதனை ரத்து செய்து, கிழக்கு மாகாணச் சபைத் தேர்தலை நடத்த முடிவு செய்துள்ளார் இராஜபக்சே. வடக்கு மாகாணச் சபைத் தேர்தலை, 2014க்குத் தள்ளிப்போடுவதாக அறிவித்துள்ளார்.

கிழக்கு மாகாணத்தில் சிங்களக் குடியேற்றம் ஏறக்குறைய நிறைவுக் கட்டத்தை வந்தடைந்துவிட்டது. சிங்கள எண்ணிக்கை பெருகி, தமிழர் தொகைக்குச் சமமாகக்

கழுத்தளவு உயரம் வந்துள்ளது. இன்னும் சில வருடங்களில் தமிழரைச் சிறுபான்மையாக்கி, சிங்களப் பெரும்பான்மை தமிழரைத் தோற்கடித்துவிடும். கிழக்கைப் போலவே வடக்கையும் ஆக்குவதற்கு, சிங்கள மக்களைப் பெருமளவில் குடியேறச் செய்து, புதிய வாக்காளர் பட்டியல் தயார் செய்ய 2014 வரை தேவைப்படுகிறது. இதைச் செய்து முடிக்க, முற்ற முழுக்க நிரந்தர இராணுவப் பிரசன்னம் அங்குத் தேவை.

இராணுவ ஆட்சியைத் தொடருவதற்கான சனநாயக ஜோடனைகள் இவை; சனநாயகத்தின் பேரால் இராணுவ ஆட்சி செய்யும் சிங்களத்தின் இராசதந்திர வல்லமை, தமிழின மக்களைத் தோல்விக் குழிக்குள் செலுத்தியது. நாம் ஏமாந்தது மட்டுமல்ல, உலகமும் தொடர்ந்து ஏமாந்து கொண்டிருக்கிறது என்பது விந்தையானது. ஓருண்மை உண்டு – உலகம் ஏமாந்துவிடவில்லை. இந்தியா போல் உலக நாடுகளின் விரிவாதிக்கப் போக்கு – இதில் உள்வினையாற்று கின்றன.

நிலவுவது சனநாயகம் அல்ல; இராணுவ ஆட்சி என்பதை உலகின் கவனத்துக்குக் கொண்டு போய்ச் சேர்த்து, உலகைத் திருப்பி வைக்கவேண்டிய கடமை நம்மீது உள்ளது. இராசதந்திர வல்லமையுடன் இக்கடமையையேனும் செய்து முடிப்போமா?

உயிர்மை – ஜூலை, 2012

5

புதைக்குழிக்கு அனுப்பப்படும் அறக் கோட்பாடுகள்

ஈழத் தமிழருக்கு இழைக்கப்பட்டச் சித்திரவதைகள், துன்புறுத்தல்கள், படுகொலைகள் போன்றவை பற்றிப் பேசாமல் 21ஆம் நூற்றாண்டின் வரலாற்றைக் கடந்துவிட முடியாது. இவை பற்றிய அக்கறை கொள்ளாமல் சனநாயகம் பற்றிப் பேசுவதிலும் அர்த்தம் இருக்க முடியாது. ஈழத் தமிழர்கள்மீது மானுடப் படுகொலை நிகழ்த்தப்பட்டதாக ஐ. நா. அறிக்கை கூறுகிறது. 1948 முதல் இலங்கையில் சிங்களப் பேரினவாதம் இன்னொரு இனத்தின்மீது நிகழ்த்தி வரும் அடக்குமுறை பற்றி – ஐ. நா. இப்போதாவது உதடு பிரித்து வார்த்தைகள் உதிர்த்திருக்கிறது என்பது சிறு ஆறுதல். 2007இல் அது இப்பணியை நிறைவேற்றியிருந்தால், ஒரு லட்சத்து 50 ஆயிரம் உயிர்களைக் காப்பாற்றியிருக்கலாம்.

உலகத்துக்கே தெரிந்த உண்மைகளை இவ்வளவு காலதாமதமாகவேனும் ஐ.நா. தன் புத்தியில் பதிய வைத்துக்கொண்டு தனக்கான கடமையைச் செய்வதில் முதலடி வைத்துள்ளது என்பது வரவேற்கத்தக்க விடயமேயாயினும், இன்றைய நவீனத் தகவல் தொழில் நுட்ப யுகத்தில், பல்லாயிரக்கணக்கான மக்கள் கொல்லப்பட்டார்கள் என்ற உண்மையை இரண்டாண்டுகள் கழித்துத்தான் சொல்ல நேர்ந்திருக்கிறது என்பதற்கு ஐ.நா. வெட்கப்பட வேண்டும்.

ஈழத்தில் நடந்த கொடுமை, கொடூரம், படுகொலைகள் ஏதோ ஒரு பூபாகத்தில் நடக்கிறதென்ற

உலக நாடுகளின் கண்டுகொள்ளாமையால், விளைந்த அனர்த்தங்கள் ஆயிரம். குறிப்பாக அண்டையிலிருக்கும் உலகின் முதலாவது பெரிய சனநாயக நாடு எனப் பெருமை பேசிக்கொள்ளும் இந்தியாவுக்குப் பெரும் அவமானகரமான கரும் புள்ளியாக ஆகிவிட்டது.

உன்னைப் போல் பிறரையும் நேசி என்பது உயிருள்ள மனித அறம். தனது நலன்களுக்காக மற்ற மனிதர்களைத் துன்புறுத்தாது, தீங்கிழைக்காது வாழ்தல் என்னும் அறம் தனி மனிதச் செயல்பாட்டிற்கு மட்டுமேயல்லாது, ஓர் இனம், ஒரு குழுவின் செயல்பாட்டுக்கும் நீட்டிக்கப்படும் பொருத்த முடையது. இவ்வகையான வாழ்வு நெறிகள் அனைத்தையும் உள்ளடக்கிய செயல்தான் சனநாயகம். தனிமனிதனாக வாழுகையிலும் சமூகமாக இயங்குதலிலும் உலகமாக ஒன்றுதலிலும் சனநாயகமாக இயங்குதல் என்பதே சம காலத்தின் அறக்கோட்பாடு.

ஆயுதமேந்திய இருதரப்பு மோதிக்கொள்வது யுத்தம்; அது நடைபெறுகையில் கையாள வேண்டிய நெறிமுறைகள் முடியாட்சிக் காலத்தின்போதே வரையறுக்கப்பட்டுள்ளன.

> "பசுக்களும் பசுக்களைப் பேணும் பார்ப்பனரும் பெண்டிரும் பிணியுடையோரும் முதியோரும் பொன்போற் புதல்வர் பெறாதோரும் – பாதுகாப்பான இடத்திற்குச் சென்றடைக; எம் போரைத் தொடங்கப் போகிறோம்."
>
> *(புறநானூறு)*

அத்தகையதோர் அகல்தலின் பின்னர் இன்னொரு நாட்டின்மீது போர் தொடங்கியிருக்கிறார்கள். வெற்றி பெற்றவர்கள் தோல்வியுற்ற படையினரைச் சிறைப் பிடித்தல், அந்நாட்டின் விளைநிலங்களை அழித்தல், நீர்நிலைகளை அழித்தல் என அத்துமீறல்களையும் நிகழ்த்தினார்கள் எனச் சான்றுகள் உள.

இந்தப் போர்க் கோட்பாட்டு வரையறையின் பின் உலகம் இரண்டாயிரம் ஆண்டுகளைக் கடந்துவிட்டது. மனித அழிவு களோ மனித அவலங்களோ ஏற்படாத போர்நெறிகளே சனநாயக உலகின் அறக்கோட்பாடு. பொதுமக்கள்மீது விஷ வாயுக் குண்டுவீச்சு, பாஸ்பரஸ் கொத்துக்குண்டு வீச்சு, ஏவுகணை எறிதல், கனரக ஆயுதப் பிரயோகம் போன்ற கொலைக்காரியங்களைத் தவிர்ப்பது, மக்கள் வாழுமிடங்கள், வழிபடும் தலங்கள், மருத்துவமனைகள், கல்வி நிலையங்கள்

போன்ற மக்கள் திரளும் பகுதிகள் தாக்கப்படக் கூடாது போன்றவை நிகழ்காலத்தினது போர்நெறி.

இலங்கையில் எல்லா வகையிலும் மீறப்பட்டன. பயங்கர வாதிகளை ஒழிப்பது என்னும் போர்வையில் ஓரினத்தை அழிக்கும் தனது நிகழ்ச்சி நிரலை நிறைவு செய்வது முதலும் முற்றானதுமான நோக்கம். பாலர் வகுப்பு முதல் பல்கலைக் கழகம்வரை குண்டுகளால் தகர்க்கப்பட்டன. பன்னிரண்டு வயதுச் சிறுமி முதல் பேரிளம் பெண்கள் வரை பாலியல் வல்லுறவு கொள்ளப்பட்டனர். "வன்னியிலிருந்த எல்லா மருத்துவமனைகளும் தாக்குதலுக்கு இலக்காகின. பாதுகாப்பு வலயப் பகுதிக்குள் கனரக ஆயுதம் பயன்படுத்தப்படாது என இராணுவம் உறுதியளித்திருந்தது. எனவே பல இடங் களிலும் சிதறிக்கிடந்த மக்கள் பாதுகாப்பு வலயப் பகுதிக் குள் குவிந்தபோது குண்டுவீசி அழிக்கப்பட்டார்கள். போர் நடந்த பகுதியிலிருந்த மக்களின் எண்ணிக்கை வேண்டு மென்றே குறைத்துக் கூறப்பட்டது. முடிவில் 2009 சனவரி முதல் மே மாதம் வரையுள்ள காலத்தில் மட்டும் பல்லாயிரக் கணக்கானோர் கொல்லப்பட்டனர். இவர்களில் பெரும் பகுதியினர் யாரென அடையாளம் காணப்படவில்லை" என ஐ. நா. மூவர் குழு அறிக்கையில், போர் அறங்கள் மீறப்பட்டு, மானுடப் படுகொலையை இலங்கை நிகழ்த்திய விதம் குறிப்பிடப்பட்டுள்ளது.

இதே போல் சொந்த மக்களை விமானங்கள் மூலம் குண்டுவீசி அழித்தன என்பதற்காகப் பன்னாட்டு விமானங் கள் லிபியாமீது பறக்கத் தடை விதித்தது ஐ.நா; லிபியாவில் நடந்தது போலவே இலங்கையிலும் மக்களை விமானங்கள் குண்டுவீசிக் கொன்றது. தெரிந்த பின்னும், உலக நாடுகளும் ஐ.நா.வும் தடைவிதிக்க உதடு பிரிக்கவில்லை. இதன் பின்னணி தெளிவானது. லிபியா விவகாரத்தில் கடாபிக்கு எதிராக ஐ.நா. நடவடிக்கை மேற்கொள்ள அமெரிக்காவும் நேட்டோ நாடுகளும் ஐ.நா.வின் பின்நின்றன. அதே நாடுகள் ஈழத் தமிழர்கள் படுகொலையின்போது இராஜபக்சே பின்னால் நின்றன.

அமெரிக்கா போன்ற வல்லரசு நாடுகள் அசைந்தால் ஐ. நா. அசையும்; அந்த நாடுகள் விசை கொடுத்தால் மட்டுமே ஐ. நா. என்னும் பொம்மை இயங்கும். ஐ. நா. பொதுச் செயலருக்கோ ஐ. நா. மன்றத்திற்கோ சுய அதிகாரம் இல்லை. யுத்த அழிவு நடந்த ஓரிரு மாதங்களில் பான் கி மூன் சித்திர வதை முகாம்களான முள்வேலி முகாம்களுக்குச் சென்றார்.

உலகெங்குமுள்ள மனிதநேயர்கள், மனித உரிமையாளர்கள் எழுப்பிய கூக்குரல்களின் அழுத்தம் காரணமாக அவர் அங்கு போனார். இலங்கை அரசு எந்த இடங்களைப் பார்வையிடலாம் என வழிநடத்தியதோ அந்த இடங்களுக்கு நடந்தார். எந்த மக்களைச் சந்திக்க வேண்டுமென இலங்கை கூட்டிச்சென்றதோ அந்த மக்களை மட்டும் சந்தித்தார். உண்மையில் அது அழைப்பு அல்ல, கட்டளை, யதார்த்த அர்த்தத்தில் அது உடன் செல்லல் அல்ல, முதுகுக்குப் பின்னால் கத்தியை அழுத்திக்கொண்டு முன்நடத்திச் செல்லல்.

சமகாலப் போர்நெறிகள் எவ்வாறு அழிமானம் செய்யப்பட்டன என்பதைக் கண்டறியும் ஐ.நா. பொதுச் செயலராக அவர் வரவில்லை. இலங்கை அரசு அதிகாரிகள், இராணுவத் தளபதிகள், இராஜபக்சே சகோதரர்கள், அமைச்சர்கள் சூழ அவர் பார்வையிட்டுச் சென்றார். ஒரு மனிதநேயவாதி அல்லது முதுகெலும்புள்ள மனிதர் என்ன செய்திருக்க வேண்டும்? இந்தப் பாதுகாப்புகளை ஒதுக்கி விட்டுத் தனது சொந்தப் பாதுகாவலர்களுடன் மட்டுமே மக்களைச் சந்தித்திருக்க முடியும். நவகாளி யாத்திரையின் போது அரசின் எந்தப் பாதுகாப்பும் தேவையில்லையென உதறிவிட்டு மகாத்மா காந்தி அப்படித்தான் நேரடியாய் மக்களிடம் கலந்தார்.

பான் கி மூனைக் காணும்போது, குடியரசுத் தலைவராய் இருந்த ஜெயில் சிங் பற்றி அரசியல் விமர்சகர் ஒருவர் எழுதிய வாசகம் நினைவுக்கு வருகிறது. “இதுவரை குடியரசுத் தலைவர் களாக வந்தவர்கள் ரப்பர் ஸ்டாம்புகளாக இருந்தார்கள். இப்போது முதன்முதலாக ஒரு ரப்பர் ஸ்டாம்ப் குடியரசுத் தலைவராகியிருக்கிறது.”

ஐ.நா. அவையை இன்று இயக்குவது உலகின் அறங்களோ நியாயபூர்வ உணர்வுகளோ இவற்றின் அடிப்படையில் வடிவமைக்கப்பட்ட அதன் விதிகளோ சட்டங்களோ அல்ல என்பது பான் கி மூன் என்ற தனிநபர் வகிக்கும் பாத்திரத்தால் உறுதிப்படுகிறது.

பொதுவாக ஐ.நா. தமிழகக் காவல் துறைப் பாணியில் அல்லது தமிழ்த் திரைப்படங்களில் வரும் காவல் துறையினர் போல் செயல்படுகிறது. விபரீதமான நிகழ்வுகள் நடைபெறு மென முன்கூட்டித் தெரிந்திருந்தும் எல்லாம் நடந்து முடிந்த பின், இறுதிக் கட்டத்தில் வந்து நிற்பது காவல் துறையின்

இயல்பு. யுத்தம் உச்சத்திலிருந்தபோது ஐ.நா. தலையிட்டுத் தடுத்து நிறுத்தியிருந்தால் இத்துணைப் பேரழிவு நிகழ்ந்திருக் காது. 2006இலிருந்து தொடங்கப்பட்டது யுத்தம். ஒத்திசை வாகக் கிளிநொச்சியில் செயல்பட்ட ஐ.நா. பணியாளர்கள், செஞ்சிலுவைச் சங்கம், தொண்டு நிறுவனங்கள், மனிதாபி மான அமைப்புகள் போன்றவற்றை இராஜபக்சேக்கள் வெளியேற்றியபோதே முன்தடுத்தல் செய்திருந்தால் யுத்தம் அரங்கேறியிருக்க வாய்ப்பில்லை.

"இலங்கையில் மனித உரிமை நிலவரம் மிக மிக மோசமான நிலையில் காணப்படுகிறது. தொடர்ச்சியாகப் பரந்த அளவில் இடம்பெற்றுக்கொண்டேயிருக்கும் மனித உரிமை மீறல் நடவடிக்கைகளால் எதிர்காலத்தில் பேரழிவு களைச் சந்திக்க வேண்டியிருக்கும். ஐ.நா., மனிதாபிமான அமைப்புகளின் நடவடிக்கைகளை முன்னெடுக்க முடியாத நிலையே இலங்கையில் காணப்படுகிறது. ஐ.நா.வின் மனிதாபிமானப் பணிகளை முன்னெடுக்கும் அலுவலர் களுக்கு, இலங்கை விசா வழங்குவது இல்லை. இலங்கையின் வடக்குப் பகுதியில் யுத்த நடவடிக்கை மேற்கொள்ளப்படு மானால், மிகப் பெரும் மனிதப் பேரழிவுகள் ஏற்பட்டே தீரும். விடுதலைப் புலிகளுக்கு எதிரான தாக்குதல்கள் பார தூரமான அளவில் தொடருமானால், வன்னிப் பிரதேசத்தில் வாழும் நான்கு லட்சத்துக்கு மேற்பட்ட அப்பாவிப் பொது மக்கள் அகதிகளாக இடம் பெயர வேண்டியதிருக்கும்."

2007ஆம் ஆண்டிலே இலங்கையை ஐ.நா. எச்சரித் துள்ளது. (22.10.2007 தினக்குரல், கொழும்பு). எச்சரிப்புக்குப் பின் யாதொரு நடவடிக்கையும் எடுக்கப்படவில்லை. "வன்னி யில் ஒரு லட்சத்து நாற்பதாயிரத்துக்கு மேற்பட்டவர்கள் இல்லாமல் ஆக்கப்பட்டுவிட்டார்கள்" என்ற மன்னார் கத்தோலிக்க மறைமாவட்ட ஆயரின் கணிப்பு, ஐ.நா.வின் 2007 அறிவிப்புடன் பொருந்திப் போகிறது. அனைத்து மனித உரிமை அமைப்புகளின் அழுத்தம் காரணமாக ஐ.நா. ஒரு விசாரணைக் குழுவை அமைக்கப் போகிறது என்பதை முன்னுணர்ந்த சிங்கள ராசதந்திர மதிநுட்ப யூகிகளான இராஜபக்சேக்கள் "கற்றுக்கொண்ட படிப்பினைகள் மற்றும் நல்லிணக்கத்துக்கான குழு" ஒன்றை யுத்தம் முடிந்த உடனே உருவாக்கினர். (ஐ.நா. அமைத்த குழு இலங்கைக்குள்ளே கூட அனுமதிக்கப்படவில்லை) இலங்கை அமைத்த குழு முன் (LLRD) 8.10.2011 அன்று மன்னார் மறை மாவட்ட ஆயர் ரெவரண்ட். டாக்டர் ராயப் ஜோசப், மன்னார் மறை மாவட்ட முதன்மைக் குழு ஆயர் தந்தை விக்டர் சூசை,

மன்னார் பாதிரியார் அவையின் தலைவர் சேவியர் குருஸ் – ஆகியோர் அறிக்கையொன்றை அளித்தனர்.

"அரசு அலுவலகப் பதிவின்படி 2008இல் வன்னிப் பிரதேச மக்கள் தொகை நான்கு லட்சத்து இருபத்தொன்ப தாயிரத்து ஐம்பத்தொன்பது. ஐ.நா பணியகத்தின் கணக்குப் படி 2009, ஜூலை 10இல் அரசுக் கட்டுப்பாட்டுப் பகுதியி லிருந்த வன்னி மக்கள்தொகை இரண்டு லட்சத்து எண்பத்தி ரண்டாயிரத்து முந்நூற்றெண்பது. மீதி ஒரு லட்சத்து நாற்பதாயிரத்து அறுநூற்று எழுபத்தொன்பது பேர் என்ன ஆனார்கள். கைது செய்து கூட்டிச்சென்றும் குண்டுவீசிக் கொல்லப்பட்டும் இல்லாமல் ஆக்கப்பட்டார்கள்."

இது LLRCக்கு முன்வைக்கப்பட்ட கேள்வி மட்டுமல்ல; தன் மனசாட்சியைத் தொட்டு உலகம் பதில் சொல்வதற் கென வைக்கப்பட்ட ஆதாரம் இது.

தமிழ் மக்களின் பிரதேசமாகிய வடக்கு கிழக்குக்கு நேரவிருக்கும் அழிவு பற்றி முன்கூட்டி அறிந்திருந்த ஐ.நா., இலங்கைக்கு 2007இல் ஒரு சுற்றறிக்கை அனுப்பியதோடு சரி. அதற்கு மேல் அதைச் செயல்படவிடாமல் செய்ய ஐ.நா.வுக்குள்ளேயே ஆட்கள் உள்ளிருப்பாய் இருந்தார்கள். பான் கி மூனின் தனிச்செயலரான விஜய் நம்பியார், அவருடைய சகோதரரும் இந்திய இராணுவத்தின் முன்னாள் லெப்டினன்ட் ஜெனரலும் இலங்கையின் தற்போதைய இராணுவ ஆலோசகருமான சதீஷ் நம்பியார் ஆகியோரால் வழிநடத்தப்பட்டுக்கொண்டிருந்தது. இவர்கள் மலையாளிகள் என்பதும் இவர்களுக்குப் பின்னணியி லிருந்து உந்தித் தள்ளும் மூளைகளாயிருந்த இந்தியத் தேசியப் பாதுகாப்பு ஆலோசகர் சிவசங்கர மேனன், வெளியுறவுத் துறைச் செயலராயிருந்த எம்.கே.நாராயணனும் மலையாளி கள் என்பதும் தற்செயலான இணைவாகத் தென்படலாம். இவர்கள் தமிழரினத்தின்மீது கடுமையான வெறுப்பிலும் இந்திய விரிவாதிக்கத்தின் தீராவெறியின் வெளிப்பாட்டிலும் செயல்பட்டார்கள். 50 ஆயிரம் தமிழர்களைக் கடைசி சில நாட்களில் கொன்று குவித்த தடயங்களை அழித்துவிட இலங்கைக்கு ஆலோசனை வழங்கியவர்கள் இந்த அண்ணன் தம்பிகளே.

போரில் சரணடைபவர்களைக் கொல்லுதல் கூடாது என்பது பொதுவான போர் அறம், உலகின் பல தொடர்பு களுக்கும் தகவல் அனுப்பிவிட்டு, தமிழகத்துக்கும் இந்தியாவுக் கும் தெரிவித்தபின், வெள்ளைக் கொடி பிடித்துச் சரணடைய

நடேசன் தலைமையிலான விடுதலைப் புலிகள் வந்தபோது உயிர்பறித்த நாளில் கொழும்பில் விஜய் நம்பியார் மட்டு மல்ல, எம்.கே. நாராயணனும் சிவசங்கர மேனனும் பிரசன்னமாகியிருந்தார்கள். கடைசி நேரத்தில் பத்தாயிரக் கணக்கில் பொதுமக்கள் கொல்லப்பட்ட ஒளிப்பதிவுக் காட்சிகளை வெளியிடுவோம் என இந்தியா இலங்கையை மிரட்டியபோது இறுதி நாட்களில் உங்களோடும் உங்கள் அதிகாரிகளான இவர்களின் உரையாடல் பதிவுகளை வெளியிடுவோம் எனக் கோத்தபய இராஜபக்சே திருப்பி அடித்தார். இந்த அச்சுறுத்தலால் ஐ. நா. மனித உரிமை அவை யில் இலங்கைக்கு ஆதரவாகச் செயல்பட்டதுமல்லாமல், தனது நேச நாடுகளையும் திரட்டிப் பழிவாங்காமல் காக்க வழிசெய்தது.

"போர்க் குற்றங்கள் தொடர்பாக இலங்கையினும் கூடுத லாக இந்தியாவே அஞ்சுகிறது" என இதை உதாரணமாகக் காட்டியவர் வி.எஸ்.ஆர். சுப்பிரமணியம் என்னும் ரா உளவுத் துறையின் முன்னாள் அலுவலர். (The Ground Report)

ஐ.நா. குழு அறிக்கை சரணடைந்த விடுதலைப் புலிகள் கொல்லப்பட்டதைச் சொல்லாமல் தவிர்த்துள்ளது. விஜய் நம்பியார் இக்கொலைத் தொடர்பில் சம்பந்தப்பட்டிருப்ப தால் தவிர்க்கப்பட்டிருக்க வாய்ப்புண்டு.

ஐ. நா. குழு அறிக்கையில் தவிர்க்கப்பட்ட மற்றொரு முக்கியக் குறிப்பு இறந்தோர் எண்ணிக்கை. மருத்துவமனைகள் மீதும் ராணுவப் பாதுகாப்பு வளையங்களுக்குள் குவிந்தவர் கள்மீதும் நடந்த குண்டுவீச்சில் பல்லாயிரக்கணக்கானோர் கொல்லப்பட்டதாகக் குத்துமதிப்பாகச் சொல்லப்படுகிறது.

இந்த அளவிலேனும் அறிக்கை வந்திருப்பது. ஈழத் தமிழ் மக்களுக்கு மட்டுமல்ல, ஒடுக்குமுறையால், இனப்படுகொலை யால் துவம்சம் செய்யப்பட்டுக்கொண்டிருக்கும் அனைத்து மக்கள் சமூகத்துக்கும் ஒரு நல்வாய்ப்பு. இந்த அறிக்கை இலங்கை செய்த குற்றங்களை மட்டுமல்ல, ஐ. நா. செய்யத் தவறியவற்றையும் வெளிப்படுத்தியிருப்பது பாராட்டப்பட வேண்டியது.

1. இலங்கைப் போரின்போதும் அதன் பின்பும் மனித நேயத்துக்கும் மக்கள் பாதுகாப்புக்குமான கட்டளை களைச் செயல்படுத்துவதில் ஐ. நா.வின் நடவடிக்கைகள் எவ்வாறு இருந்தன என்பது குறித்து ஐ. நா. பொதுச் செயலர் விரிவான மறு ஆய்வை நடத்த வேண்டும்.

2. இலங்கைத் தொடர்பாகக் கடந்த 2009 மே மாத மனித உரிமைக் குழு சிறப்புக் கூட்டத்தில் நிறைவேற்றப்பட்ட தீர்மானத்தை இந்த அறிக்கையின் பின்னணியில் மறு பரிசீலனை செய்ய வேண்டுமென மனித உரிமைக் குழுவை ஐ. நா. கேட்டுக்கொள்ள வேண்டும்.

ஐ. நா. மனித உரிமைக் குழுவின் செயல்பாடு குறித்து இல்லினாய்ஸ் பல்கலைக்கழகப் பேராசிரியரும் உலக மனித உரிமை அமைப்பின் முன்னாள் தலைவருமான பிரான்சிஸ் பாயில் ஒரு தெளிவான கருத்தை முன்வைக்கிறார்; “இலங்கை இனச் சிக்கலைப் பொறுத்தவரை ஐ. நா. மனித உரிமைக் குழு நாடுகள் தமிழர்களுக்கு எதிராகவும் இலங்கைக்குச் சாதகமாகவும் செயல்பட்டு வருகிறார்கள். எனவே இலங்கையில் நடைபெற்ற இனப்படுகொலைகள் தொடர்பான விசாரணையை நடத்துவதற்கான பன்னாட்டு ஆணையம் அமைக்கும் பொறுப்பை ஐ. நா. மனித உரிமைக் குழுவிடம் ஒப்படைக்கக் கூடாது; ஐ. நா. பொதுச்செயலரே பன்னாட்டு ஆணையம் ஒன்றை நேரடியாக அமைப்பதற்கான அழுத்தத்தை நாம் தர வேண்டும்” என நமக்கான கடமைகளைத் தெளிவுபடுத்துகிறார். ஐ. நா.வின் மனித உரிமைக் குழுவில் 2009 மே மாதத்தில் இலங்கைமீதான கண்டனத் தீர்மானம் வந்தபோது இந்தியப் பிரதிநிதி கோபிநாத் (மலையாளி) “பயங்கரவாதிகளை ஒழித்துக் கட்டிய செயலுக்காக இலங்கையைப் பாராட்ட வேண்டும்” எனப் பேசியதையும் இந்தியா தன்னைக் காந்திய வழியில் நடப்பதாகச் சொல்லிக்கொள்வதற்கு வெட்கப்படாமையையும் நினைத்துப் பார்க்க வேண்டும். ஐ. நா. குழுவே, இலங்கையைக் குற்றப் பொறுப்பாக்கும் முடிவுகளை அறிவித்திருக்கும் நிலையில், இந்தியா என்னும் பெரிய மனுசன் தன் முகத்தில் தானே கரும்புள்ளி, செம்புள்ளி குத்திக்கொள்ளப் போகிறானா என்பது கேள்வி.

II

ருவாண்டா இனக்கொலை பற்றி விசாரணை செய்யப் பன்னாட்டு விசாரணை ஆணையம் அமைத்து, 1998இல் 22 பேருக்கு மரண தண்டனை வழங்கப்பட்டது. குரோசியன் லேண்ட், கரஜான் பிராந்தியத்திலிருந்து செர்பிய இன மக்களை விரட்டியடிக்க, பொதுமக்களைப் படுகொலை செய்ததாகக் குரோசிய நாட்டின் ராணுவத் தளபதிகளுக்கு 24 ஆண்டுக் காலச் சிறைத் தண்டனை அளித்துப் பன்னாட்டு

ஆணையத் தீர்ப்பு வந்திருப்பது சிறந்த முன்னுதாரணமாக அமைந்துள்ளது.

ஆனால் கடந்த மார்ச் 31 அன்று ஐ.நா. பொதுச் செயலரிடம் அறிக்கை சமர்ப்பிக்கப்பட்டும் அதை வெளியிடாது காலதாமதப்படுத்தியது – வெளியிடுவதற்கு முன்பே இலங்கைப் பிரதிநிதிகள் குழுவின் ஷவேந்திர சில்வாவிடம் ஒரு பிரதியைக் கையளித்தது – போன்ற விடயங்கள் பான் கி மூன் மீதான நம்பகத்தன்மையைக் கேள்விக்குள்ளாக்குகின்றன. ஐ. நா.வின் அறக்கோட்பாட்டு விதிகளை அரைகுறை மனத்துடன் செயல்படுத்தும் ஒருவர் இரண்டாம் முறையாகப் பதவிக்கு வர முயல்கிறார். இவரது பதவி நீட்டிப்புக்கு மேற்குலக நாடுகள் மட்டுமல்ல ருசியா, சீனா போன்ற நாடுகளின் ஆதரவும் அவசியமாகிறது. அதைக் கோரும் முன்னறிவிப்பாகவே, அவருடைய பேச்சும் அமைந்திருக்கிறது.

“பாதுகாப்பு அவையிலுள்ள உறுப்பு நாடுகள் கேட்டுக் கொண்டால்தான் இலங்கையின் மனித உரிமை மீறல், பல்லாயிரக்கணக்கானோர் கொல்லப்பட்டது தொடர்பாக இராஜபக்சேயிடம் விசாரணை நடத்தப்படும்; அல்லது விசாரணை நடத்த இலங்கை ஒத்துக்கொள்ள வேண்டும்.”

பாதுகாப்பு அவையின் உறுப்பு நாடுகளான ருசியாவும் சீனாவும் இலங்கைக்கு ஆதரவான நிலைப்பாடு எடுத்துள்ளன. ரத்துசெய்யும் அதிகாரத்தைப் (Veto power) பயன்படுத்தப் போவதாக ருசியா தெரிவித்துவிட்டது.

“இது இலங்கையின் பிரச்சனை. இலங்கையிடமே விட்டு விடலாம். பெரிதுபடுத்த வேண்டாம். இது தொடர்பாக விசாரணைக் குழு ஒன்றை (LLRD) அரசே அமைத்துள்ளதால், அதன் மூலம் எடுக்கப்படும் நடவடிக்கைகளே சரியாக அமையும்” என்று சீனா அறிவித்துள்ளது. சனநாயகம் சுதந்திரம் வேண்டி 1987 ஜூலை 3ஆம் தேதி தியான் ஆன்மென் சதுக்கத்தில் இரவிலும் கூடிப் போராடிய இளைஞர்கள், மாணவர்கள், விவசாயிகள், தொழிலாளர்கள் மேல் ராணுவ டாங்குகளை ஏற்றி ஐயாயிரம் பேரைக் கொன்ற தியான் ஆன்மென் சதுக்கக் கொலைகாரர்கள் இவர்கள் என்பதைப் புரிந்துகொள்வோம்; அதைவிடவும் 40 மடங்கு அதிகமாய் அப்பாவி மக்களைக் கொலைசெய்த இராஜ பக்சேக்கள் ஒசத்தியாகவே இன்றைய சீனாவுக்குத் தெரியும் என்பதையும் நினைத்துக்கொள்வோம். சீனா சுட்டிக்காட்டும்

கற்றுக்கொண்ட படிப்பினைகள், நல்லிணக்க ஆணைக்குழு (Lessons Learnt and Reconciliation Commission) இராஜபக்சேக்களின் ராசதந்திர வினையாற்றல்களில் ஒன்று. இதன் மூலம் கொலைக்குற்றப் பிரச்சனையை ஊத்திக் கழுவி மூடி விடலாம் என நினைத்தார்கள். இந்த LLRC பற்றி ஐ. நா. குழு அறிக்கை அம்பலப்படுத்தியுள்ளது.

"போரின் இறுதி நாட்களில் என்ன நடந்தது என்ற உண்மைகளைக் கண்டறிய LLRC முயலவில்லை. காரணம், அமைப்பின் உருவாக்கமும் அதன் விதிமுறைகளும் உறுப்பினர்களும் தாம். அவர்கள் அரசு சார்பாக இயங்கு கின்றனர். கொடூரமான அத்துமீறல் குற்றங்கள் பற்றிய அதன் விசாரணைகள் நடுநிலையானதாக, சுதந்திரமானதாகச் சர்வதேச விசாரணைத் தரத்துக்குச் சமமானதாக இல்லை."

சர்வதேச மனிதநலச் சட்டத்தையும் மனித உரிமைச் சட்டங்களையும் விடுதலைப்புலிகள் மீறியிருப்பதாக அறிக்கை சுட்டிக்காட்டுகிறது. இன்று விடுதலைப்புலிகள் இயக்கம் இல்லை. அழிக்கப்பட்ட ஓர் இயக்கத்தைப் பொறுப்பாக்கு வதற்குச் சாத்தியங்கள் இல்லை. இலங்கை அரசு உயிருடன் உள்ளது. இயங்கும் அரசை, அதன் போர்க்குற்ற நடவடிக்கை களுக்குப் பொறுப்பாக்குதல் என்ற பரிந்துரைகளை ஐ. நா. குழு முன்வைக்கிறது.

ஆனால் இந்த அறிக்கையை முற்றாக நிராகரித்து சன்னதம் வந்தது போல் ஆடுகிறார் இராஜபக்சே. ஐ. நா.வுக் கான எதிர்ப்புகளை எப்போதும் சுமந்துகொண்டே திரியும் அமைச்சர்கள் விமல்வீரவன்சே, வெளியுறவுத் துறை அமைச்சர் பிரீஸ் போன்றோரையும் சாமியாட வைக்கிறார் கள். அமைச்சர் பிரீஸ் "இந்த அறிக்கை குப்பைக்கூடையில் போடுவதற்குத்தான் லாயக்கு" என்கிறார்.

"இலங்கையின் வளர்ச்சியை விரும்பாத, இலங்கைக்கு எதிரான நாடுகளின் சதி இந்த ஐ. நா. அறிக்கை. இதில் துளி உண்மையும் இல்லை. இலங்கையின் இறையாண்மையைக் காக்க ஐ. நா.வுக்கான கண்டனப் பேரணியாக மே தினப் பேரணியை நடத்துவோம்" – எந்தவித அறக் கோட்பாடு களுக்கும் அடங்காத இராஜபக்சேயின் இந்த அழைப்பை ஒரு கோடிக்கும் மேலான சிங்களர்கள் ஏற்றார்கள். ஒரு லட்சத்துக்கும் அதிகமானோர் மே – முதல் நாளில் பேரணி சென்றார்கள். ரணில் விக்கிரமசிங்கேயின் ஐக்கியத் தேசியக் கட்சியும் ஜே. வி. பியும் மௌனம் கொண்டமை அவர்களும்

பௌத்த சிங்கள இனவெறியில் ஊறி வளர்ந்தவர்களென்பதை உண்மையாக்கியது. செங்கொடித் தொழிலாளர் சங்கமும் விக்கிரம குணரட்ணாவின் நவசம சமாஜக் கட்சியும் தான் இதை நிராகரித்தன.

அனைத்து அறக்கோட்பாடுகளையும் மிதித்துத் துடைக்கும் இராஜபக்சேவையும் ஐ.நா. வகுத்துத் தந்த அற நெறிகளைத் தன் பதவிநீட்டிப்புக்குத் துணையாக்கிடக் கைகழுவும் பான் கீ மூனையும் நோக்கி எழுவது ஒரேயொரு கேள்விதான். உலகமெல்லாம் மனிதர்களா கொலைகாரர்களா என்னும் கேள்வி அது.

அடிமைச் சமூகம் இவர்களை எதிர்த்து எதுவும் பேச இயலாது என்றுள்ள நிலையில் வடக்கு கிழக்குத் தமிழர்கள், குறிப்பாகக் கிளிநொச்சி, யாழ்ப்பாணத் தமிழர்கள் அரசுப் பேருந்துகளில், தனியார் பேருந்துகளில் மே தினப் பேரணிக்குப் பலவந்தப்படுத்தி அழைத்துச் செல்லப்பட்டனர். அகதி முகாம்களில் வாழ்கிறவர்களும் கட்டாயப்படுத்திக் கூட்டிச் செல்லப்பட்டார்கள். ஐ.நா. அறிக்கைக்கு எதிராக இவர்களையும் கையெழுத்துப்போடச் செய்துள்ளார்கள்.

காலச்சுவடு – ஜூன், 2011

6

ருசியா, சீனா, கியூபா நாடுகளை முன்னிறுத்திச் சில கேள்விகள்

"இலங்கையில் மனித உரிமை மீறல்கள் குறித்து விவாதிக்கப்பட்ட ஐ.நா. சிறப்புக் குழுவின் கூட்டம் தேவையற்றது."

> மே, 26இல் ஐ.நா. மனித உரிமைக் குழுவின் சிறப்புக் கூட்டத்தில் இந்தியாவின் பிரதிநிதி கோபி நாதன் அச்சங்குளங்கரே (மலையாளி) எதிர்ப்புத் தெரிவித்தார். இலங்கை இனப் படுகொலைக்கு ஆதரவாய், இன அழிப்புக்குப் பலியாகி வரும் தமிழருக்கு எதிராய் இந்தியா கொடி தூக்கியிருப்பது இது முதன்முறையல்ல; ஐயாயிரம் தமிழர்களுக்கு மேல் கொன்று வீசப்பட்ட 1983 ஜூலைக் கலவரத்தின் பேரில் இதேபோல் ஐ.நா. மனித உரிமை மன்றத்தில் விவாதம் வந்தபோது உறுப்பினர் நாடுகள் பலரும் கண்டித்துப் பேசினார்கள். இந்தியப் பிரதிநிதி சையத் மசூது என்பவர் இனப் படுகொலையை ஆதரித்துப் பேசினார்.
>
> "ஆனால் இந்தியக் குரல் மட்டும், இலங்கையில் உள்ள நிலைமைகள் குறித்து ஐ.நா. அவசரப்பட்டு நடவடிக்கை எடுக்கக்கூடாது" என வித்தியாசமாய் ஒலித்தது.
>
> *– இந்து நாளிதழ் 23.08.1983*

அரச பயங்கரவாத இலங்கையைத் தத்தெடுத்திருக்கும் இந்தியா – இவ்வாறு நடந்துகொள்வதில் வியப்பில்லை. இந்தியத் துணைக் கண்டத்துக்குள் அடக்கியாளப்படும் தேசிய இனத்தைச் சேர்ந்த ஒருவர்

இந்தியாவின் உள்ளும் புறமும் தெளிவாக அறிந்தவராதலால் இந்தக் கணிப்புக்கே வருவார்.

ருசியா, சீனா போன்ற நாடுகளும் இலங்கைக்கு ஆதர வாக ஏன் வாக்களித்தன? ஐம்பது ஆண்டுகளின் முன் 1950களில் இக்கேள்வி எழுப்பப்பட்டிருந்தால் ஆச்சரியம் கொள்ள நியாயம் இருந்திருக்கும்.

"சீசரின் மனைவி சந்தேகத்துக்கு அப்பாற்பட்டவர்."

என்றதொரு பழம் வாசகம் உண்டு. கேள்விக்குட்படுத்தக் கூடாத அரச விசுவாசத்தை இது வெளிப்படுத்துகிறது. நம் தோள்கள்மீது அமர்ந்த அரசர்கள், அரச குடும்பத்தினர் நம் வழிபாட்டுக்குரியவர்கள். இது அவர்களுடைய எந்தச் செயல் குறித்தும் கேள்வி எழுப்பக் கூடாது என்று நமக்குள் இறக்கப்பட்டிருக்கும் நம்பிக்கை வாதத்தின் முற்காலப் பதிவு: இது, "தலைவன்மீது நம்பிக்கை வை" என்ற நிலைப் பாடு. இலட்சிய வழிகாட்டிகளான தலைவர்கள்மீதும் நாடுகள்மீதும் எல்லாம் சரியாகவே நடத்துவார்கள் என்ற நம்பிக்கை நம் தலையையும் ஆக்கிரமித்திருக்கிறது. குறிப்பாக இடதுசாரித் தலைமைகளின் தலைக்குள் குடிபுகுந்துள்ளது.

இந்த நம்பிக்கைப் பார்வை சீனா, ருசியா, கியூபா போன்ற நாடுகளை நம்முடையவையாய்க் காண வைத்தது. மாவோ இருக்கிற காலத்திலேயே திபெத் – சீனாவால் ஆக்கிரமிக்கப்பட்டது. மன்னர்களின் ஆட்சியின்போது, சீனாவின் எல்லைக்குள் திபெத் இருந்தது என்பதற்காகத் தனித் தேசிய இனம் என்ற சிறப்பு அடையாளத்தை அழித்து, மாவோவின் இசைவோடு அபகரிக்கப்பட்டது.

சோவியத் புரட்சிக்குப்பின், ருசியப் பெருந் தேசிய இனத்தின் ஆதிக்கம், சோவியத் ஒன்றியத்துக்குட்பட்ட பிற தேசிய இனங்கள்மீது குவிவதை லெனின் கண்டார். ஸ்டாலினிடம் வெளிப்பட்ட பெருந்தேசிய இன ஆதிக்கம் என்ற இந்த ஒரு பக்கவாத நோயை – லெனின் கடுமையாக விமரிசனத்துக்குட்படுத்தினார். இதன் மூலம் லெனின் எதன் மீதும், எவர்மீதும் விமர்சனம் என்ற பார்வை வரலாற்றைக் கட்டமைக்க அடிப்படை என வகுத்துத் தந்தார். வரலாற்றில் நாம் வகிக்க வேண்டிய பாத்திரத்தை இது உறுதி செய்யும். காரண, காரியப் பொருத்தமுள்ள கேள்விகள், விளக்கம் சரியாக அமைகிறபோது, நடைமுறைக்குக் கொண்டு போதல்; நடைமுறையினூடாகவும், அனுபவத்தின் வழியாகவும் கால, இடச் சூழல் மாற்றங்கள் கேள்விகளை எழுப்பிக் கொண்டேயிருக்கப் பதில் தரப்பட்டுக் கொண்டேயிருக்கும்.

சீனா எழுபதுகளிலிருந்தே வல்லரசாகத் தோற்றம் கொள்ளத் தொடங்கி, பாதை மாறி வெகுகாலம் ஆகி விட்டது. இன்று இலங்கையில் தனது கோரக்கால்களை அழுந்தப் பதித்துவிட்டது; இதுவரை ஒரு பில்லியன் டாலர் முதலீடு, பல மில்லியன் டாலர்கள் நிதி உதவி மட்டுமல்ல; விரைவான வளர்ச்சியிலிருக்கும் சீனத் தொழில் துறைக்குத் தற்போது பல மடங்கு எரிசக்தி தேவை. எரிசக்தியை எடுத்துச் செல்லப் பாதுகாப்பான பாதையை உறுதிப்படுத்த வேண்டும். தென்னாசியாவின் பாதுகாப்பான பாதையாக இலங்கை இருக்கிறது. தென்னாசியாவில் தானொரு மூலதன வல்லரசாக ஊத்தம் கொள்ள – உலகப் பேரரசான அமெரிக்காவுக்குப் போட்டியாக உயரம் கொள்ள – இலங்கை மீதான சீனாவின் ஆதிக்கப்பாதை பாதுகாப்பான பாதையாக மாறியுள்ளது. எனவே –

> "நேப்பாளமும் இலங்கையும் சீனாவின் நண்பர்கள். அந்த அரசுகளின் பாதுகாப்புக்கு ஆதரவுகளை வழங்குவதுடன், அவற்றின் தேசிய ஒருமைப்பாட்டையும் நாம் பாதுகாப்போம்."

எனச் சீன வெளியுறவுத் தொடர்பாளர் ஜியாங்யூ *(22.04.2009)* வெளிப்படுத்தியபோது, சீன ஆதரவு கம்யூனிஸ்டுகளைத் தவிர வேறு யாரும் விக்கித்துப் போகவில்லை. திருகோணமலை, அம்பாந்தோட்டை துறைமுகத் திட்டத்தை சீனா கைவசப் படுத்தியிருப்பது, தமிழர்களுக்கெதிரான போரில் சீனாவின் இராணுவ உதவி போன்றவைகளை இதனோடு இணைத்துக் கண்டால் உண்மை வெளிப்படும். இதன் காரணமாகவே ஐ.நா.வின், மனித உரிமைக் குழுவின் சிறப்புக் கூட்டத்தைக் கூட்டுவதற்கான முயற்சியை சீனா, தன் 'வீட்டோ' அதிகாரத்தால் முறியடித்தது.

ருசியா, சீனா, வியட்னாம் போன்ற நாடுகளை வழி நடத்துவது – இன்று மார்க்சியம் அல்ல; சோசலிசமும் அல்ல, உலகமயம் என்னும் கருத்தாக்கம்தான். உலகமயமாக்கல் என்னும் பாதையில் தானொரு மிகப்பெரிய பங்குதாரியாவது அல்லது அதன் சிறுபாகமாகவாவது மாறுவது யதார்த்தம். ருசியா தோற்றுப்போன புள்ளியில் சீனா தன்னை நிலைநிறுத்திக்கொண்டு, தென்னாசியாவின் தலைமை வல்லரசாக உருக்கொண்டுள்ளது. உலகப் பேரரசு எனற இடத்தைக் கைப்பற்ற, அமெரிக்க ஏகாதிபத்தியத்தை எதிர்த்து போட்டிக் களத்தில் நிற்கிறது.

அமெரிக்க ஏகாதிபத்தியத்தை எதிர்த்து 20 ஆண்டுகளாய்ப் போரிட்டு விரட்டியடித்த வியட்னாம் இன்று

அதே அமெரிக்காவோடு கை குலுக்கிக்கொண்டிருக்கிற கோலத்தைக் காணுகிறோம். மார்க்சிய சுவாசிப்பு இன்றி உயிர்வாழ முடியாது, கூடாது என்றிருந்த நாடுகள் இன்று உலகமயத்தோடு அணைத்துப் புரளாமல் உயிர்தரிக்க முடியாது என்றாகிவிட்டன.

உலகமயமாதல் சூழலில், தத்தமது தேசியப் பொருளா தார வளர்ச்சி என்னும் திட்டத்தை இந்நாடுகள் முன்னிறுத்து கின்றன. அது சொந்த மக்களை மட்டுமல்ல, பன்னாட்டு மக்களையும் சுரண்டுகிற தேசிய ஆளும் வர்க்கங்களுக்கான செயல்பாட்டுக்குள் கொண்டுவருகிறது. தேசிய முதலாளி, பன்னாட்டு முதலாளியாகிறான். மக்களின் பெயரால், அவனுக்கான தேசியம் கட்டமைக்கப்படுகிறது. இன்றைய உலகமயமாதல் சூழலில் தனியுடைமை நாடுகள் மட்டு மல்ல, பொதுவுடைமை நாடுகள் என்று சொல்லப்படுகிற வையும் தத்தம் நாட்டு ஆளும் வர்க்கக் குழுக்களின் நலன் பேணுகின்றன.

அமெரிக்க ஏகாதிபத்தியப் பின்புலத்தில் இயங்கிய 'பாடிஸ்டா' பயங்கரவாத ஆட்சியை (அன்றைய இராஜபக்சே அவன் என்றால் பொருந்தும்) மிகப்பெரிய ரத்தக் களரிக் கிடையே கொரில்லாப் போர் முறையைப் பயன்படுத்தி வெற்றிபெற்றது கியூபா;

நிகரகுவாவின் சாந்தினிஸ்டா இயக்கம் ஒரு அகிம்சைப் போராட்ட இயக்கமல்ல; ஆயுதமேந்திய இயக்கம்;

2001இல் பொலிவியாவில் நிலத்தடிநீர் உரிமை காக்க ஆயுதம் ஏந்திப் போராடியவர்கள் அம்மக்கள்.

ஏகாதிபத்தியம் தனது தோள்களில் ஏற்றிவந்த அரச பயங்கரவாதத்தை லத்தீன் அமெரிக்க நாடுகள் எதிர்த்துப் போராடிய கடந்த காலத்தை மறந்துவிட்டன. கியூபாவும் அதன் நேசநாடுகளும் இரத்தம் சிந்தாமல் வெற்றி பெறு வதையே இன்று விரும்பலாம். ஆனால் பிற நாடுகளில் இரத்தம் சிந்தி விடுதலை பெற மக்கள் விரும்பும்போது இவர்கள் தடையாய் ஏன் நிற்க வேண்டும்? தேசிய இன விடுதலைப் போரில் ஒட்டுமொத்த மக்களின் ரத்தத்தைக் குடிக்கும் இராஜபக்சேயை இவர்கள் ஏன் ஆதரித்தார்கள்?

குறைந்த பட்சம் வன்னிக் களப் பிரதேசத்தில் கந்தல் கந்தலாக்கப்பட்ட மனித உரிமைகள் பற்றியாவது ஐ.நா. மன்றில் இவர்கள் பேசியிருக்க வேண்டும். புலிகளின் கட்டுப்பாட்டுப் பகுதியில், யுத்தம் நடந்துகொண்டிருந்த காலத்தில் உலகின் சார்பாக அனைவரையும் அனுமதிக்கத்

தயாராக இருந்தார்கள். கிளிநொச்சியைக் கைப்பற்றுவதற்கு முன்னால் சுப.தமிழ்ச்செல்வன் மற்றும் தளபதிகளை விமானக் குண்டுவீச்சில் கொலை செய்தவரை – புலிகள் அனைவரையும் வந்து பாருங்கள் என்று அழைத்தார்கள். ஐ.நா. போன்ற நிறுவனத்தைச் சேர்ந்தவர்களை, உலகச் செய்தியாளர்களை, தொலைக்காட்சிகளை – எவரையும் அனுமதிக்க முடியாது என மறுத்த இலங்கையை இவர்கள் ஏன் நினைத்துப் பார்க்கவில்லை? உலகத்தின் கண்களை உள்ளே பார்க்க வாருங்கள் என வேண்டிய புலிகளையும், உலகத்தின் கண்களை மூடி வெற்றியும் பெற்ற இலங்கை அரசையும் ஒப்பிட்டிருந்தால், இன அழிப்புக் குரூரம் புரிந்திருக்கும்; எது எதிர்க்கப்பட வேண்டியது என்னும் உண்மை கைவசமாகியிருக்கும்.

அனைத்துப் பயங்கரவாதங்களுக்கும் மூலம் அரச பயங்கரவாதம்; அனைத்துப் பயங்கரவாதங்களிலும் உச்சமானது அது; இனவெறி பயங்கரவாதமாய் வீசுகிறபோது இன்னும் குரூரமாய் மாறிவிடுகிறது. ஏனெனில் பெருந்தேசிய இன அரசு ஒரு பகுதி மக்களைத் தன் பக்கமாய்த் திரட்டி நிறுத்திக்கொள்கிறது. மக்களின் ஒரு பகுதியினரைக் கொண்டு இன்னொரு பகுதியினரை அழித்தொழிப்புச் செய்வது எளிதாக நிறைவேறி விடுகிறது; இன்றைய சூழலில் இலங்கை இனவெறிப் பயங்கரவாதம் இன்னும் பயங்கரவாதிகள் என்று சொல்லப்படுவோர் அல்லது அடையாளப்படுத்தப்படுவோர் கையாள முடியாத புதிய உத்திகளையெல்லாம் முன்கையெடுக்கிறது. அதுபற்றித் தொடர் ஆய்வு செய்யும், தனி அமைப்புக்களை உருவாக்கி வளர்த்துக்கொள்கிறது. கற்பனை செய்ய முடியாத அளவுக்கு அதன் இயக்கமும் அதுவாகிப் போகிறது.

அரச பயங்கரவாதம் உலகளாவிய பயங்கரவாதமாக இணைப்புப் பெற்ற இக்காலத்தில், அதை எதிர்த்துப் போராடுகிற நிலைமை 50 ஆண்டுகளுக்கு முன்னிருந்தது போல் இன்றில்லை. கியூபா போராடிய காலத்து நிலை இப்போது இல்லை. உலக அரச பயங்கரவாதத்தையெல்லாம் ஒன்றிணைப்புச் செய்து தன் முஷ்டியை முறுக்கி – ஒரு விடுதலைப் போரை ஒரே குத்தில் வீழ்த்திவிட முடியுமென்றால், அதன் சரியான நிரூபணமாக ஆகியிருப்பது இலங்கைதான். இந்நிலையில் கியூபாவும் வெனிசுலாவும் பொலிவியாவும் உள்ளிட்ட லத்தீன் அமெரிக்க நாடுகள் யார் பக்கம் நிற்க முற்பட்டிருக்க வேண்டும்? ஏகாதிபத்திய எதிர்ப்பு என்பதைக் காட்டி உலக அரச பயங்கரவாதியான இராஜபக்சேயுடன் கை குலுக்கினார்கள்..

ஆயுதப் போராட்டக் காலகட்டத்தை நாம் தாண்டியாகிவிட்டது என்று கியூபா போன்ற நாடுகள் கருதுகின்றன. இங்கு 'நாம்' என்று சுட்டுவது உலக முழுமையுமான நாம்! ஆயுதப் போராட்டத்தை அவர்கள் கடந்துவிட்டார்கள் என்பதனால், நம்முடைய நிகழ்ச்சி நிரலிலும் அது முற்றுப் புள்ளியாகிவிட்டது என்று பொருளல்ல; உலக நிகழ்ச்சி நிரலிலும் அது காலாவதியாகி விடவில்லை. ஏனெனில் அரச பயங்கரவாதமற்ற ஒரு உலகு இன்றும் உருவாகவில்லை.

தேசிய இனப் போராட்டங்கள், விடுதலைப் போராட்டங்கள் இன்னும் ஆயுதக் களத்தில்தான் நிற்கின்றன. இதனடிப்படையில் கியூபாவில் வசிக்கும் மார்க்சியரான ரெட்னூர், "கியூபாவின் வெளியுறவுக் கொள்கை சந்தர்ப்ப வசமானது" – என்று விமர்சித்திருக்கிறார்.

இலத்தீன் அமெரிக்க நட்புறவுக் கழகத்தில் இயங்கும் தோழர், எழுத்தாளர் அமரந்தா – தோழர் பிடல் காஸ்ட்ரோவின், 80ஆவது பிறந்தநாளைச் சென்ற ஆண்டில் தமிழ் நாட்டில் சிறப்பாகக் கொண்டாட ஏற்பாடு செய்தவர். சோசலிச கியூபாவின் கல்வி, மருத்துவம், பேரழிவு இடர், மனித உரிமைகள், கலை இலக்கியம் ஆகிய பல்துறைச் சாதனைகளையும் விளக்கும் எட்டு நூல்களை அந்த நேரத்தில் வெளியிடக் காரணமாயிருந்தவர். "தமிழீழ விடுதலைப் புலிகளைப் பயங்கரவாதிகள் என்று எவ்வாறு முடிவு செய்ய முடிந்தது? ஒரு பயங்கரவாத அமைப்பினால் கால் நூற்றாண்டுக்கும் மேலாகச் சொல்லொணா இழப்புகளைத் தாங்கி இடையறாது போராட இயலுமா?" என்று கியூபா போன்ற நாடுகளின் நிலைப்பாட்டை விமரிசித்துக் கடிதம் எழுதினார். அவருடைய கடிதம், கியூபாவின் மனசாட்சியை உலுக்கியதோ இல்லையோ அங்குள்ள ரெட்னூர் போன்ற மார்க்சியர்களை யோசிக்க வைத்திருக்கிறது.

"நமது ஆயுதப் போராளி நண்பர் (கியூபா) ஆயுதப் போராட்டத்தில் சோர்வுற்றுப் போய்விட்டார்" என்று கேலி செய்துவிட்டு, "தற்போது நடைபெறுகின்ற பூர்சுவா ஜனநாயகப் போராட்டங்களினால் சாதகமான விளைவுகளைச் சந்தித்து வரும் பெரும்பாலான லத்தீன் அமெரிக்க நாடுகளின் கதகதப்பான நட்புறவில் இளைப்பாற முயல்கிறார். ஆனால் ஆயுதப் போராட்டமென்னவோ கைக்கெட்டிய தூரத்தில்தான் இருக்கிறது. காரணம், பெரும்பான்மையான மக்கள் சனநாயகத்தையும் அமைதியையும் நல்வாழ்வையும் விரும்புவதால் மட்டுமே பூர்ஷ்வாக்களோ, அமெரிக்க ஏகாதிபத்தியமோ ஒருபோதும் மாறப்போவதில்லை" என

கியூபா உள்ளிட்டு இலங்கைக்குத் துணை போன நாடுகளை விமரிசிக்கிறார்.

ஆஸ்திரேலியாவின் சோசலிசக் கூட்டணியில் இடம் பெற்றுள்ள – சனநாயக சோசலிசக் கண்ணோட்டம் எனும் அமைப்பின் உறுப்பினர் க்ரீஸ்–ஸ்லீ இதற்குச் சரியான எதிர்வினையாற்றியுள்ளார்.

“கியூபாவுக்கும் தமிழர் விடுதலைப் போராட்டத்துக்கும் ஆதரவாளன் என்றளவில் நான் மிகுந்த ஏமாற்றமடைந்துள்ளேன். ஆனால் இதில் ஆச்சரியமடையவில்லை. இயன்றளவு பல நாடுகளிடம் நட்புறவு கொள்ள எண்ணும் கியூபா இந்நாடுகளின் அரசுத் தன்மையைக் கணக்கில் கொள்வதில்லை . . . ஆனால் இந்நாடுகள் தமது மக்களை ஒடுக்குவதைக்கூட கியூபா விமரிசிக்காமல் இருப்பதுதான் இதன் மறுபக்கம்” என்று வியாகூலப்பட்டுள்ளார்.

சீனாவோ ருசியாவோ கியூபாவோ நிகாரகுவாவோ – அவரவர் தேசிய நலன்களோடு கட்டம் கட்டி நின்றுவிட்டார்கள். அரசுகளோடு அரசு – நாடுகளோடு நாடு உறவு என்ற இந்த அடிப்படையில் சர்வ தேசியத்தைப் புறந்தள்ளி விட்டார்கள். சர்வ தேசியம் என்பது பிற நாடுகளின் மக்களோடு கொள்ளும் உறவு. அது இரு அரசுகளிடையே கொள்ளும் உறவாகச் சுருக்கப்பட்டுவிட்டது. ஏகாதிபத்தியங்களோடு கொள்ளும் ராஜதந்திர உறவைக்கூட சர்வதேசியம் என்னும் இலக்கணத்துக்குள் நுழைக்க முயல்கிறார்கள்.

இலங்கையின் அப்பட்டமான மனிதப் படுகொலைகளை ஆதரித்த சீனா, ருசிய நாடுகளுக்கும் கியூபா, நிகாரகுவா, பொலிவியா போன்ற லத்தீன் அமெரிக்க நாடுக்ளுக்கும் – இனி பாலஸ்தீனியர்கள் மீதான இஸ்ரேலியத் தாக்குதல்களைத் தட்டிக் கேட்க எவ்விதத் தார்மீக உரிமையும் கிடையாது. ஒருவனுக்கு எதிர்ப்பு, அதே வெறியாட்டத்தை நடத்தும் இன்னொருவனுக்கு ஆதரவு என்னும் இரட்டை நிலை கேவலமானது. இதற்கு இவர்கள் கூறும் காரணம் ஏகாதிபத்திய எதிர்ப்பு என்பது.

ஏகாதிபத்திய எதிர்ப்பு என்ற ஒரு புள்ளியில் இவர்கள் ஒன்று சேர்ந்தார்கள். தங்களையறியாமலே ஏகாதிபத்தியமும் உள்ளடங்கிய உலக அரச பயங்கரவாதப் புள்ளியில் கூடி விட்டார்கள்.

***தென் ஆசியச் செய்தி* – ஆகஸ்டு, 2009.**

7

உலகத் தமிழர்களைக் காப்பது யார்?

'திராவிட நாடு திராவிடருக்கே!' என வீறாப்பாகத் தொடங்கி, மத்தியில் கூட்டாட்சி மாநிலத்தில் சுயாட்சி என முதுகு வளைந்து, மத்தியிலும் ஆட்சி, மாநிலத்திலும் ஆட்சி என மண்டியிட்டு, அரசு அதிகாரமே எமது உயிர் என வீழ்ந்து கிடக்கிற ஒரு கட்சியின் தலைவர். ஈழப் போரின் இறுதிக் கட்டத்தில் சிங்கள ராணுவத்தின் கொடூரமான தாக்குதலால் நிலைகுலைந்து போன தமிழர்கள் தம்மைக் காப்பாற்றுமாறு கதறியபோது, காங்கிரஸ் கட்சியோடு கூட்டுச் சேர்ந்துகொண்டு தன் கபட நாடகங்களால் தமிழ் மக்களை வஞ்சித்தவர்; உலகெங்குமுள்ள தமிழர்களால் துரோகி என வசை பாடப்படுகிற ஒரு கட்சியின் தலைவரை எட்டுக் கோடித் தமிழர்களுக்குமான ஒரே தலைவராக முன்னிறுத்துவதற்குக் கட்சியும் அரசும் நாள்தோறும் 'விழா' நடத்திக்கொண்டிருந்த காட்சிகளை தமிழ்நாடு கண்டுகொண்டிருந்தது.

கோட்டை கொத்தளங்கள் புதுப்பிக்கப்படுகின்றன. விமர்சகர்கள், எதிர்ப்பாளர்கள் அனைவரும் பல வகைகளில் சரிக்கட்டப்படுகிறார்கள். மன்னரும் மந்திரிப் பிரதானிகளும் கோலோச்ச நகரின் மையத்தில் தயாராகிக்கொண்டிருக்கிறது புதிய தலைமைச் செயலகம். மன்னர் கோலோச்சும் இடத்தையும் பவனி வரும் இடத்தையும் தூய்மைப்படுத்த, இருக்க இடமற்றுச் சாலையோரங்களிலும் கூவம் நதியின் கொசுப் பிடுங்கலிலும் அடைக்கலம் தேடியிருந்த லட்சக் கணக்கான விளிம்பு நிலை மக்கள் தம் வாழிடங்களிலிருந்து கண்காணாத இடங்களுக்கு விரட்டப்பட்டுக் கொண்டிருக்கிறார்கள்.

விரட்டப்பட்டவர் விளிம்புநிலை மக்கள் மட்டுமல்ல; சென்னை சேப்பாக்கத்தில் அரசு விருந்தினர் மாளிகை எதிரிலுள்ள நடைபாதை, பொது மருத்துவமனை எதிரிலுள்ள மெமோரியல் ஹால் நடைபாதை ஆகியன மக்கள் போகவரவுள்ள இடங்கள். இந்த மையங்களில் உயர்ந்து கட்டப்பட்ட பதாகைகள், உரத்து எழும் முழக்கங்கள் மக்களை 'இது ஏதோ பிரச்சனை போல' என்று கொஞ்சம் நின்று பார்க்க வைத்தன. புதிய தலைமைச் செயலக, புதிய சட்டப் பேரவை நிர்மாணிப்பைக் காரணமாக்கி, அந்த இடங்களும் மூடப் பட்டு, போராடுகிறவர்களும் விரட்டப்பட்டுள்ளார்கள். *(2010இன் சென்னை)*

மாசுபடுத்தப்பட்ட நீராதாரங்கள், நதிநீர்ப் பிரச்சனைகள், பன்னாட்டு நிறுவனங்களின் நில அபகரிப்பு முதலான காரணங்களால் நலிந்து போயுள்ள விவசாயச் சமூகம் பிழைப்புக்காக நகரங்களை நோக்கிப் படையெடுத்துக் கொண்டிருக்கின்றது. நெசவு முதலான பாரம்பரியக் கைத் தொழில்கள் கிட்டத்தட்ட அழிவின் விளிம்பில். மன்னர் பாராட்டு விழாக்களில் திளைத்துக்கொண்டிருக்க இளவரசர்களும் இளவரசிகளும் திருவீதி உலாக்களில் ஏழைகளுக்கு ஒரு ரூபாய் அரிசியையும் இலவச வண்ணத் தொலைக் காட்சிப் பெட்டியையும் வழங்கிப் பெருமைதேடிக் கொண்டிருக்கிறார்கள்.

ஏழைபாழைகளுக்கு இலவச வண்ணத் தொலைக் காட்சிப் பெட்டி என்றால், வாய்ப்பெட்டிக்குள் நாக்கை வைத்துள்ள பேராசிரியர்களுக்கும் அறிவுத் துறையினருக்கும் என்ன? வாழ்த்துப்பாக்கள் பாடவும் ஆரத்தி எடுக்கவும் அறிஞர்களுக்கும் ஒரு வாய்ப்பு – அதற்குத்தான் முதலாவது உலகத் தமிழ்ச் செம்மொழி மாநாடு.

கோவை செம்மொழித் தமிழ் மாநாடு பற்றி இடையறாது வெளியாகிக்கொண்டிருக்கும் அறிவிப்புகளை வரிசைப் படுத்திப் புரிந்துகொள்வதற்கே தமிழர்கள் திணறிக்கொண்டிருந்தார்கள். மாநில அரசின் அதிகாரிகளுக்கும், அமைச்சர்களில் பாதிப் பேருக்கும் மாநாட்டை நடத்தி முடிக்கும்வரை ஊண் உறக்கம் இல்லை. (மீதிப் பேருக்குப் புதிய தலைமைச் செயலகக் கட்டடத்தை மார்ச் 13ஆம் தேதிக்கு முன்பாகக் கட்டி முடித்து முதல்வர் கையில் ஒப்படைத்தாக வேண்டிய கட்டாயம்) மாநாடு முடிவுபெற்ற பின்னர் மன்னர் இருக்கையைக் காலிசெய்தால் "அன்னைக்கு மகுடம் சூட்டிட, காத்திருந்தார் தமிழ்மகன்; சூட்டியதும் மகுடம்

துறந்தார்” எனத் தமிழ்ப் பேரறிஞர்களும் கவிஞர்களும் நாக்கில் வார்த்தைகளை வைத்துக்கொண்டு காத்திருக் கிறார்கள். ஒரு லட்சம் தமிழ் உயிர்களுக்குப் பதிலாய், ஒரு லட்சம் புகழ் மொழிகளா?

முதல்வருக்குப் புகழாரம் சூட்டத் தமிழ்ப் பேரறிஞர்கள் முண்டியடித்துக்கொண்டிருக்கும் அதே கோவை மாநகரில் பிப்ரவரி, 6, 7 நாட்களில் ப. கிருஷ்ணசாமியின் தலைமையி லான புதிய தமிழகம் கட்சியின் சார்பாக ‘உலகத் தமிழர் பாதுகாப்பு மாநாடு’ நடைபெற்றதை ஆளும் திமுக அரசோ முதல்வர் கருணாநிதியோ வரவேற்பார்கள் என எதிர் பார்ப்பது பேதைமை. கருணாநிதியின் உலகத் தமிழ் நாயகன் பட்டத்தைக் கேள்விக்குள்ளாக்கும் ஒரு நிகழ்வு அது.

- தமிழ்நாட்டில் ஆட்சி மொழி, பயிற்று மொழி, நீதி மன்ற மொழி ஆகிய அனைத்து நிலைகளிலும் தமிழ் புறக்கணிக்கப்படுகிறது.
- மொழிவாரி மாநிலங்கள் உருவாகி 50 ஆண்டுகளுக்குப் பின்னரும், தமிழகத்தின் அடிப்படை நீராதாரப் பிரச்சினைகளான காவிரி, முல்லைப் பெரியாறு, பாலாறு தொடர்பான சிக்கல்களுக்குத் தீர்வு காணப் படவில்லை.
- தமிழகத்தின் அங்கமாக விளங்கிய கச்சத்தீவு தமிழக மக்களின் விருப்பமின்றி இலங்கைக்குத் தாரைவார்க்கப் பட்டதன் விளைவு, தமிழக மீனவர்களின் உயிரும் வாழ் வாதாரங்களும் கடுமையாகப் பாதிக்கப்பட்டுள்ளன.
- தமிழ்நாட்டில் வாழும் லட்சக்கணக்கான மக்களுக்கு வீட்டுமனை இல்லை. எனினும் பன்னாட்டு நிறுவனங் களுக்காக ஆயிரக்கணக்கான ஏக்கர் விவசாய விளை நிலங்கள் கையகப்படுத்தப்படும் செயல் வேகவேகமாக நடந்து வருகிறது.
- வேலை தேடி இலங்கை, பர்மா, இந்தோனேசியா, மலேசியா, சிங்கப்பூர், ஆஸ்திரேலியா, பிஜி, தென் ஆப்பிரிக்கா போன்ற நாடுகளுக்கு இடம்பெயர்ந் துள்ள தமிழர்களும், மும்பை, பெங்களூர், தில்லி போன்ற பெரு நகரங்களில் வசிக்கும் தமிழர்களும் சுய அடையாளங்களோடு சுதந்திரமாக வாழ முடியாத பாதுகாப்பற்ற நிலை.
- இருபத்தோராம் நூற்றாண்டின் மிகப் பெரிய மனித உரிமை மீறல் என வர்ணிக்கப்படும் ஈழப்பேே பாரின்

இறுதிக் கட்டத்தில் லட்சக்கணக்கான தமிழ் மக்கள் கொன்றொழிக்கப்பட்ட பின்னர் முள்வேலி முகாம் களுக்குள் வதைபடும் மூன்று லட்சம் தமிழர்களின் நிராதரவான நிலை. பதினைந்து லட்சம் ஈழத் தமிழர் கள் உலகெங்கும் அகதிகளாகத் தவிக்கும் அவலம்.

போன்ற பிரச்சனைகளைக் கவனப்படுத்தும் துண்டறிக்கை மூலம், தமிழர்களை மீட்டெடுக்கவும் ஈழத் தமிழர்களின் பிரச்சனைகளுக்கு நிரந்தரமான அரசியல் தீர்வு காணவும் வலியுறுத்தி கோவையில் 2010 சனவரியில் உலகத் தமிழர் பாதுகாப்பு மாநாடு நடத்தப்பெறும் என அறிவித்தது புதிய தமிழகம். எட்டுக்கோடித் தமிழர்களுக்கும் ஒரே தலைவராகக் கருணாநிதி முடிசூடிக்கொண்டுவிட்ட பிறகு இப்படியொரு மாநாட்டை நடத்த யாராவது முனைந்தால் அதைத் தமிழினத் தலைவரின் தலைமையிலான தமிழக அரசு எப்படி தாங்கிக்கொள்ளும்?

உலகத் தமிழர் பாதுகாப்பு மாநாட்டுக்கான இலச்சினை அக்டோபர் 29இல் வெளியிடப்பட்டது. 2009, அக்டோபர் 17இல் செய்தியாளர் கூட்டத்தில் அறிவிப்பை வெளியிட்ட அமைப்பாளர் கிருஷ்ணசாமி “போர்க் குற்றங்களுக்காக இராஜபக்சேயைக் குற்றவாளிக்கூண்டில் நிறுத்துவோம்” என அறிவித்தார்.

ஒன்பதாவது உலகத் தமிழ் மாநாட்டை சனவரி 21இல் நடத்துவதென செப்டம்பர் மத்தியில் கருணாநிதி அறிவித் தார். உலகத் தமிழ் மாநாடு பற்றிய அறிவிப்பு வந்ததும் எதிர்வினையாற்றச் சமூக அக்கறையுடைய தமிழ்ப் படைப் பாளிகள் முன்னணி 23.09.2009இல் அறிவிப்புச் செய்து, 29.09.2009 அன்று கூடித் தமிழ்ப் படைப்பாளிகள், உணர் வாளர்கள் கூட்டமைப்பை உருவாக்கினார்கள். அதிகாரத் தின் முன் பணிந்தும் அங்கீகாரத்துக்கு வளைந்தும் போய் விட்ட தமிழ் மேதமைகள், கலை, இலக்கியவாதிகள், அரசியலாளர்களைப் போல் அல்லாமல் அந்த அமைப்பு தன் எதிர்ப்பைத் தொடர்ந்து தெரிவித்து வந்தது.

உலகத் தமிழ் ஆராய்ச்சிக் கழகத்தின் தலைவர் நொபுரு கராஷிமா ஆராய்ச்சி மாநாட்டுக்குரிய கால அவகாசம் இல்லையெனக் கூறி ஒப்புதல் அளிக்கவில்லை; எனவே ஒன்பதாவது உலகத் தமிழ் மாநாட்டுக்குப் பதிலாக, முதலாவது செம்மொழித் தமிழ் மாநாடு நடைபெறும் என முதல்வர் கருணாநிதி மறுபடியும் தன்னிச்சையாக அறிவித் தார். செம்மொழி மாநாட்டுக்குப் போட்டியாக, தன் தமிழின

விரோதச் செயல்களை அம்பலப்படுத்தும் விதமாக இப்படியொரு மாநாடா? சும்மா இருப்பாரா தமிழினத் தலைவர்?

மாநாட்டை நடத்தவிடாமல் செய்வதற்கு மாவட்ட நிர்வாகமும் திமுகவும் இணைந்து இரட்டைக் குழல் துப்பாக்கிகள் போல் செயல்பட்டன.

மாநாடு நடத்துவதற்கான அனுமதி கோரும் விண்ணப்பம் இரண்டு மாதங்களுக்கு முன்னரே கோவை மாநகர ஆணையரிடம் கொடுக்கப்பட்டது. சனவரி 15இல் காவல் துறை ஆணையர் அந்த மாநாட்டுக்கு அனுமதியளிக்க மறுத்தார். கருத்துரிமைக்கெதிரான அரசின் இந்த நடவடிக்கையை எதிர்த்து மாநாட்டு அமைப்பினர் நீதிமன்றம் சென்றனர். மாநாட்டுத் தேதிக்கு 6 நாட்களே இருந்த நிலையில் ஆணையரின் தடையை ரத்து செய்த உயர் நீதிமன்றம் மறுபடியும் விண்ணப்பிக்குமாறு மாநாட்டு அமைப்பாளர்களுக்கு வழிகாட்டியது. நீதிமன்ற வழிகாட்டுதலின்படி பிப்ரவரி முதல் நாள் அதே மாநகரக் காவல் துறை ஆணையரிடம் மீண்டும் விண்ணப்பித்தது அமைப்பு. பிப்ரவரி நான்காம் தேதி மாநாடு நடைபெறுவதற்கு இரண்டு நாட்கள் எஞ்சியிருக்கையில் அனுமதி அளிக்கப்பட்டது.

இரண்டொரு நாட்களில் மாநாட்டு ஏற்பாடுகளைச் செய்து முடிக்க வேண்டிய நெருக்கடிக்குட்படுத்தப்பட்டனர். அழைப்பிதழ் அச்சிடக்கூட அவகாசமில்லை. நிகழ்ச்சி நிரலைத் தட்டச்சு செய்துதான் செய்தியாளருக்கு வழங்கினார்கள். திட்டமிட்டிருந்தபடி அரங்கமேடையின் பின்புலத்தில் இலச்சினையைப் பொருத்த முடியவில்லை. உரிய அவகாசமின்மை காரணமாகக் காகிதத்தில் வரைந்த கொடியைத் துணியில் ஒட்டி ஏற்றினார்கள்.

“தடைசெய்யப்பட்ட இயக்கங்களைப் பற்றிப் பேசுவது, எழுதுவது, விவாதிப்பது குற்றமல்ல; அவ்வாறான இயக்கங்களுக்கு ஆயுதங்கள் வழங்குவதே குற்றம்” என்னும் உச்ச நீதிமன்றத் தீர்ப்புக்குப் பின்னும், மாநாட்டு அரங்கில் வைக்கப்பட்டிருந்த பிரபாகரன் படம் பொறித்த பனியன்கள், நாட்காட்டிகள், ஈழம் பற்றிய குறும்படங்கள் ஆகியனவற்றைப் பறிமுதல் செய்து மூவரைக் கைதுசெய்து சிறையிலடைத்தது காவல் துறை. மதுரையிலுள்ள கருத்துப்பட்டறை வெளியிட்ட காவிரி நடுவர் மன்றத்தீர்ப்பு, முல்லைப் பெரியாறு உச்ச நீதிமன்றத் தீர்ப்பு, மார்க்சின் பொருள் முதல் வாதம், ஏங்கெல்ஸின் குடும்பம் அரசு தனிச்சொத்து, அரசு ஆகியவற்றின் தோற்றம், அ. மார்க்ஸ், ஷோபாசக்தி குழுவினரின்

ஈழப் போராட்டத்துக்கு எதிரான பரப்புரைகளுக்கு எதிர் வினையாக வெளியிடப்பட்ட 'அவதூறுகளை முறியடிப் போம்' என்ற தொகை நூல் போன்றவற்றையுங்கூடப் பறிமுதல் செய்தது காவல் துறை. *நக்கீரன், ஜூனியர் விகடன், குமுதம் ரிப்போர்ட்டர், ஆனந்த விகடன்* போன்ற இதழ் களில் தவறாமல் பிரபாகரனின் படங்கள் இடம்பெற்றுக் கொண்டிருக்கின்றனவே அவற்றைப் பறிமுதல் செய்வீர்களா எனக் கேள்வி எழுப்பிய இளம் வழக்குரைஞர் கலையரசன் மீதும் பேரா. தமிழ்வாணன் மீதும் *கருத்துப்பட்டறை* பதிப்பாளர் பா. ராமன் மீதும் வழக்குப் பதிவுசெய்யப்பட்டது.

ஒன்பதாவது உலகத் தமிழ் மாநாடு என்று அறிவித்த திலிருந்து, முதலாவது செம்மொழித் தமிழ் மாநாடுவரை தம் எதிர்ப்பைத் தொடர்ந்து பதிவுசெய்து வரும் தமிழ்ப் படைப்பாளிகள், உணர்வாளர்கள் கூட்டமைப்பினர், "எலும்புக் கூடுகள்மீதும், நடை பிணங்கள்மீதும் நடக்க இருக்கிறது முதலாவது செம்மொழித் தமிழ் மாநாடு" என்ற வாசகங்கள் அச்சிடப்பட்ட துண்டுப் பிரசுரத்தை விநியோகித் தனர். அவற்றைப் பறிமுதல் செய்ததோடு 'அரசுக்கு எதிராக அனுமதி பெறாமல் துண்டுப் பிரசுரம் விநியோகித்ததாய் வழக்குத் தொடுத்தனர்.

இந்தத் தடைகளையெல்லாம் மீறி வாழ்வுரிமை, மண்ணுரிமை, மனித உரிமை, அரசியல் உரிமை ஆகிய வற்றை நிலைநாட்டித் தமிழ் மக்களைப் பாதுகாத்திட உலகத் தமிழர் பாதுகாப்புச் செயலகம் ஒன்றை அமைத்திட வேண்டும் என்ற புதிய புரிதலுக்கு வந்திருந்தார்கள் மாநாட்டுக் குழுவினர். வயிற்றுப் பிள்ளையைக் காக்க, கர்ப்பிணித் தாயை ஊட்டம் கொடுத்துப் பேண வேண்டும். தாயைப் பேணாதபோது, எலும்பும் தோலுமான நோஞ்சான் பிள்ளைதான் பிறக்கும். தமிழர்களைச் சிதைத்துவிட்டுத் தமிழை வளர்ப்பது எப்படி என்ற ஆதாரமான கேள்விக்கு விடை தராமல் செம்மொழித் தமிழ் மாநாடு நடத்தும் பெருமிதத்தில் இருக்கிறார் கருணாநிதி.

"தமிழ் மக்களின் பாதுகாப்பை உறுதிசெய்ய எவருடைய தயவுமின்றி, நமக்குள் இருக்கிற அனைத்து வேறுபாடுகளை யும் துறந்து இணைந்து செயல்படுவோம்" என்னும் முழக்கத் துடன் மாநாட்டுத் தலைவர் கிருஷ்ணசாமி தொடக்க உரையாற்றினார். அவரது நிறைவுரையும் இக்கருத்தையே வலியுறுத்தியது. 'சாதி மறுப்போம், மதம் மறுப்போம்; கட்சி மறுப்போம்' என்று சொல்கிற சுயபரிசோதனை முயற்சியாக இந்தப் பிரகடனம் அமைந்தது.

உலகத் தமிழர் அனைவரின் பாதுகாப்பும் அதற்கான முழுப் பொறுப்பும் தன்மேல்தான் ஏற்றப்பட்டிருப்பதாக எண்ணுகிற கருணாநிதியின் புனைவுகள் இந்த மாநாட்டால் உடைபட்டன. அவ்வாறு தலைவரைப் புகழ் உச்சியில் உப்பவைத்துக்கொண்டிருக்கும் அறிஞர் குழாத்தின் பெருமைகளும் சிதைந்திருக்கின்றன. இதன் காரணமாகவே இந்த மாநாட்டை இருட்டடிப்புச் செய்ய அனைத்து யுக்திகளையும் அரசோடு இணைந்து மேற்கொண்டது திமுக. அந்த யுக்திகளில் சில,

- *மாநாட்டுத் தேதிக்கு முந்தைய நாளான பிப்ரவரி 5ஆம் தேதி கோவையில் பள்ளி மாணவிகளை அணி வகுக்கச் செய்து செம்மொழி மாநாட்டு விழிப்புணர்வுப் பேரணி ஒன்றை நடத்தியது அரசுத் தரப்பு.*
- *மாநாடு நடைபெற்ற அன்று கோவையிலிருந்து ஊட்டி வழியாக ஆயிரம் கி.மீ. தூரத்திற்கு 'மோட்டார் வாகன' பிரச்சார அணிவகுப்பு.*
- *மாநாடு நடைபெற்ற அதே நாட்களில் கோவையை அடுத்துள்ள திருப்பூரில் கனிமொழி, ஜெகத் கஸ்பார் இணைந்து வழங்கிய 'நம்ம சங்கமம்.'*
- *இரண்டாவது நாள் மாநாட்டின் போது கோவையில் ஏற்பாடு செய்யப்பட்ட விடுதலைச் சிறுத்தை தொல். திருமாவளவனின் நிகழ்ச்சிக்கு முக்கியத்துவம் கொடுத்து வெளியிட்டதன் மூலம் ஊடகங்கள் தம் பங்கைச் சிறப்பாக ஆற்றின. (அரசு விளம்பரங்கள் இல்லாமல் எப்படிப் பத்திரிகை நடத்துவதாம்?)*

இவை ஒரு பக்கம் இருக்க மாநாட்டு ஏற்பாட்டாளர்கள், அதன் ஆலோசனைக் கூட்டத்திற்கு ஒத்த கருத்துடைய தமிழ்த் தேசிய சக்திகளை அழைக்கவில்லை. மட்டுமல்லாமல் தமிழ்த் தேசிய உணர்வாளர்கள், கட்சியினர்கூடப் புறக்கணிக்கப்பட்டனர். கிருஷ்ணசாமியிடம் தன்னை முன்னிறுத்தும் போக்கு வெளிப்பட்டதாகக் குற்றம்சாட்டி மற்றவர்கள் விலகி நின்றனர். எல்லாச் சக்திகளையும் இணைக்கும் ஐக்கிய முன்னணிச் செயல்திட்டம் பெயரளவுக்குக் கூடக் கைகூடவில்லை.

பழ. நெடுமாறன், கொளத்தூர் மணி, தோழர் மணியரசன், காசி ஆனந்தன், சீமான் போன்றோர் அழைக்கப் படக் கூடாது என்னும் காவல் துறை ஆணையர் வாய் மொழியாக வழங்கிய நிபந்தனையை அப்படியே ஏற்றுக்

கொண்டார் மாநாட்டு ஏற்பாட்டாளர். மலேசியப் பேராளர்கள் மட்டுமே (80 பேர்) வருகை தந்திருந்தார்கள்; அறிவிக்கப் பட்டவாறு பிற நாடுகளிலிருந்து பேராளர்கள் எவரும் பங்கேற்கவில்லை. குறிப்பாக, ஈழத்திலிருந்து எவரும் வரவில்லை.

மூன்று நாட்கள் முன்புதான் அனுமதி கிடைத்ததென்றாலும், அழைப்பிதழ், பதாகைகள், விளம்பரம் போன்று முன் கூட்டிய பணிகள் செய்யப்பட்டிருக்க வேண்டும். திட்டமிடலும் பொறுப்பும் பகிர்ந்தளிக்கப்பட்டிருக்க வேண்டும். திட்டமிடல், பணிமேற்கொள்ளல், முடிவுகளைச் செயல்படுத்தல் என்பனவற்றைத் துணை சக்திகளை இணைத்துக்கொண்டு மேற்கொள்வதே தலைமைப் பண்பு. எழுத்துலக அறிவுஜீவிகளை மட்டுமே நம்பியிருக்க வேண்டுமா? அவர்கள் எந்த எல்லைவரை வருவார்கள் என்ற விசயம் எல்லோரும் அறிந்ததுதான்.

சாதி, மதம், கட்சி போன்ற தன்னிலைகளைக் கடந்து தமிழராய் இணைவோம் எனத் தீர்மானித்திருந்தாலும், இந்தத் தன்னிலைகளை நோக்கி இழுத்துச் செல்கிற தேர்தல் என்ற தன்னிலையைக் கடக்காமல் உலகத் தமிழர் பாதுகாப்பு சாத்தியமில்லை. உலகத் தமிழர் பாதுகாப்பு மாநாடும் முதலாவது உலகத் தமிழ்ச் செம்மொழி மாநாடும் முடிவுற்றதும் வந்த நாடாளுமன்றத் தேர்தலில் ஈழ விடுதலை ஆதரவுக் கட்சிகள் எல்லாமும் எங்கெங்கு எப்படிப் போய் யார் யாருடன் அடைக்கலம் தேடினார்கள் என்பது முகத்திலடிக்கும் வரலாற்றுச் சாட்சியம்.

***காலச்சுவடு* – மார்ச், 2010**

8

காலத்தின் அவசியமா உலகத் தமிழ் மாநாடு?

"இது என்ன காலம்?
நுழைவாயிலில் அமர்ந்து கொண்டு
நம்வீடு எங்கேயென்று
தேடிக் கொண்டிருக்கிறோம்"

– பாடியவர் பஞ்சாபிக் கவிஞர் மஞ்சித் திவானா.

சொந்த பூமியில் வீடு எங்கே, ஊர் எங்கே, நிலம் எங்கே, வாழ்வு எங்கே என்ற மிகப்பெரிய கேள்விகளுடன் துக்கித்து நிற்கிற ஈழத் தமிழருக்காக எழுதப்பட்டது போல் தோன்றுகிறது – சீக்கியரின் புனிதத் தலமான அமிர்தசரஸ் பொற்கோயிலின் மீது தொடுக்கப்பட்ட ஆபரேஷன் புளூ ஸ்டார் – தாக்குதலில் அலைக்கழிவுக்குள்ளான சீக்கியரின் நிலை பற்றிப் பேசுகிற இக்கவிதை.

ஆபரேஷன் புளூ ஸ்டாரை நடத்தியவர் சாதாரண ஆள் அல்ல; தென்னாசியாவைத் தன் கட்டுக்குள் வைத்து ஆண்ட பிரதமர் இந்திராகாந்தி.

இந்திராகாந்தியைச் சுட்டுக் கொன்ற கொலையாளிகளைப் போற்றிப் பாராட்டிப் பொற்கோயிலுக்குள் அவர்களின் உருவப் படத்தை வைத்து இன்றளவும் வழிபட்டு வருகிறார்கள். டெல்லியிலும் பொற்கோயிலிலும் சீக்கியர்மீது நிகழ்த்தப்பட்ட வன்முறைக்கு வருத்தம் தெரிவித்துக் கொலையாளிகள் படம் முன்பு சோனியா காந்தி மன்னிப்புக் கோரியது சமகால நிகழ்வு.

பஞ்சாபியருக்கு வரலாறு மீண்டது போல் அல்லது அவர்கள் தமது வரலாற்றை மீட்டெழுதிக் கொண்டது போல், ஈழத் தமிழருக்கு நிகழுமானால், அது உண்மையில் தமிழ்ப் பிரதேசத்தின் வசந்தம் மீட்டெடுக்கப்படும் காலமாக அமையும்.

அமிர்தசரஸில் சோனியாகாந்தியை மண்டியிடச் செய்தது போல் ஒப்பில்லாக் குரூரங்களின் உற்பத்தியாளர்களை மண்டியிடச் செய்ய ஈழத் தமிழர்களுக்கு வலிமையில்லை. தமது வலிமையை மறுபடி சேகரித்துக்கொள்ள இத்தனை ஆண்டுகள் எனக் காலவரையறை ஏதும் செய்ய முடியாத பின்னடைவு.

முகாம்களில் ஒவ்வொரு நாளும் பிணங்கள் குவிகின்றன. ஒரு வாரத்தில் 1400 பேர் மரணமடைவதாக ஐ.நா. குறிப்பு ஒன்று கூறுகிறது. சிங்களச் சிப்பாய்களுக்குப் பிணங்களின் நாற்றம் பிடிக்காது. பிணங்களைப் புணருவது பிடிக்கும். லாரிகளில், வேன்களில் குவியல் குவியலாகப் பிணங்கள் ஏற்றப்படுகையில், வாகன ஓட்டுநருக்குப் பணம் கொடுத்துப் பிணங்களோடு பிணமாய்த் தமிழர்கள் மறைந்து தப்பித்துக் கொள்வார்கள். அப்படி தப்பித்து வந்த ஒரு பெண்மீது பதினைந்து பிணங்கள் கிடந்தனவாம். பிணத்தைக் கொட்டுகிற இடத்திலிருந்து தப்பித்து வர, அங்கேயும் பணம் அளக்க வேண்டும். சில லட்ச ரூபாய் செலவில் உயிர் தப்பி வந்தாள் அந்தப் பெண் என்று ஒரு நிகழ்வைச் சொன்னார் பேரா. சரசுவதி.

யானையின் கால்பட்ட சிறு புழுப்போல், மொழி, இன, வரலாறு சார்ந்த அடையாள அரசியல்கள் அழிக்கப்படுகின்றன. இத்தகைய அடையாளங்களிலிருந்து எழுகின்ற எதிர்ப்புக் குரல்கள் தேச விரோத, மனித விரோத, பயங்கரவாதக் கருத்துகளாக அனைத்து அரசுகளாலும் ஏகாதிபத்தியங்களாலும் பாவிக்கப்படுகின்றன. உலகமயமும், உலகமயத்தின் பொருட்டுத் தேசிய அரசியலை அழிப்பதும், அது பயங்காரவாத ஒடுக்கு முறையாக முன்னிறுத்தப்படும் காலமாகத் தற்போதைய கால மாற்றம் நிகழ்ந்துள்ளது.

ஏகாதிபத்தியங்களின் உலகமயமாக்கலுக்கும் தேசிய, இன, மொழி, விடுதலைப் போராட்டங்களைப் பயங்காரவாதமாக உருவகித்து ஒடுக்குவதற்கும் இடையே உள்ள உறவை மொழி அறிஞர்களும் புரிந்துகொள்ளவில்லை: தேசபக்தர்களும்.

அண்மையில் வெளிவந்துள்ள *புதிய தலைமுறை* என்ற வார இதழ் (1.10.2009 தலையங்கம்) இந்தியாவை வல்லரசாக ஆக்கிக் காட்ட இன்றைய இளைஞர்களை அழைக்கிறது. "இந்தியா வல்லரசாக மாற வேண்டுமெனில், மாற்றம் எனும் மாமந்திரம் எல்லோரிடையேயும் குறிப்பாக இளைஞர் மத்தியில் பரவ வேண்டும். அதற்கு ஏன் மாற்றம் வேண்டும், எதில் மாற்றம் வேண்டும் என்னும் சிந்தனைகள் புதிய தலைமுறையினரிடையே எழவேண்டும்."

மாறத் தடையாக இருப்பவைகள் என, "மனிதநேயத்தை மீறி ஓங்கிவிட்ட இனப்பற்றும், நாட்டின் நலனை விஞ்சி விட்ட மொழிப்பற்றும்" எனப் பட்டியலிடுகிறது. இனப் பற்று, மொழிப்பற்று போன்ற தேசிய இன அடையாளங் களை நாட்டு நலனுக்கு எதிராகக் காணுகிற இந்தப் பார்வை – அதிகார நிலையிலிருப்போரின் இயல்பான கருத்தாக இருக்கிறது. தேசிய இன அரசியலை மறுக்கிற தோடல்லாமல், அவைகளை நாட்டு நலனுக்குகெதிரான தாகக் காட்டுவது அரச பயங்கரவாதம்.

உலக மயம், தாராள மயம், தனியார் மயம் – என்பவை தேசியப் பொருளியல்மீதான போர். இந்தப் போரைத் தான், இந்தியா உட்பட அனைத்து விரிவாதிக்க நாடுகளும் அரசியல் தளத்தில் பயங்கரவாதத்துக்கு எதிரான போர் என அறிவித்துள்ளன.

இலங்கைப் பருந்தின் கால்களில் அகப்பட்ட சின்னஞ் சிறு கோழிக்குஞ்சைத் தீர்த்துக் கட்டுவதற்கு, மிகப் பெரிய சனநாயக நாடான இந்தியா முதல் சீனா, பாகிஸ்தான் வரை அனைத்துப் பயங்கரவாதிகளும் அணிவகுத்தார்கள். சமீபகால வரலாற்றின் ஒப்பில்லா இனப்படுகொலையைச் செய்து முடித்தார்கள்.

சிங்களப் பாசிசத்தின் (1) பின்புலமாக, (2) துணையாக, (3) நேரடி நெறியாளனாக மூன்று வடிவங்களாய் நின்றது இந்தியா. இந்த மூன்று கட்டங்கள் தென்னாசியாவில், ஒரு வல்லரசாக விரிவாதிக்கமாக வளர்ந்து வந்த இந்தியாவின் படிநிலை வெளிப்பாடுகள். இந்திய விருப்பம் சார்ந்தே இலங்கை இயங்க வேண்டும் என்பதன் அர்த்தமாக மட்டு மல்ல. வல்லரசு சார்ந்தே பிற நாடுகள் இயங்க வேண்டு மென்பதன் நிரூபணமும் ஆகிறது. இதுபோன்று துணைக் கிரகங்கள் சுற்றுவதைத்தான் புதிய தலைமுறை ஆசிரியர் மாலன் போன்ற தேசப்பற்றாளர்களும், பொக்ரான் அணு குண்டு சோதனைக்கு வித்திட்ட அப்துல் கலாம் போன்றவர் களும் விரும்புகிறார்கள்.

ஈழப் போர் ஒரு இனமக்களின் அடையாள மீட்புப் போர். 2001 – செப்டம்பர் 11க்குப் பிறகு எந்தவொரு இன மக்களின் எழுச்சிகளையும் விடுதலைப் போராட்டங்களை யும் ஒடுக்குமுறைக்கு எதிரான மக்கள் அணி வகுப்பையும் பயங்கரவாதம் எனவும் 'பயங்கரவாதத்துக்கு எதிரான போர்' எனவும் தனியொரு கொள்கையாக்கி நடைமுறைப்படுத்த ஏகாதிபத்தியங்களும் இந்திய வல்லாதிக்கமும் முன் வந்தன.

இது என்ன காலம்?
ஈழத்தமிழர்களின் இழவுக் காலம்.

எவருடைய உலகு?
அரச பயங்கரவாதிகளின் உலகு.

அனைத்துலக அரசபயங்கரவாதிகளும் அணிவகுத்து நிற்க

எதிரிகளாய் மக்கள் நிற்கிறார்கள்.

காலத்தைப் பற்றிய கவலையில்லாமல் –

கோவையில் ஒன்பதாவது உலகத்தமிழ் மாநாட்டை அறிவித்திருக்கிறார் முதல்வர் கருணாநிதி.

II

உலகத் தமிழ் ஆராய்ச்சி மாநாடு நடத்தும் முறைமை கள் பற்றிப் பேரா. நா. வானமாமலை விவரிக்கிறார்.

"கீழை நாடுகளின் பண்பாட்டு ஆராய்ச்சியாளர்களின் 26ஆவது காங்கிரஸ் (Congress of Orientalists) 1964ஆம் ஆண்டு ஜனவரி மாதம் டெல்லியில் கூடியது. அதற்கென அழைக்கப்பட்ட பிரதிநிதிகளில் தமிழ் அல்லது திராவிட மொழிகள் அல்லது பண்பாட்டுத் துறைகளின் ஆராய்ச்சி யில் ஈடுபட்டிருப்போர் டெல்லியில் ஒன்றுகூடி இக் கழகத்தை அமைத்தனர். இதன் நோக்கம் தமிழ் மொழி, இலக்கியம், சமயங்கள், தத்துவம் முதலிய பண்பாட்டுத் துறைகளில் ஆராய்ச்சிகளை வளர்ப்பதாகும். தென்னிந்திய மொழி இலக்கியங்களும், பண்பாடு களும், தென்கிழக்கு ஆசியப் பண்பாட்டு ஆராய்ச்சியும் என்ற அகன்ற எல்லைக்குட்பட்டு, தமிழ்ப் பண்பாட்டு ஆராய்ச்சி மேற்கொள்ளப்பட வேண்டும் என்பது அதன் நோக்கம்.

ஆண்டுதோறும் உலகில் எப்பகுதியில் தமிழ் – அல்லது தென்னிந்தியப் பண்பாட்டில் எத்துறையில் ஆராய்ச்சி நடப்பினும் அதனைச் சேகரித்து ஆண்டறிக்கையொன்று

வெளியிடுவது. முதல் அறிக்கை கடந்த 5 ஆண்டுகளுக் குரிய ஆராய்ச்சிக் குறிப்புகளைத் திரட்டி வெளியிடுவது அந்த அறிக்கை 1966க்குள் வெளியிடப்பட வேண்டும்.

இரண்டாவது பகுதித் திட்டமாக 1966இல் தமிழ் நாட்டுக் கருத்தரங்கை நடத்துவது. (Conference - Seminar of Tamil Studies).

இந்த நிறுவனத்திற்கு 'International Association of Tamil Research' (சர்வேதசத் தமிழ் ஆராய்ச்சிக் கழகம்) என்ற பெயரிடப்பட்டது. இக்கழகத்தின் தலைவராகப் பேராசிரியர் போலியசோவும், தாமஸ் பர்ரோ, எப்.பி.ஜே. கூப்பா, பேராசிரியர் தெ.பொ. மீனாட்சி சுந்தரனார், பேராசிரியர் மு. வரதராசனார் ஆகிய நால்வரும் துணைத் தலைவர்களாகவும், கமீல் சுவலபிலும், சேவியர் தனிநாயகமும் செயலாளராகவும் தேர்ந்தெடுக்கப்பட்டனர்.

1965 ஜூன் மாதத்திலேயே உலகம் முழுவதிலுமுள்ள தமிழாராய்ச்சியாளர்களுக்கு இக்கழகத்தில் சேர அழைப்பு அனுப்பப்பட்டது. தமிழ் ஆராய்ச்சிகளில் ஏதாவது ஒரு துறையில், அல்லது தமிழக வரலாறு, பண்பாடு இவற்றோடு தொடர்புகொண்ட ஒரு துறையில் ஆராய்ச்சியில் ஈடுபட்டு நூல்கள் எழுதியவர் களுக்கு மட்டுமே உறுப்பினர்களாகச் சேர்ந்துகொள்ளு மாறு அழைப்பு அனுப்பப்பட்டது. அவ்வாறு உறுப்பினர் களைச் சேர்த்தப் பிறகு தமிழாராய்ச்சி மாநாட்டுக் கருத்தரங்கை நடத்துவதென முடிவு செய்யப்பட்டது.

இது பொது மாநாடு அல்ல, கருத்தரங்க மாநாடு என்பதையும், இதில் தரமான ஆராய்ச்சிக் கட்டுரை களைப் பெற்று அவற்றை எழுதியவர்களையே மாநாட்டு உறுப்பினர்களாக அழைத்தல் வேண்டும் என்பதையும் மாநாட்டு அமைப்பாளர்கள் கவனத்தில் கொண்டிருந்தார்கள்."

('இரண்டாவது உலகத் தமிழ் ஆராய்ச்சி மாநாடு – இலக்கிய உலகம் எதிர்பார்ப்பது என்ன?' — எனும் நூலில் பேராசிரியர் நா. வானமாமலை)

இங்கு ஒன்றைக் குறிப்பிட வேண்டும். அப்போதுகூட உலகத் தமிழ் ஆராய்ச்சி மாநாடு என்றுதான் அறிவிக்கப் பட்டிருந்தது. உலகத் தமிழ் மாநாடு எனச் சுருக்கப்பட வில்லை. இதனைப் பொது மாநாடாக மாற்றிவிடக் கூடா தென்பதிலும், இது கருத்தரங்க மாநாடு என்பதிலும்

ஏற்பாட்டாளர்கள் கவனமாக இருந்தார்கள். பொது மாநாடாக மாற்றிவிடுகையில், கொண்டாட்டமாக, ஆர்ப் பரிப்பாக ஆகிவிடுமென்று கருதினார்கள்.

"சர்வதேசத் தமிழ் ஆராய்ச்சிக் கழகத்தின் (International Association of Tamil Research) முதல் மாநாடு மலேசியத் தலைநகர் கோலாலம்பூரில் நடைபெற்றது. 'தமிழும் தமிழர் பண்பாடும் உலக ஆராய்ச்சியாளர்களால் போற்றப்படுகிறதென்பதற்கு முதல் மாநாடு ஓர் அயல் நாட்டில் நடைபெற்றதும், அந்த மாநாட்டில் அயல் நாட்டுப் பிரதிநிதிகள் பலர் பங்கு பெற்றதும் சிறந்த சான்று" என நா. வானமாமலை குறிப்பிடுகிறார்.

அம்மாநட்டின் தொடர்ச்சியாக நிறைவேற்ற வேண்டிய திட்டமிடல்கள் பற்றி நா.வா. கூறுவார். "1966இல் தமிழ் மாநாட்டுக் கருத்தரங்கை நடத்த சர்வதேசத் தமிழ் ஆராய்ச்சிக் கழகம் (International Association of Tamil Research) முடிவெடுத்தது. 1965 ஜூனிலேயே உலகெங்குமுள்ள தமிழாராய்ச்சியாளர்களுக்கு இக் கழகத்தில் சேர அழைப்பு விடுக்கப்பட்டது. மாநாடு நடப்பதற்கு ஓராண்டுக்கு முன்னரே ஐந்து முக்கியப் பிரிவுகளில் எழுதப்பட வேண்டிய கட்டுரைப் பொருள்களைப் பிரித்தனர். இவ்வைந்து பிரிவுகளும் தமிழ் ஆராய்ச்சிக்கு, தமிழ் வளர்ச்சிக்கு மிக முக்கியமானவை.

1. இலக்கியக் கொள்கைகள், 2. தமிழ்ச் சமூக வரலாறு, 3. தென்கிழக்காசியப் பண்பாடு, 4. மொழி (அமைப்பு வகை மொழியியல், வரலாற்று வகை மொழியியல், திராவிட மொழிகளின் ஒப்பீட்டு மொழியியல், தமிழைத் தமிழரல்லாதோருக்குக் கற்பிக்கும் வழிமுறைகள், தமிழ் மொழியில் பாடங்களைத் தொகுத்தல் எனப்பல), 5. மொழிபெயர்ப்புத் திட்டங்கள்.

இத்துறைகளில் இதுவரை அதிகமான ஆராய்ச்சிகள் நிகழ்ந்ததில்லை. எனவே, புதிய திசைகளில் தமிழராய்ச்சி யைத் திருப்பிவிட இம்முயற்சி பயன்படும் என அமைப்பாளர்கள் கருதினார்கள்.

ஐந்து துறைகள் குறித்து ஒவ்வொரு துறைக்கும் தேவை யான இதுவரை வெளிவந்த நூல்களைப் பற்றி முழு ஆராய்ச்சி நடத்துவதும், ஆராய்ச்சிக்கான பயிற்சியை நடத்துவது பற்றி ஆலோசனை கூறுவதும் இக் குழுக்களனைத்தையும் உள்ளடக்கிய ஆராய்ச்சிக் கழகத்தின் முழுப் பணியாகும்."

(இரண்டாம் உலகத் தமிழாராய்ச்சி மாநாடு – இலக்கிய உலகம் எதிர்பார்ப்பதென்ன? பேராசிரியர் நா. வானமாமலை)

முதல் உலகத் தமிழாராய்ச்சி மாநாட்டுக்கான பணிகள் எவ்வாறு பகுக்கப்பட்டு, எவ்வாறு நிறைவேற்றப்பட்டன என்று காணுவதன் வழியாக, அடுத்த ஒரு மாநாடு மேற்கொள்ள வேண்டிய பணிகள் எவை என அறிய முடியும். முன்னர் நிகழ்ந்த தவறுகளைக் களைந்து, வெற்றியை நோக்கிப் பயணிக்க முடியும். முக்கியமாக "எதிர்காலத் திட்டமிடல் களை முழுமையாகச் செய்ய முடியுமென" – நா.வா. கருதினார்.

அண்ணாவின் ஆட்சிக் காலத்தில் சென்னையில் 1968 சனவரியில் நடந்த மாநாடு சர்வதேசத் தமிழ் ஆராய்ச்சிக் கழகத்தின் இரண்டாவது மாநாடு. சர்வதேசத் தமிழ் ஆராய்ச்சிக் கழகம் என்பது உலகத் தமிழ் ஆராய்ச்சிக் கழகம் எனப் பெயர் மாற்றம் பெற்றது.

முதல் உலகத் தமிழ் ஆராய்ச்சி மாநாடு மலேசியாவில் முடிவுற்ற பின்னர் செய்யத் தவறியதும், செய்ய வேண்டியது மான பணிகளை நா.வா. விரிவாகப் பட்டியலிட்டார். மொழிப் பாதுகாப்பில், மொழி வளர்ச்சியில் உண்மையான ஈடுபாடு கொண்ட ஒரு தமிழ் நெஞ்சத்தின் கருத்துகளாய் இவை வெளிப்பட்டன.

இதுபோன்ற தமிழ் அறிஞர்களின் விமர்சனம் கணக்கில் கொள்ளப்பட்டிருந்தால், அண்ணா ஆட்சிக்காலத்தில் நடைபெற்ற இரண்டாவது உலகத் தமிழ் மாநாடு வெற்றி யடைந்திருக்கும்.

பொது மாநாடாக நடத்துவதன் வழி பெருந்திரளான மக்களை ஈர்க்க எண்ணி வெகுமயப்படுத்தினர். மக்களுக் கான நிகழ்ச்சிகளாக தனிப்பிரித்துக் கொள்வது சரியானது தான். மக்களிடமிருந்து மொழியைப் பிரித்துத் தங்களுக்கான ரகசியக் குகையாக தனிமைப்படுத்திக்கொண்டனர் தமிழ் அறிஞர்கள் என்ற பழி முன்பே இருந்து வந்தது. ஆனால் ஆராய்ச்சி வயல்களுக்கு நீர்தளும்பப் பாய்வதற்கான பணிகள் – ஏற்கனவே பெற்ற அனுபவங்களிலிருந்து திட்ட மிடப்பட்டிருக்க வேண்டும்.

இரண்டாவது உலகத் தமிழ் மாநாட்டுக்கான தயாரிப்பு கள் அவ்வாறு நடைபெறவில்லை. மாநாட்டுச் செயற்குழு ஒன்று, முதலமைச்சர் அண்ணா தலைமையில் தமிழறிஞர் களே இல்லாமல், முழுக்க அலுவலர்களைக் கொண்டதாக

உருவானது. கலைமகள் இதழின் ஆசிரியர் கி.வா.ஜெகந்நாதன், தாம்பரம் கிறித்துவக் கல்லூரி முதல்வர் தவிர, தமிழ் வாசனை அற்ற ஒரு குழுவாக அமைக்கப்பட்டது. இக்குழு இம்மாநாட்டின் ஆராய்ச்சி அலுவல்களை வடிவமைத்து வழிநடத்தியது.

"ஆனால் ஆராய்ச்சிக் கருத்தரங்கை நடத்த வழிகாட்டுவதற்கு வேறு ஒரு இணைப்புக்குழு தேவை. அக்குழுவில் பலதுறை ஆராய்ச்சியாளர்கள் மட்டும் அங்கம் வகிக்க வேண்டும். அத்தகையதோர் குழுவே ஆராய்ச்சிப் பணியை வழிநடத்த முடியும். அத்தகையதோர் குழு அமைக்கப்பட்டதா என்பது யாருக்கும் தெரியாது. அமைக்கப்பட்டிருந்தாலும் ஆராய்ச்சிக் கட்டுரைகள் அனுப்ப ஆராய்ச்சியாளர்களுக்கு அழைப்பு அனுப்புவது போன்ற வேலைகளில் அக்குழு ஈடுபட்டதாகத் தெரியவில்லை"– என்று நா.வா. சுட்டிக் காட்டினார்.

"இத்திட்டங்களை நிறைவேற்றத் தமிழாராய்ச்சியிலும், இலக்கியங்களைப் பரப்புவதிலும் ஈடுபட்டுள்ள பல்கலைக் கழகங்கள், கலை, இலக்கிய மன்றங்கள், (அமைப்புகள்) எழுத்தாளர் மன்றங்கள், வாசகர் வட்டங்கள், தனி ஆராய்ச்சியாளர்கள், அனைவருடைய ஒத்துழைப்பையும் பெறுவது அவசியம்" – என்று வழி காட்டினார்.

தமிழ் ஆராய்ச்சியாளர்கள், தமிழறிஞர்களின் வழி காட்டல் கவனத்தில் கொள்ளப்படவில்லை. 1968 சனவரியில் சென்னையில் நடந்த இரண்டாம் உலகத் தமிழ் மாநாடும், எம்.ஜி.ஆர். ஆட்சியில் மதுரையில் நடந்த ஐந்தாம் உலகத் தமிழ் மாநாடும், அம்மையார் ஜெயலலிதா நடத்திய ஏழாம் உலகத் தமிழ் மாநாடும் இக்கேள்விகளுக்கான பதில்களை வழங்காமலே தொடர்ந்தன. உண்மையான தமிழை, தமிழ் வளர்ச்சியைப் புறக்கணித்தன. தனிமனிதப் புகழ்பாடுதலில் ஒடுங்கித் தாழ்ந்தன.

அண்ணாவின் காலத்தில் திட்டமிடப்பட்ட மாநாடு அறிஞர்களின் ஒன்றுகூடல் என்பதிலிருந்து சரிந்து கொண்டாட்டம், ஆர்ப்பரிப்பு என்ற புள்ளிகளுக்கு இறங்கியது. அப்போது மாநாட்டின் முழுப்பொறுப்பையும் ஏற்றிருந்தவர் கருணாநிதி என்று சொல்கிறார்கள்.

தலைநகர் சிலைகளால் நிறைந்தது. சிலை திறப்பு விழாக்கள் ஏழு நாட்களும் தொடர்ந்தன. பழம் பெருமை பேசும் அலங்கார ஊர்திகள் அணிவகுத்தன. சென்னையின் அனைத்துக் கலை அரங்குகளும் கலை நிகழ்ச்சிகளால்

அதிர்ந்தன. சொற்பொழிவு அருவிகள் மக்களை நீராட வைத்தன. கவியரங்க ஆற்றில் மக்கள் நீந்தினார்கள்.

விழுந்தாலும் விதைபோல விழுவார்
எழுந்தாலும் சூரியன் போல் எழுவார்

என அண்ணாவைப் பற்றி கவிஞர் அப்துல் ரகுமான் பாடிய கவிதை வரிகள் அந்தத் தீவுத்திடலை அன்று அதிரச் செய்தது. அப்போது தொடங்கிய கடல்கோள் இந்த ஒன்பதாம் மாநாட்டிலும் தொடர இருக்கிறது.

நான்கு ஆண்டுகளுக்கு ஒரு முறை ஒலிம்பிக் போட்டி. நான்கு ஆண்டுக்கு ஒரு முறை உலகக் கால்பந்துப் போட்டி. ஆண்டுக்கு ஒரு முறை உழவர் பொங்கல். அதுபோல் உலகத் தமிழ் மாநாடு இத்தனை ஆண்டுகளுக்கு ஒரு முறை என்று வரையறை இருக்கிறதா?

ஒரேயொரு விதிதான்; அண்ணா நடத்தினார்; எம்.ஜி.ஆர். நடத்தினார். மூன்றாவதாய் ஜெயலலிதா அம்மா நடத்தினார். இப்போது நான் என்ற கணக்கைத் தவிர, வேறு கணக்குகள் எதுவுமில்லை. 1969 முதல் ஐந்து முறை முதலமைச்சராக இருந்தும், ஒரு உலகத் தமிழ் மாநாடுகூட நடத்தியதில்லையே என்ற கணக்கைச் சரிசெய்ய இப்போது ஒன்பதாவது உலகத் தமிழ் மாநாடு வருகிறது.

ஏதொன்றையும், ஆட்சிக்கட்டிலில் அமர்ந்திருப்பவர்களோடு தொடர்புபடுத்தி ஆய்வுக் கட்டுரைகள் வழங்கத் தமிழறிஞர்கள் காத்திருக்கிறார்கள். மடியிலேயே தயாராகக் கட்டிக் கொண்டிருக்கிறவர்களும் உண்டு. ஆனால் ஆய்வு செய்து தயாரிக்க உலகத் தமிழறிஞர்கள் கால அவகாசம் வேண்டுமெனக் கேட்டதால் ஆறு மாதம் தள்ளிவைக்கப்படுகிறதாம். அறிவிப்பை வெளியிடுகையில் தமிழறிஞர்கள் ஔவை நடராசன், மா. நன்னன், வா.செ. குழந்தைசாமி, கவிக்கோ அப்துல் ரகுமான், கவியரசு வைரமுத்து அருகிருந்தார்கள்.

அறிவிக்கப்பட்ட காட்சிச் சூழலிலே மாநாடு எத்திசை நோக்கி நகர்த்தப்படப் போகிறது என்ற அறிகுறி தென்படத் தொடங்கியது.

“தொல்காப்பியர் விருது – முதல் விருது கலைஞருக்கு வழங்கப்பட வேண்டும்” – என்று அறிவித்துள்ளார் பேராசிரியர் தமிழண்ணல். எப்படி இருந்த இவர் இப்படி ஆகிவிட்டாரே என்ற வருத்தம் மிஞ்சுகிறது.

மன்னவனும் நீயோ, வளநாடும் உன்னதோ
உன்னை அறிந்தோ தமிழை ஓதினேன்

என்று சிலிர்த்தெழுந்த தன்மான உரை – இன்று விதந்து பேசப்படுகிற இலக்கியச் சுவைக்கான வரிகள் மட்டுமே.

தனக்குள் வீங்கிப் பெருத்த படைப்பாளுமை பற்றிய மிதமிஞ்சிய கணிப்பில் பிறக்கும் அறிவுச் செருக்கு ஒன்றுண்டு. சிங்கம் போல் கர்ஜிக்கும். யானை போல் பிளிறும். ஆனால் அங்கீகாரத்தின் முன், மு. சுயம்புலிங்கத்தின் யானை போல் அடங்கிப் போகிறது நவீன இலக்கிய வட்டம்.

ஐம்பது பைசாவுக்கு
கால் மடக்கி, கையேந்துகிறது
எங்கள் ஊர் யானை

நவீன இலக்கிய வட்டத்தில் இயங்குகிற கலை இலக்கிய வாதிகள், ஜெயகாந்தன்போல் கம்பீரம் காட்டி, கம்பீரமாய் உள்ளடங்கிப் போவதற்கு வாய்ப்பு உள்ளது. அடையாள விரும்பிகள் எல்லா வட்டத்திலும் இருக்கிறார்கள். எனக் குரிய இடம் எங்கே என்று அலைகிறவர்களை, ஏற்கனவே சென்னை சங்கமம் நடத்திய அனுபவம் உள்ளவர்களால் உள்ளிழுத்துக்கொள்வது எளிது.

மொழிவளர்ச்சியை உறுதிசெய்யும் ஆய்வுகளோ, புதிய ஆக்கங்களோ, இந்த ஒன்பதாம் உலகத் தமிழ் மாநாட்டில் நிகழப் போவதில்லை. உருப்படியாய் எதுவொன்றும் நிறை வேறாது என்பதை உறுதிபடச் சொல்வதற்குரிய முக்கிய ஆவணமாக நமக்கு இருப்பது திராவிட முன்னேற்றக் கழகங்களின் (தி.மு.க., அ.தி.மு.க, ம.தி.மு.க.) பாரம்பரியக் கலாச்சாரமும் கலைஞரின் சுபாவமும் தான்.

கருத்துத் திரட்சியை விட, காட்சிப்படுத்துதலை முதன்மையாகக் கொண்டு வேரூன்றி வளர்ந்த கட்சி தி.மு.க. முதலில் அவர்கள் கற்றலில், எழுதுவதில்தான் தொடங்கி னார்கள். வாசிப்பு, கற்றல் என்ற எழுத்து மொழியை விட, அடுத்தக் கட்டத்தில் நாடகம், திரைப்படம் போன்ற காட்சி மொழியைப் பிரதானமாக்கினார்கள். அலங்காரம், அடுக்கு மொழியில் பேசுவது, உவமான உவமேயங்கள், நாடகம் போல் பேச்சில் விவரிப்பது – எனச் சொற்பொழிவும் காட்சிரூபமாய் ஆக்கப்பட்டது.

“எங்கள் பேச்சுக்கு ஓராயிரம் வாக்குகள் என்றால், எம்.ஜி.ஆர். முகத்துக்கு ஒரு லட்சம் வாக்குகள்” என்று அண்ணா மேடைப் பேச்சில் சொன்னது உண்மையானது.

காட்சி ஊடகமான திரைப்படத்தை முதன்மைப்படுத்தி வளர்ந்தார்கள். அவர்களின் அரசியல் வளர்ச்சிக்கு இந்தக் காட்சி ஊடகம் ஆதாரமானது.

> தணிக்கை செய்யாது திரைப்படங்களை அனுமதித்தால், இரண்டு ஆண்டுகள் போதும்; திராவிட நாட்டு விடுதலை பெற்று விடுவேன்.

என்று அண்ணா அப்போது பேசுவார். மொழி, நாடு – என்பவைகளில் உண்மையான தீவிர ஈடுபாடு எதுவுமில்லாமல், அர்ப்பணிப்பு உணர்வு ஏதுமற்று ஒரு இயக்கம் இருபது ஆண்டுகளில் ஆட்சியைக் கைப்பற்ற முடிந்ததெனில் கருத்துப் பதிவைவிடக் காட்சிப் பதிவுகளை நடைமுறைகளாய்க் கட்டியமைத்ததுதான் காரணம். வங்கக் கடலின் அந்தக் கரையில் பல்லாயிரக்கணக்கான ஈழத் தமிழ் மக்கள் மரணத்திற்குள் போய்க்கொண்டிருந்த வேளையில், அதே கடலின் இந்தக் கரையில் உண்ணா நோன்பை அரங்கேற்றிக் கொண்டிருந்தது இதனுடைய உச்சம் எனலாம்.

முக்கியமான அம்சம் இன்னுமொன்றுண்டு; அது – கருணாநிதியின் குருதியில் கலந்துவிட்டிருக்கிற, இயல்பாகிப் போன 'விழாமோகம்', 'தன்புகழ் வேட்கை.' அது இன்று பல கழகங்களின் அரசியல் கலாச்சாரமாக ஊத்தம் கொண்டு விட்டது. நான்கு மீட்டர் பாலம்கூட இன்று தானாகத் திறந்து கொள்ளாது.

III

"உலகில் வேறெங்கும் நடக்காத ஒரு கொடூரம் தமிழகத்தின் வெகு அருகில் உள்ள இலங்கையில் நடந்தும், அதற்கான எதிர்ப்பு இந்தியாவிலிருந்து எழவில்லை. இதற்குப் பதில் கேட்கத்தான் இந்தியாவுக்குப் புறப்பட்டேன். ஆனால் விசாரத்து செய்யப்பட்டு தடுத்து நிறுத்தப்பட்டேன்" – என்கிறார் எலின் ஷான்டர் என்ற பெண்மணி.

இவர் அமெரிக்காவின் புகழ்பெற்ற மருத்துவர், மனித உரிமைப் போராளி. ஈழத் தமிழர்களுக்கு எதிரான கொடுமைகளைக் கடந்த நான்கு ஆண்டுகளாக எதிர்த்துப் பேசிக் கொண்டிருப்பவர். அமெரிக்காவில் ஒரு மாநாட்டில் இவரது உரையைக் கேட்ட கவிஞர் வைரமுத்து – "எலின் ஷான்டர் ஒரு வெள்ளைக்காரத் தமிழச்சி" என வியந்தாராம். (வைரமுத்து இன்று யாருடைய கைகளுக்குள் ஒடுங்கிக் கிடக்கிறார் என்பதைப் பலர் அறியச் செய்யவே இந்த வாசகம்).

எலின் ஷான்டரை இந்தியாவுக்கு அழைத்து வந்து, பேசச் செய்ய முயற்சிகள் மேற்கொள்ளப்பட்டன. இந்தியாவுக்கு வர ஒரு மாதம் முன்பே விசா கிடைத்து விட்டது. புறப்பட இரு நாட்களிருக்கையில், அவரது விசா இந்திய அரசால் ரத்து செய்யப்பட்டது. *தினமணி* போன்ற நாளிதழ்கள் முன்பக்கத்தில் தலைப்பிட்டு எழுதின. நரக வேதனை அனுபவிக்கும் தமிழர்களின் குரலலை – இந்தியாவுக்குள் ஒலித்து விடுவார் என்ற அச்சம் காரணம்.

"இலங்கையின் நேரடி நெறியாளனாய் இயங்கியது ஏன் என்று இந்தியாவைக் கேட்பதாக இருந்தேன்" – என்று எலின் ஷான்டர் தெரிவித்திருந்தது ஒரு குமட்டில் (கன்னத்தில்) குத்துவிட்டு மறு குமட்டில் எடுப்பது போல் இந்தியாவுக்கு வலி எடுத்தது. தமிழகத்தைச் சேர்ந்த ஒரு மத்திய அமைச்சர் (வேறு யாருமல்ல, ப. சிதம்பரம்.) விசா ரத்து செய்யப்படுவதில் முனைப்புக் காட்டினார் என்று எலின் ஷான்டரே தெரிவித்திருக்கிறார்.

தமிழினப் பாதுகாப்பு பற்றி உரை நிகழ்த்த, கேள்வி எழுப்ப வந்தவரே, விசா ரத்து மூலம் தண்டிக்கப்படுகிறார். கருணாநிதி வருத்தம் கொள்ளவில்லை; வழக்கமாய்ச் செய்வது போல் கடிதம் எழுதியும் கண்டிக்கவில்லை. உலக முழுதும் உள்ள தமிழர்கள் அவரைத் 'தமிழினப் பகைவராகக் காணுவதில், அர்த்தம் உள்ளது; தமிழினத்தைக் காக்காமல், தமிழின மக்கள் பேசும் மொழியைக் காப்பது என்பது எவ்வளவு நூதனமான விளையாட்டு! தமிழை – தமிழர்களிடமிருந்து பிரித்துப் பூஜையறைப் படமாக உயர்த்தி மாட்டிவிட ஒரு மாநாடு. தமிழர்களைக் கொன்றது போலவே அப்படியே தமிழையும் கொன்றுவிடலாம்.

கீற்று **இணையம் – நவம்பர், 2010**

9

அதிகாரத்தை நோக்கி வாளும் மயிலிறகுகளும்

1970களின் பிற்பகுதியில் பேராசிரியர் கைலாசபதி, கா. சிவத்தம்பி போன்றோர் முதன்மைப்படுத்திய முற்போக்குத் தடங்களில் உள்ளடங்காமல், தமக்கெனத் தனி இலக்கியத் தடத்தை உருவாக்கி, செயல்பட்ட படைப்பாளிகளுள் முதன்மையானவர் அ. யேசுராசா. *அலை* என்னும் இதழில் தொடங்கி, இன்றுவரை பல்வேறு இதழ்களில் பங்களிப்பைச் செய்துகொண் டிருப்பவர். எழுத்தாளர், இதழாளர், ஆய்வாளர் என அறியப்பட்ட அ. யேசுராசாவுக்குத் தேசத்தின் உயர் விருதுகளில் ஒன்றான 'கலா கீர்த்தி' என்னும் விருதை 2005இல் வழங்கியது இலங்கை அரசு. (இங்கே குடியரசுத் தலைவர் வழங்குகிற பத்மஸ்ரீ, பத்மபூஷன் போன்ற விருதுகளின் மட்டத்துக்கு எண்ணப்படுவது) கலா கீர்த்தி விருதை ஏற்க மறுத்த யேசுராசா, அதற்கான காரணத்தை விளக்கி அரசுக்கு ஒரு கடிதம் அனுப்பி னார். அக்கடிதம் மேதமை என்பதின் முழுப்பரிமாணத் தையும் உணர்த்துகிறது. மேதமை என்பது, அறிவு நிலைச் செயல்பாடு மட்டுமேயல்ல, மானுடச் செயல் பாடு இணைந்ததும் ஆகும். இலக்கிய மாண்பை விட, மனித மாண்பு மேலானது என்பதை உணர்த்துவதோடு, எழுத்தாளர் எவ்வாறு இயங்கவேண்டுமென்ற முன் மாதிரி உண்மையையும் எடுத்து வைக்கிறது. கலா கீர்த்தி விருதை மறுத்த யேசுராசாவின் பதில்;

"கலை இலக்கியத் துறையில் செயற்பட்டு வருபவ னான எனக்கு, மேதகு குடியரசுத் தலைவர் அவர் களின் கலா கீர்த்தி விருது வழங்கப்படவுள்ளதைத்

தெரிவிக்கும் கடிதம் கிடைக்கப் பெற்றது. முதலில் எனது நன்றியைத் தெரிவித்துக்கொள்கிறேன்.

ஆயினும் இரண்டாந்தரப் பிரஜை என்ற உணர்வுடனேயே வாழத் தொடர்ந்து நிர்ப்பந்தித்து வரப்படும் தமிழ் மக்களில் ஒருவன் என்ற வகையில், கசப்பான இந்த யதார்த்த நிலைமீது கவனத்தைக் குவியச் செய்யும் பொருட்டு, கலா கீர்த்தி விருதைப் பெற்றுக்கொள்ள விரும்பவில்லை என்பதைத் தெரிவித்துக்கொள்கிறேன்.

இனங்களில் சமத்துவமற்ற நிலைமை பல தளங்களிலும் நிலவி வருவதுதான், இன்று இலங்கையில் நாமெல்லோரும் எதிர்கொள்ளும் அவலங்களுக்கான நெருக்கடிகளின் அடிப்படை என்பது எல்லோராலும் உணரப்பட வேண்டியது; அந்த நிலைமையை மாற்றுவதற்குரிய நேர்மையான வெளிப்படையான செயற்பாடுகளே இக்காலக் கட்டத்தில் இன்றியமையாதனவாய் உள்ளன. இனப் பாரபட்சமான நடவடிக்கைகள், நிலைகள் பற்றிய விரிவான விளக்கத்தினைத் தவிர்க்கிறேன். எனினும் தங்களின் விருது பற்றிய அறிவிப்புக் கடிதம்கூட எனது தாய்மொழியான தமிழில் அமைந்திருக்கவில்லை என்பதைக் கவலையுடன் அறியத் தருகிறேன்.

தனது மேலான நோக்கங்களின் பொருட்டு அரசின் உயர் விருதுகளை முன்பு ஏற்றுக்கொள்ள மறுத்த சகோதர சிங்களக் கலைஞர்களான பிரசன்ன விதாகே, அசோக விஹர்த்த ஆகியோரின் முன்னுதாரணத்தை இவ்வேளையில் மதிப்புக்குரிய செயலாக நினைவு கூர்கிறேன்."

இலங்கையில் தமிழ்ச் செயற்பாட்டாளர்கள் பலருக்குக் கலா கீர்த்தி, சாகித்ய ரத்னா போன்ற விருதுகள் இதன் முன்னர் வழங்கப்பட்டுள்ளன. இவைகளை இனப் பாரபட்சம், சுயமரியாதை போன்ற புள்ளிகளிலிருந்து பெற்றுக்கொள்ள மறுத்த முன்னுதாரணங்களை எந்தத் தமிழிறிஞரும் விட்டுச் செல்லவில்லை. சித்தன் போக்கு சிவன் போக்கு என்று தன்னிச்சையான தீர்மானங்களிலிருந்து விருதுகளைப் பெற்றுக்கொண்டார்கள். அதன் காரணமாகவே அ.யேசுராசா விருதைப் பெறாது புறந்தள்ளிய சிங்கள அறிவுலகச் செயற்பாட்டாளர்களின் உதாரணங்களை எடுத்துக் காட்டியுள்ளார்.

இவ்வாறான முக்கிய வரலாற்றுப் புள்ளிகள்தாம் மேதைகள் செயற்படுவதற்குரிய தருணங்கள். கடமைகளை மக்களுக்கு ஆற்றுவதற்கான வாய்ப்பை எழுத்தாளர், கலைஞன், சிந்தனையாளன் போன்ற தனிமனிதப் பாத்திரங்களுக்கு வரலாறு ஏற்படுத்தித் தருகிறது. தன் மக்களுக்கு

நேர்வதுதானே தனக்கும் நேர்கிறது என்ற சமூகப் பொறுப் போடு, பொதுக்காரணியோடு இத்தகைய பாராட்டுக்களைத் தவிர்த்தல் என்பது இங்கும் தமிழிலக்கிய உலகில் நடைபெற்ற வழமையில்லை.

யேசுராசா ஆற்றிய வரலாற்றுக் கடமையை ஒப்பிடுகை யில், சிவத்தம்பி, சின்னத்தம்பியாகி விட்டார். சின்னத்தம்பி மேலே போய்விட்டார்.

பிரான்சின் காலனிய ஆதிக்கத்தை எதிர்த்து அல்ஜீரியா போராடிக்கொண்டிருந்தது. அல்ஜீரிய விடுதலைப் போராட்டத்தை ஒடுக்க பிரெஞ்சு ராணுவத்தில் சேர்ந்து பலப்படுத்துமாறு இளைஞர்களை அரசு அழைத்தது. விடுதலைக்குப் போராடும் அல்ஜீரிய மக்களுக்கு எதிராக ஆயுதம் ஏந்தமாட்டோம் என்ற இளைஞர்களின் மறுப்பை நியாயமானது என வரவேற்றார் சாத்தரே. பிரான்சில் வாழ்கிற, வதைபடும் அல்ஜீரியர்களுக்கு ஆதரவாக அரசின் கொடுமைகளைக் கண்டித்து வெளிப்படையாகப் பேட்டி தந்தார் ஜீன்பாழ் சாத்தரே. அவர் கைது செய்யப்படுவாரா என பிரெஞ்சு அதிபர் துகேலிடம் கேட்ட வேளையில்,

“கைது செய்ய மாட்டோம். சாத்தரேயைக் கைது செய்வது பிரான்சு தேசத்தைக் கைது செய்வதாகும்” – எனப் பதிலளித்தார். அறிவுக்கம்பீரத்தின் குறியீட்டை அடக்கி வைத்தால், அது தேசத்தின் கரும்புள்ளியாகி விடும் என்று உணர்ந்து கொண்டதால் ஒதுக்கம் கொண்டது பிரெஞ்சு அதிகாரம். ராணுவத் தளபதியாயிருந்து அதிபரான சார்லஸ் துகேல் எழுத்து மேதமைக்கு அளித்தது போன்ற ஒரு மதிப்பை – இங்குள்ள ஆட்சியாளர்களிடம், அரசியல் தலைமைகளிடம் எதிர்பார்க்க முடியாது. எழுத்துலகில் கருத்துகள் எந்த அடிப்படையிலிருந்து பிறப்பெடுத்து வருகின்றன, எந்தக் கோணத்தில் வைக்கப்படுகின்றன, அவர்களின் அல்லது அக்கருத்துகளின் சமூக மதிப்பு யாது என மதிக்கத் தெரிந்த ஒருவராகத் தமிழக முதல்வர் கருணாநிதி இல்லை. இருந்திருந்தால் செம்மொழித் தமிழ் மாநாட்டு அறிவிப்புச் செய்ததுமே சிவத்தம்பியின் வேண்டு கோளுக்குச் செவி கொடுத்திருப்பார்.

பேராசிரியர் சிவத்தம்பியின் நிலைப்பாடு தொடக்கத் தில் வேறொன்றாக இருந்தது. “மாநாட்டில் நான் கலந்து கொள்வேனா என்ற கேள்வி இப்போது எழவில்லை. இப்போதைய கேள்வி என்னவென்றால் இலங்கைத் தமிழர் பேரவலத்தைத் தீர்க்கக் கலைஞர் என்ன செய்யப் போகிறார்

என்பதுதான். இந்த வினாவுக்குக் கலைஞர் சரியான முறையில் பதிலளிப்பார் என்று நம்புகிறேன்" (அக்டோபர் 19, 2009 *தமிழ் முரசு*).

அவருடைய நம்பிக்கைக்கு, நேர்க்கேள்விக்கு எந்த விடையும் இதுவரை அளிக்கப்படவில்லை. இனப் படு கொலையைத் தடுத்து நிறுத்தும் ஆற்றல் பெற்றிருந்தும், பதவி நலன்களுக்காக அந்த ஆற்றலைப் பயன்படுத்தாத ஒருவரை பேரா. சிவத்தம்பி போலவே நாமும் அடையாளம் கண்டோம்; இனத்தை அழித்துவிட்டு அந்த இனம் பேசும் மொழியை வளர்ப்பது எவ்வாறு என்று மனச்சாட்சியுடன் பெரும்பாலோனோர் கேள்வி எழுப்பினோம். ஆனால் சிவத் தம்பியின் இரண்டாவது கட்ட நிலைப்பாடு "கலைஞர் கருணாநிதி போன்ற ஒரு நல்ல தமிழறிஞர் தலைமையில் நடைபெறுகிற மாநாட்டைப்" போற்றி வரவேற்பதாக அமைந்தது. மாநாட்டில் கலந்துகொள்வதில் அவர் உறுதி யாய் இருப்பதாகச் சமீபத்தில் கொழும்பு சென்ற (சனவரி – 2010) என்னிடம் நண்பர்கள் தெரிவித்தார்கள்.

பேராசிரியர் சிவத்தம்பி தம்முடைய முதல் நிலைப் பாட்டினை உறுதியாகத் தொடர்ந்திருந்தால், அவரைப் போன்ற பிற தமிழறிஞர்கள், இலக்கியவாதிகள் தம் உள்ளக் கிடக்கைகளைத் தொடர்ந்து வெளிப்படுத்தியிருப்பார்கள். வெளிப்படுத்தியிருந்தால் தமிழ் மேதைமைகளைப் பகைத்துக் கொண்டு மாநாட்டினை நடத்திட வேண்டுமா என்ற மீள் பரிசீலனைக்கு கருணாநிதி வந்திருக்கக்கூடும். சாத்தரேயிடம் பிரெஞ்சு அதிபர் ஜெனரல் சார்லஸ் துகேலுக்கு ஏற்பட்டது போன்றதொரு மதிப்பு – இந்தத் தமிழிறிஞர்கள் பற்றி மாநாட்டு ஏற்பாட்டாளருக்கு நிகழ்ந்திருக்கும். ஆனால் இதுவரை ஏற்படவில்லை. ஆனால் உலகத் தமிழ் ஆராய்ச்சிக் குழுவின் தலைவரான நொபரு கராஷிமா உலகத் தமிழ் மாநாட்டுக்கு ஒப்புதல் அளிக்காமல், தம் நிறுவனத்தின் தற்சார்பு நிலையை உறுதிப்படுத்தியதோடு, தம் புலமைத் தகுதியையும் காத்துக்கொண்டார். இங்குள்ள தமிழ்ப் புலமை களோ செம்மொழித் தமிழ் மாநாட்டுக்குப் பின்னுள்ள உண்மையான காரணிகளைக் கண்டறிந்து தம்முடைய தகுதியை நிலைப்படுத்திக்கொள்ளவில்லை.

"இவ்விடத்தில் என்னுடைய நிலைப்பாடு அரசியல் அல்ல. தமிழ்மொழி வளர்ச்சிக்கான ஆதரவு என்பதைச் சொல்லிக்கொள்ள ஆசைப்படுகிறேன்" என்று மாநாட்டில் கலந்துகொள்ள உறுதி பூண்டார். (*குமுதம்* 18.11.2009)

செம்மொழித் தமிழ் மாநாட்டுக்குப் பின்னாலுள்ள அவரது சொந்த மண்ணின் பூதாகரமான இனப்படுகொலை அரசியலை ஒதுக்கி அதிலிருந்து தன்னை விலக்கிக் கொண்டார் சிவத்தம்பி.

இங்கு என்ன நடக்கிறது? அடிப்படை மக்களுக்கு அன்றாட வாழ்வில் பயன்படாதவாறு – வாழ்வுப் போட்டி களில் அவர்கள் முன்னேற முடியாதவாறு அவர்களைத் தடுத்து நிறுத்தி – ஆங்கிலத்தால் பிரமாண்ட வசதிகள் பெறும் ஒரு மேட்டுக்குடியினர், உயர் நடுத்தர வர்க்கத்தினர் உருவாக்கப்பட்டனர். அவர்களுக்கான ஊட்டச் சத்தாகக் கல்வி ஆக்கப்பட்டுள்ளது; சமச்சீர்க் கல்வியில் தமிழ் பயிற்று மொழி இல்லை. தாய்மொழி பயிற்று மொழியாக இல்லாத கல்வியில் சமச்சீர் எப்படி நிலவும்? அரசு அலுவலகங்களில் இன்னும் தமிழ் உள்ளே நுழையவில்லை. அது ஆங்கிலத்தால் ஆக்கிரமிப்பு செய்யப்பட்டுள்ளதால் சாதாரணனும் உள்ளே நுழைய முடியவில்லை. நீதிமன்றங்களில் தமிழில்லாததால், அங்கும் தமிழன் இரண்டாந்தரக் குடிமகனானான். தமிழன் இல்லாமல் தமிழனைத்தாண்டி ஒரு தமிழ் வளர்ச்சி எங்கிருக்கும்?

தான் பெற்ற கல்வி மூலம், அதிலிருந்து பெற்ற சிந்தனை வழியில் தனக்கென ஒரு இலக்கியக் கொள்கையை ஒவ்வொருவரும் உருவாக்கிக்கொள்வார்கள். கொள்கைப் பகுப்பு என்பது, தான் வகுத்துக் கொண்ட சமூக, அரசியல் கொள்கைகளிலிருந்து பிறப்பெடுக்கிறது. கலை இலக்கிய ஆக்கங்கள், ஆய்வுகள் அனைத்துக்கும் இதுதான் அடிப்படை. மட்டுமல்லாமல் சமுதாய மனிதனாக இயங்குவதற்கு அரசியல், சமூகக் கொள்கை பற்றிய தெளிவு அவசியமாகிறது; ஆனால் செம்மொழித் தமிழ் மாநாட்டில் எந்த அரசியலும் இல்லை என்பது போல், "இவ்விடத்தில் என்னுடைய நிலைப்பாடு அரசியல் அல்ல" என்று கூறி அதிகாரத்தைச் சார்ந்து செல்லும் ஒரு சார்புத் தன்மையை வெளிப்படுத்தி னார்.

ஆனால் பி.பி.சி.க்கு அளித்த பேட்டியில் "மாநாட்டில் பங்கேற்கப் போவதில்லை என்று கூறியுள்ளீர்களே?" – என்று கேட்கிறபோது (குமுதம் 18.11.2009) "ஈழத் தமிழர்ப் பிரச்சனை யில் கலைஞர் கருணாநிதி அவர்கள் இன்னும் கூடுதலாகச் செயல்பட்டிருக்கலாம் என்ற ஆதங்கம் எனக்கு உண்டு. ஆனால் இலங்கையில் தற்போதுள்ள சூழலிலும், எனது உடல் நலமின்மையாலும் நான் நேரடியாகப் பங்கேற்பது சற்று

சிரமமாக இருக்கும் என்றுதான் கூறினேன்" – என்று விளக்கமளிக்கையில் அவர் தன்னைத்தானே மாற்றித் தீட்டும் சித்திரம் தெளிவாய் வரையப்பட்டு விடுகிறது.

பேராசிரியர் சிவத்தம்பி, 1995இல், தஞ்சையில் நடை பெற்ற உலகத் தமிழ் மாநாட்டில் பங்கேற்க முடியாமல் திருப்பியனுப்பப்பட்டார். தமிழ் மண்ணில் கால்பதிக்க விடாமல் திருப்பியனுப்பப்பட்டமை புலி எதிர்ப்பாளரான அப்போதைய முதல்வர் ஜெயலலிதாவின் நிலைப்பாட்டி லிருந்தும், புலி ஆதரவாளர் என்ற சிவத்தம்பியின் அரசியல் நிலைப்பாட்டிலிருந்தும் தான். இப்போது சிவத்தம்பி அழைக்கப்பட்டிருப்பதும் அரசியல் நிலைப்பாட்டிலிருந்து தான். இரண்டும் ஈழ விடுதலைப் போராட்டத்தைக் கொச்சைப்படுத்த நடத்தப்பட்ட – நடத்தப்படுகிற காரியங்கள். அவமானகரமான 1995இன் மறுப்புக்கும், தலைமேல் தூக்கி வைத்து ஆடும் 2010இன் வரவேற்புக்கும் ஊடாக ஓடுவது அரசியல் மட்டுமே.

வருத்தப்படுவதற்கும் ஆச்சரியப்படுவதற்கும் ஒன்று மில்லை என்கிறார்கள். சமீபத்தில் நான் கொழும்பு சென்றிருந்த வேளையில் சந்தித்த நண்பர்கள். 2002 அக்டோபரில் யாழ்ப்பாணத்தில் நடைபெற்றத் தமிழ்க் கூடல் மாநாட்டினைத் தொடங்கி வைத்து, தலைமை உரையில் அவர் பேசினார். அந்த மாநாடு விடுதலைப் புலிகளின் நிதர்சனம் வெளியீட்டகமும் கலைப் பண்பாட்டுக் கழகமும் இணைந்து ஏற்பாடு செய்த மாநாடாகும்.

"இந்த நாட்டில் தமிழ் மக்கள் வாழுகிறார்கள் என்ற பதிவே இல்லாமல் செய்யும் முயற்சி 1948லிருந்து தீவிரப் பட்டது. தமிழினம் என்ற ஒன்றே இல்லாமல் செய்வதற்கான முயற்சிகளின் எதிர்வினையாகவே ஈழத் தமிழ் மக்களுடைய குரல் எழுந்து வரத் தொடங்கிற்று. அப்போது இளைஞர் களுடைய வருகையும், இடர் களைய அவர்கள் மேற்கொண்ட உக்கிரமும் இந்தப் போராட்டத்தை ஒரு ஆயுதப் போராட்ட மாக்கி விட்டது ... மானுடவிடுதலை நோக்கிய திசையில் உதித்தது ஈழத் தமிழர்களின் விடுதலைப் போர்."

ஈழத்தில் அந்த மானுட விடுதலை அழிக்கப்படத் துணை நின்ற ஒரு பெரும் தமிழக அரசியல் சக்தி, சிவத்தம்பி என்ற ஒரு பெரும் தமிழ்மலையை முன்னிறுத்திச் செம்மொழித் தமிழ் மாநாட்டை ஒப்பேற்றி விடலாம் என்று நினைப்பதைப் புரிந்துகொள்ள முடிகிறது. ஆனால் 2002 அக்டோபர்

மாநாட்டுக்குப் பின் நடந்த ஒரு நிகழ்ச்சியை வைத்துப் பார்க்கையில் சிவத்தம்பியைப் புரிந்துகொள்வதில் நாங்கள் தவறிழைத்து விட்டோம் எனத் தெரிந்தது.

2002, அக்டோபரின் போதும் அதன் பின்பும் சந்திரிகா இலங்கை அதிபராக இருந்தார். இனவெறி (கம்யூனிஸ்டு) அமைப்பான ஜே.வி.பி.யைச் சேர்ந்த விஜித தேரா கலாச்சார அமைச்சர். அப்போது பேரா. க.சிவத்தம்பிக்கு சாகித்ய ரத்னா விருது வழங்க முடிவு செய்துள்ளார்கள். "அவர் புலி ஆதர வாளர். அவருக்கு விருது வழங்கலாமா?" எனக் கேள்வி எழுப்பியபோது "அத்தகைய ஒரு தமிழ்ப் பேரறிஞரையும் நாங்கள் மதிக்கிறோம் என்பதைத் தமிழ் மக்களுக்குத் தெரியப்படுத்தவே வழங்குகிறோம்."

இனக் கொடுமைகளுக்கு ஆளாக்கப்படும் தமிழ் மக்களின் உளவியலைச் சரிசெய்வதற்காக, வழங்கப்பட்டது. அதற் காகவே வழங்குகிறோம் என ஜே.வி.பியைச் சார்ந்த கலாச்சார அமைச்சர் பதில் சொன்னார். விருதுடன் ரூ. 50 ஆயிரம் வழங்கப்பட்டது. உடல்நிலை சரியில்லாததால், சிவத்தம்பி நேரில் விருது பெற இயலவில்லை. தன் சார்பில் மருமகனை அனுப்பி வைத்தார். அதிபர் விருது வழங்கும் விழா என்ப தால் பாதுகாப்பு நெருக்கடிகள் காரணமாக விருதுக்குரியவர் அல்லாது இன்னொருவர் விருதைப் பெற இயலாமல் ஆனது. சில நாட்கள் கழித்து ஜே.வி.பி.யைச் சேர்ந்த கலாச்சாரத் துறை அமைச்சர் விஜித தேரா சிவத்தம்பியின் வீட்டுக்கு வந்து விருதை நேரில் வழங்கினார். புகைப்படமும் எடுத்துக் கொண்டு மறுநாள் பத்திரிகைகளிலும் தொலைக்காட்சியிலும் இலங்கை அரசினர் விளம்பரம் செய்தார்கள்.

சிவத்தம்பி பற்றி ஈழத் தமிழர் மத்தியில் பிரபலமாகி யிருக்கிற ஒரு வாசகம் உண்டு. "கொழும்பில் இருக்கிறபோது அவர் சிங்களர்; ஆனையிறவு தாண்டினால் தமிழர்."

தமிழறிஞர்களைப் புலமை சார்ந்து மதிப்பிட்டு, அவர் களின் வாழ்வுப் பாங்கு குறித்து மதிப்பிடாத பெருந் தவறைச் செய்திருக்கிறோம் என்பதனை – இது நாம் களைந்து கொள்ள வேண்டிய ஒன்று என்பதனை இப்போது உணர்கிறோம். சமகால எழுத்துலகச் சிகரங்கள் குறித்தும் இதே தவறைத் தொடர்கிறோம் என்றுபடுகிறது. அதனால் ம.லெ. தங்கப்பா போன்றவர்கள் நம் கவனத்திலிருந்து மறைவுபட்டார்கள்.

நூற்றாண்டுகளுக்கு முற்பட்ட இலக்கியப் படைப்பாளி கள் பலரும் காலச் சூழல் குறித்த விமரிசனப்பார்வையுடனே

இயங்கினார்கள். இலக்கியம் என்பது அது தோற்றமெடுக்கும் சமூக, அரசியல், பொருளியல், வரலாற்றுச் சூழல்களிலிருந்து தப்பித்துப் பிறக்க முடியாது. ஏதேனும் ஒரு வகையில் இந்தத் தொடர்புகளின் சிந்திப்பிலிருந்தே பிறக்கிறது. தமிழில் நுண்மாண் நுழைபுலம் கொண்டோர் – சமூக அறம், அதிகாரம், அடித்தட்டினர், பெண்கள், தலித்துகள், சுற்றுச் சூழல், மனித உரிமைகள், உலகமயம் போன்ற தம்மைச் சுற்றி நிகழும் பிரச்சனைகளில் அக்கறை கொண்டோரா என்பது கேள்வி. தமிழும் தமிழர் வாழ்வும் மேற்காட்டிய நிலைமைகளிலிருந்து பிரிக்க முடியாதவை, என்பதை வேறு எவரினும் மேலாய்த் தமிழறிஞர்கள், இலக்கியவாதிகள் உணர்ந்து – தமிழர் வாழ்வைப் பாதிக்கும் விசயங்களைப் பற்றிச் சிந்திக்க வேண்டிய வேளை இது.

அதிகாரத்துக்கு எதிரான தம் அறிவுத் தகுதியை நிறுவ வேண்டிய தருணம் இப்போது வாய்த்திருக்கிறது. ஆனால், அதிகாரத்துக்கு அடிபணிவதான, அடியொற்றிப் போகும் தம் தகுதியை –

> கும்பிடுகிற என் கைகள் ஒரே கைகள்தான்.
> கால்கள்தான் மாறிக்கொண்டே இருக்கின்றன

எனத் தமிழ்ப் பெரியார் ஒருவர் வெளிப்படுத்தினார். இது போன்றதான நகர்வுகளையே கொண்டியங்குகிற பலர் அதிகார வளைப்புக்குப் புதிதுபுதிதாய்த் தம்மைத் தீனியாய்க் கொடுத்துக் கொண்டிருக்கிறார்கள். இத்தகைய ஒரு கவிஞர் அப்துல் ரகுமான்;

> "மற்றவர்களை விமரிசிக்கையில் அவருடைய நாக்கில் வாளிருந்தது:
>
> கலைஞர் கருணாநிதிக்கு அவருடைய நாக்கில் மயில்தோகை இருந்தது"

என்று அவர்பற்றி எழுதிய எனது முந்தைய கருத்தை மீள்பதிவு செய்வது இங்கு அவசியமாகிறது.

செம்மொழித் தமிழ் மாநாட்டின் வெளிப்பாடுகள் எத் திசையில், எவ்வாறு அமையும்? அதற்கான முன்நகர்வுகள் தோன்றத் தொடங்கியுள்ளன. சென்னை சங்கமத்தின் ஒரு பிரதானக் கூறான 'தமிழ்ச் சங்கமத்தின்' பொங்கல் நாள் நிகழ்வில், ந. முருகேச பாண்டியன் எழுதிய

'திராவிட இயக்க வளர்ச்சியில் கலைஞரின் நாடகங்கள்' என்ற நூல் வெளியீட்டில், வழக்கம் போல் அமைச்சர்கள்,

கவிஞர் வாலி பங்கேற்பினூடாக, கூத்துப்பட்டறை ந.முத்துச் சாமி, பேரா. அ.ராமசாமி போன்ற சமகால கலை இலக்கியத் திறமைகளும் பங்கேற்று வாழ்த்தினார்கள்.

ஆனால் தமிழைத் தாய்மொழியாகக் கொண்டிராத சப்பானிய அறிஞரும், உலகத் தமிழாராய்ச்சிக் குழுவின் தலைவருமான நொபுரு கராஷிமா இந்த அரசியல் சதுராட்டங்களுக்கு ஆட்படாது தமது புலமைத் தகுதியை நிறுவியுள்ளார்.

'பழிஎனின் உலகுடன் பெறினும் கொள்ளலர்'

– என்ற புறநானூற்று வரிகளை, மாணவர்களுக்குப் பயிற்று வித்த சான்றோர்களிடம், அவ்வரிகளை மெய்ப்பிக்குமாறு இன்றின் வரலாறு கோருகிறது. உலகெங்கும் வாழும் தமிழ் மக்கள் இன்று கொண்டாட்ட உணர்வில் இல்லை. முள் வேலியில் முடங்கிய தமிழர்கள் வாய் பேச முடியா நிலையில் வைக்கப்பட்டுள்ளனர். வெளியே இருப்போரின் நிலையும் அதுவே. திசையெட்டும் சிதறிய உறவுகள் வாய்புதைத்து அழுகின்றனர். தமிழினம் இருந்தால்தான் தமிழும் இருக்கும் என்ற எளிய உண்மையை உரக்கச் சொல்ல வேண்டிய நேரமல்லவா?

யாழ்ப்பாணத்தில் வாழுகிற எழுத்தாளர் அ.யேசுராசா ஒரு நண்பரிடம் சொன்னாராம்;

"யாழ்ப்பாணத்தில் இப்போது நான்
ஒருவன் மட்டுமே இருக்கிறேன்"

அங்கு இன்றைய நாளில் தமிழறிஞர்கள், இலக்கிய வாதிகள் பலரும் காற்றடிக்கிற பக்கம் – சாய்ந்து விட்டார்கள் என்பதை இவ்வாறு சுட்டிக்காட்டினார். இங்குத் தமிழகத் திலும் சில யேசுராசாக்கள் மிஞ்சுவார்களா? கோவை ஞானி, ம.லெ.தங்கப்பா, பேராசிரியர் தொ.பரமசிவன், கவிஞர் இன்குலாப், கவிஞர் புவியரசு, இராசேந்திர சோழன், கவிஞர் தாமரை எனச் சிலர் மிஞ்சுகிறார்கள்.

***காலச்சுவடு* – பிப்ரவரி, 2010**

10

மொழி அரசியல்

உலகத் தமிழாய்வுக் கழகத்தின் தலைவர் நொபாரு கராஷிமா கடைசியில், அதன் தலைவர் பதவியிலிருந்து விலகியுள்ளார்.

"எனக்கு இருக்கக்கூடிய மனநிறைவு என்னவெனில் கடந்த ஜூன் 2010இல் கோவையில் நடைபெற்ற, அரசால் ஏற்பாடு செய்யப்பட்ட, அரசியல் நோக்கம் கொண்ட மாநாட்டிலிருந்து தன்னை விலக்கி வைத்துக் கொண்டதன் மூலம், உலகத் தமிழாய்வுக் கழகம் தனது ஆய்வியல் சுதந்திரத்தைப் பாதுகாத்துக் கொண்டது என்பதேயாகும்" எனச் செம்மாந்து பதிவு செய்கிறார். ஒரு ஆராய்ச்சி மாநாட்டுக்குரிய கால அளவை மனதில் கொண்டு, தமிழக முதல்வரின் அவசரத்துக்குப் பணிந்துவிடாமல், தான் தலைமை யேற்றுள்ள அமைப்பின் தற்சார்பு நிலையையும், தனது சுதந்திரமான நிலைப்பாட்டையும் தொடக்க முதல் பேணி வந்திருக்கிறார்.

கடந்த காலத்தில் தமிழகத்தில் நடத்தப் பெற்ற உலகத் தமிழ் மாநாடுகள், அரசியல் மயமாக்கப்பட்டு விட்டதாக நொபுரு கராஷிமா கருதினார். "உலகத் தமிழாய்வுக் கழகத்தின் தொடக்க ஆண்டுகளில் திராவிட இயக்கத்தின் முற்போக்கான இலட்சியங் களோடு, அது சம்பந்தப்பட்டிருப்பதில் சற்றே நியாயம் இருந்தது. இப்போது மாநில அரசியல் நிகழ்வுகளி லிருந்து தன்னை விலக்கிக்கொள்வதற்கான நேரம் வந்துவிட்டது" என அதை வெளிப்படையாகத் தெரிவித்துள்ளார். திராவிட இயக்கங்கள் தொடக்கக்

காலத்தில் செயல்பட்ட, செயல்படுத்திய இலட்சியங்களிலிருந்து விலகி, இன்று தேர்தல் அரசியலுக்கான மாநில அரசியலுக்குள் சுருங்கி விட்டன. அதனோடு தொடர்புடையதாக உலகத் தமிழ் மாநாடுகளையும் கையாளுகின்றன என்பதைச் சொல்லாமல் சொல்லியுள்ளார்.

உலகத் தமிழ் மாநாடு அரசியல் மயப்படுத்தப்பட்டு விட்டது என்பது அவர் ஒருவருடைய உள்ளக் கிடக்கையாக மட்டுமல்லாமல், பேரா. நா. வானமாமலை போன்ற தமிழறிஞர்கள் உள்ளத்திலும் உறைந்திருந்தது. நா.வா. போன்ற சிலர் வெளிப்படையாக அறிவித்தனர். அதிகாரஞ் சார்ந்தே வழக்கமாய் இயங்கும் பல தமிழறிஞர்கள் வாய்மூடிக் கிடந்தனர்.

தேசிய அரசுகளின் தோற்றம் ஐரோப்பாவில் இயல்பாகவே உருவானது. அது மன்னராட்சிக்கும் பிரபுத்துவச் சமூக அமைப்புக்கும் எதிராக மக்களை அரசியலில் பங்காளராக்கும் ஜனநாயகத்துக்கான ஓர் அரசியல் வடிவமாகத் தோற்றம் பெற்றது. வணிக வளர்ச்சி, நகரங்களின் எழுச்சி முறையே வணிக சங்கங்கள் எனும் அமைப்புக்களையும் நகரத்தார் எனும் ஒரு வர்க்கத்தையும் தோற்றுவித்தது. இந்த அமைப்புக்களே ஜனநாயகத்துக்கான முதல் நிலை நிறுவனங்களாக அமைந்தன. வணிகச் சங்கங்களின் அமைப்புக்கள் ஜனநாயக ரீதியான தேர்வின் மூலம் தலைவர், செயலாளர், உறுப்பினர்களைத் தேர்வு் செய்தன. இது பிறப்பாலான பிரபுத்துவத் தலைமைத்துவத்துக்குப் பதிலாகத் தேர்விலாலான ஜனநாயகத் தலைமைத்துவம் தோன்ற அடிப்படையானது. மேலும் நிலத்தோடு பின்னிப் பிணைந்த பிரபுக்களை விடவும் நாடு விட்டு நாடு நகரும் வணிகர்கள், பல்நாட்டு அறிவுகளைப் பெற்று முற்போக்கான சமூகச் சிந்தனையுள்ளவர்களாகக் காணப்பட்டனர். இதனால் பிரபுத்துவத்தை விடவும் வணிகர்கள் முற்போக்கான ஜனநாயகத்தின் முன்னோடிகளாயினர். தேசத்தின் தோற்றம் இத்தகைய சனநாயகத்திற்கான விழைவினால் பிறப்பெடுத்ததாகும்.

ஐரோப்பாவில் தேசங்கள் தோற்றம் பெற்றதும், மறுமலர்ச்சி இயக்கம் இலத்தீன், கிரேக்க மொழிகளுக்குப் பதிலாக மக்களின் உள்ளூர் மொழிகளை ஊக்குவித்தது. மொழி ஒரு ஜனநாயக வடிவமாகவும் தேசிய வடிவமாகவும் உருத்திரண்டது. ஆங்கிலம், பிரஞ்ச், டச்சு எனப் பல உள்ளூர் மொழிகளும் தேசியக் குறியீடாய் எழுந்தன. இங்கு

மொழியே நடைமுறை சார்ந்து கண்ணுக்குத் தெரியக்கூடிய வடிவத்தில் காணப்பட்டதால் அதனடிப்படையில் தேசியங்கள் தம்மை வலிமைப்படுத்தின. ஆதலால் மொழி தேசியத்தின் பிரதானக் கூறாகியது.

தமிழக வரலாற்றில் முதலாளித்துவச் சமூக உருவாக்கத்துக்கான கூறுகள் 18ஆம் நூற்றாண்டு வரையிலும் இல்லாமல் போனது. கி.பி. இரண்டாம் நூற்றாண்டு முதல் நில உடைமை அரசுகளின் நீட்டிப்பும், சோழர் காலத்தில் நிலப்பிரபுவுத்துவச் சமூக அமைப்பின் உச்சமும், 18ஆம் நூற்றாண்டுத் தொடக்கம் நீடித்த பிரபுத்துவச் சமூக அமைப்பும் தேச உருவாக்கத்துக்குத் தடையாயின. சிலப்பதிகாரக் காலத்தில் மேலெழுந்த வணிக வர்க்கத்தின் திமிரல், முடியாட்சியால் அடக்கப்பட்டது. தமிழ்ச் சமூகத்தில் திரட்சிபெற்று வந்த வேளாண், வணிகச் சமுதாயங்களின் ஒழுக்கங்களை வரையறுத்துப் பேசிய சமண, பௌத்த சமயங்கள் முடியரசர் துணையோடு வைதீக மதங்களால் ஒடுக்கப்பட்டன. வேளாண் சமூகத்திலிருந்து கிளைக்கும் கைவினைத் தொழில்நுட்பமும், கைவினைஞர்களின் உற்பத்திகளினால் உருவாகும் வணிகமும் இல்லாமல் போய், தேச உருவாக்கம் என்பதும் கண்ணில் காணாமல் போயிற்று

வட வேங்கடம் தென்குமரி.
ஆயிடைத் தமிழ்கூறு நல்லுலகம்

என மொழியப்பட்டாலும் அது மொழிகூறும் எல்லைகளாகவே நின்றன. முதலாளிய சமூகத் தோற்றமாகத் தேசம் உருவாகவில்லை.

இனம், மொழி, பண்பாடு, நிலப்பரப்பு போன்ற கூறுகளால் ஒரு தேசம் கட்டமைக்கப்படுகிறது. பிரதானக் காரணிகளாய் இவை இருந்தாலும், பல்வேறு காலங்களில் பல்வேறு காரணிகள் தேச உருவாக்கத்தை வடிவமைத்துள்ளன. எனவே தேசமாக ஆவதற்கு அல்லது இருப்பதற்கு அந்தந்த மக்களின் விருப்பமே முதல் அடிப்படை. மக்களின் விருப்பத்தில் உருவாகுமென்றால் அது தேசம். எனவே தேசம் அமைய, நீடிக்க அந்தந்தச் சூழல் காரணமாகிறது.

கிளியை வளர்த்துப் பூனை கையில் கொடுத்ததுபோல், ஒடுக்குமுறையை எதிர்த்துப் போராடி வெற்றி பெற்ற தேசியமே, ஒடுக்குமுறைத் தேசியமாக மாறியதைக் கண்டு கொண்டிருக்கிறோம், போராடிப் பெற்ற தேசியம், தொடர்ந்து சனநாயகத்தைப் பேணிவருமானால், அந்தத்

தேசிய இனம் செழிப்பானதாக வளருகிறது. அல்லாத வேளையில், சனநாயக அழிப்பு புறத்திலிருந்து உள்ளே இறங்கினாலும், உள்ளிருந்தே புறப்பட்டாலும், தேசிய இனம் பின்னடைவைச் சந்திக்கிறது.

தேசிய இனக்கூறுகளில் எதன் அடிப்படையில் மக்கள் ஒடுக்கப்படுகிறார்களோ அது அந்த இனத்தின் எதிர்ப்புக்குப் பிரதானக் காரணமாய் அமைகிறது. தமிழர் வரலாற்றில் மொழிமீதான ஆக்கிரமிப்பு தொடர் நிகழ்வாய் நடந்து வந்தது, சேர, சோழ, பாண்டிய அரசுகள் உருவாக்கத்தின்போது தொடங்கிய வடமொழி ஆதிக்கம் இன்றுவரை தொடர்கிறது. சமஸ்கிருதமயமாக்கலோடு இணைந்த பிராமணியம், இம் முடியரசர் காலத்தில் மேலாண்மையாகித் தமிழரின் கருத்தியல் தளம் அனைத்தையும் கைப்பற்றியுள்ளது.

ஒரு மொழியின் ஆதிக்கம் தனக்குரிய சமுதாயத் தத்துவம், அரசியல் கோட்பாடு, வாழ்வு முறை, பண்பாடு அனைத்தையும் இன்னொரு இன மக்களின்மீது இறக்குகிறது. வடமொழி தமிழுக்குச் செய்த பாதகங்கள் அத்தகையவை; மனோண்மணியம் நாடகத்தைப் படைத்தளித்த சுந்தரனார் இதன் காரணமாக "ஆரியம்போல் உலக வழக்கொழிந்து சிதையா உன் சீரிளமைத் திறம் வியந்து வாழ்த்துதுமே" என்று வடமொழி எதிர்ப்பைப் பதிவு செய்தார். மறைமலையடிகள், பரிதிமாற்கலைஞர், நாவலர் பாரதியார், பாவாணர் போன்றோர் மொழியாதிக்க எதிர்ப்பாகத் தனித்தமிழ்ப் பயன்பாட்டில் சங்கத் தமிழுக்குப் பயணித்தார்கள். மொழிக் கலப்பற்றது சங்கத் தமிழ்.

இன்று தமிழர்களின் வாழ்வில் கொடுஞ் சவாரி செய்யும் ஆங்கிலத்தின் ஆட்டம், ஆங்கிலேயர் ஆட்சியதிகாரத்தில் உட்கார்ந்தபோது தொடங்கியது.

"இங்கிலிஷ் அரசாட்சியில் வக்கீல்களைப் போலவே, மற்ற உத்தியோகஸ்தர்களும் வித்தியார்த்திகளும் சுதேஷ பாஷைகளை நிகிர்ஷ்டம் செய்கிறார்கள். ஒண்ட வந்த பிடாரி, ஊர்ப் பிடாரியைத் துரத்தினது போல, இங்கிலிஷ், பிரெஞ்சு முதலிய அன்னிய பாஷைகள் மேலிட்டு தேச பாஷைகளைச் சீர்குலைத்து விட்டன ... நம்மைப் பெற்றதும் தமிழ். வளர்த்ததும் தமிழ். நம்மைத் தாலாட்டித் தூங்க வைத்ததும் தமிழ். மாதா வயிறெரிய மாதேசுர பூசை செய்தாற் போல், சொந்த பாஷைகளை சுத்தமாக விட்டு, ராஜபாஷை களை மட்டும் படிப்பது அநுசித்தமல்லவா"

1879லேயே தமிழின் முதல் புதினம் எழுதிய மாயூரம் வேதநாயகம் பிள்ளை தன் வலியை வெளிக்காட்டியிருக்கிறார் என்பது மட்டுமல்ல; அக்காலத்திலேயே தன் மக்கள் பட்ட பாட்டின், வாழ்வின் வலிகளைக் கொட்டித் தீர்க்கிறார்.

ஆதிக்க மொழி எதிர்ப்புக்கு, தமிழின் முன்னைப் பெருமிதங்கள் தூக்கிக் காட்டப்பட்டன. தேசக் கட்டமைப்புக்கு மொழிச் சனநாயகம் முதன்மை நிபந்தனையாகிறது. எனவே மொழிச் சனநாயகத்தின் மீட்புக்கு முன்னைப் பெருமிதங்களைக் கொண்டு வருவது தவிர்க்க முடியாமல் கடந்த நூற்றாண்டில் தொடங்கியது.

இருந்தமிழே உன்னால் இருந்தேன்,
தேவர் விருந்தமிழ்தம் என்றாலும் வேண்டேன்

என்பன போன்ற வரிகள் சமகாலச் சொல்லாடலுக்கு, சொற்பொழிவுக்குத் தமிழ்விடு தூதாகவே உருமாறின.

ஓங்கல் இடை வந்து உயர்ந்தோர் தொழவிளங்கி
ஏங்கொலிநீர் ஞாலத்து இருளகற்றும் ஆங்கவற்றுள்
மின்னோர் தனி ஆழி வெங்கதிர் ஒன்று, ஏனையது
தன்னேரிலாத் தமிழ்

என மொழி போற்றும் பிற்காலப் பாடல்கள், மீள்பயன் பாட்டுக்கு வந்தன.

அவைதீக மரபுகளின் வெளிப்பாடுகளான சமண பௌத்த இலக்கியங்களைப் புறந்தள்ளி வைதீக மரபுகளின் காவியங்களாகக் கம்பராமாயணமும், திருவிளையாடற் புராணமும் வெளிப்பட்டன. இந்த வேறுபாடுகளைக் கூட மனங்கருதாது

செவ்விய மதுரம் சேர்ந்த
சீரிய கூரிய தமிழ்

என்ற கம்பனின் வரிகளையும்,

கண்ணுதற் பெருங்கடவுளும்
        கழகமோடு அமர்ந்து
பண்ணுறத் தெரிந்து ஆய்ந்தஇப்
        பசுந்தமிழ் ஏனை
மண்ணிடைச் சில இலக்கண
        வரம்பிலா மொழிபோல்
எண்ணிடைப் படக் கிடந்ததாய்
        எண்ணவும் படுமோ

என்ற திருவிளையாடற் புராண வரிகளையும் மேற்கோள் களாய்ச் சிலாகித்துத் தமிழ்ப் புலவர்கள், பேராசிரியர்கள் பேசித் திரிந்தனர்.

இவை போன்ற மொழிப் பெருமிதங்கள் தமிழறிஞர் களுக்கு வாளும் கேடயமுமாகின. மொழியை அதன் நிலையி லிருந்து விரிக்கவோ உயர்த்தவோ மனசு ஒப்பாமல், தமிழ்ப் பெருமை ஒன்றையே தமிழறிந்தவர் செய்துகொண்டிருந்த போது, தமிழ்த் தேசிய இயக்கங்கள் இவை போன்ற சொல்லாடல்களை அரசியல் மயப்படுத்தினர். ஒரு தேசிய இனத்தின் கூறுகளான உணவு, உடை, பழக்க வழக்கம், பண்பாடு போன்ற எல்லைகளைக் காட்டிலும், இவைகளை ஒருங்கிணைத்து வாழ்வை நடத்திச்செல்லும் மொழியை எழுச்சியூட்டப் பயன்படுத்தல் தமிழ்த் தேசிய இயக்கங்களுக்கு அவசியமானது.

மக்களின் வாழ்வியல் பயன்பாடுகளுக்கு மொழி என ஆக்குவது – அறிவுப்பூர்வ முறை.

மொழியைப் பூசையறைப் படமாக வழிபடு நிலைக்கு எடுத்துச் செல்வது – உணர்ச்சிப்பூர்வ முறை:

இரண்டாம் வழிதான் நம்மில் பெரும்பாலோனோருக் கும் பிரியமானது. அடுத்தடுத்து ஆட்சியேறிய கழக அரசுகள் இவ்வாறு உணர்ச்சிமய அணுகுமுறையால் உண்டு பண்ணிய வாழ்வியல் மொழிக்கும் வழிபாட்டுத் தன்மைக்குமான இடைவெளியை ஆங்கில வணிகர்கள் கைப்பற்றிக் கொண்ட னர். கல்விக் கொள்ளையர், அதிகார வர்க்கத்தினர் (Beaurocracy) அரசியல்வாதிகள் என இவர்கள் விரிந்து பரந்திருந்தனர். தாய்த் தமிழைக் கால் பெருவிரலால் தென்னியெறிந்து, ஆங்கிலத்தை அள்ளி அணைத்த கைகளும், தமிழை ஆராதனை நிலைக்கு உயர்த்திய நாக்குகளும் இரண்டும் ஒரு புள்ளியில் சங்கமித்தன. கோடிக்கணக்கிலான சாதாரணர்கள் அதனால் கீழ் நிலையிலும் கீழாகத் தள்ளப் பட்டனர்.

ஒரு தேசிய இனம், முழுமையாய் உருக்கொள்ளக் கால காலமாய்த் தன்மீது ஏவப்பட்ட மொழி ஆதிக்கத்தை உதறித் தள்ளியே வரவேண்டியுள்ளது. ஏனெனில் அம் மக்களின் வாழ்வு, பழக்க வழக்கம், உறவு, பண்பாடு அவரவர் மொழியி லேயே நடைபெறுகிறது. மொழிஆக்கிரமிப்பு அல்லது அழிப்பு அம் மக்களின் வாழ்வு பண்பாடு அனைத்தின் மீதான ஒடுக்கு முறையேயாகும் என்பதால் தமது சனநாயகத்தை உறுதி செய்யும் போராட்டத்திற்கு மக்கள் தள்ளப்படுகிறார்கள்.

ஒரு மொழியை ஏற்றுக்கொள்ளுதல் அல்லது கைவிடுதல் என்பதை அந்த மக்களே முடிவு செய்யவேண்டும். மக்கள் நலனிலிருந்து மக்களிடம் கருத்துக் கேட்பு செய்து முடிவு செய்திருக்க வேண்டும். அவர்களுக்கு அப்பாலிருக்கிற ஒரு அதிகார அமைப்பு முடிவு செய்ய முடியாது. இந்தி பேசாத மக்களின் விருப்பத்தை அறியாமல் மத்தியிலிருக்கும் அதிகார அமைப்பு செய்தபோது, தமிழ் மக்கள் கிளர்ந்தெழுந்தார்கள்.

*1938*இல் நடந்த இந்தி எதிர்ப்புப் போராட்டம் பல தமிழறிஞர்கள் கருதிக்கொண்டிருப்பது போல், தமிழ்க்காப்பு மட்டுமேயல்ல, தொடர்ச்சியாய் அரசியல், பொருளியல், வாழ்வியல், பண்பாட்டியல் ஆதிக்க எதிர்ப்பை உள்ளடக்கி இருந்ததால் பெரியார் தலைமையேற்றார். ஒரு தேசிய இனத்தின் சுயநிர்ணய உரிமைப் போராட்டமாக அது பல பரிமாணங்களுடன் விளங்கியது.

*1965*இல் மாணவர்கள் முன்னெடுத்து நடத்திய இந்தி ஆதிக்க எதிர்ப்புப் போராட்டத்தின் அரசியல் அம்சமும் அதுதான். சுயநிர்ணய உரிமைப் போராகத் தொடர்ந்து எடுத்துச் செல்லாமல், தேர்தல் அரசியலுக்காகப் பயன்படுத்தி வரலாற்று மோசடியாய் அது முடிந்து போனது; எடுத்துச் சென்றிருந்தால், தமிழினத்தின் உரிமை மட்டுமல்ல, இந்தியாவிலுள்ள பிற தேசிய இனங்களும் பின்பற்றும் முன் மாதிரியாய் ஆகியிருக்கும். இந்தியா தேசிய இனங்களின் சிறைக் கூடமாகத் திகழ்கிற அவலம் தொடர்ந்திருக்காது.

யாருடைய வழிகாட்டலில் திரண்டார்களோ, அந்த வழிகாட்டிகளே

> "இந்தி ஒரு போதும் இல்லை;
> ஆங்கிலம் எப்போதும்"

என்ற முழக்கத்தை வைத்திருந்தார்கள். ஆட்சி அதிகாரத்தில் அமர்ந்த பின் இந்தி ஒருபோதும் இல்லை என்பது தளர்ந்தது. ஆங்கிலம் எங்கும் எப்போதும் என்று உறுதிப்பட்டது. இதில் மக்களுடைய விருப்புக்கு எதிராக, வாழ்வுக்கு எதிராக ஆங்கிலம் சுமத்தப்பட்டது. கோடிக்கணக்கான சாதாரண வர்கள் வாழ்வு பறிக்கப்பட்டு நிர்க்கதியானார்கள்.

மக்களின் வாழ்வியல் பயன்பாட்டுக்காக மொழியை ஆக்குதல் என்ற அறிவுப்பூர்வ முறையின் வினையாற்றல் களாகக் கடந்தகால இரு நிகழ்வுகளைச் சுட்ட முடியும். ஒன்று – தமிழ் நாட்டில் காங்கிரஸ் ஆட்சியின்போது கல்வி அமைச்சராக இருந்த அவினாசிலிங்கம், கலைக்களஞ்சியம்

தொகுப்புப் பணியை முன்னெடுத்தது; தமிழறிஞர் பெ. தூரன் தலைமையில் ஒரு குழுவை அமைத்துக் கலைக்களஞ்சியத் தொகுப்பைச் செய்து முடித்தார்.

இரண்டாவது – சி. சுப்பிரமணியம் கல்வி அமைச்சராக இருந்த வேளையில் *1956*இல் கொண்டுவந்த தமிழ் ஆட்சி மொழிச் சட்டம்; சட்டப் பேரவையில் அதை நிறைவேற்றிய போது, சி. சுப்பிரமணியம் "நான் தமிழனாகப் பிறந்த பயனை அடைந்துவிட்டேன்" என்று கூறினார். அதிகார வர்க்கத்தின ரின் (Beaurocracy) சுயநலனால், மாறி மாறி ஆட்சிக்கு வந்த திராவிடக் கட்சிகளின் அசமந்தத்தால் தமிழே ஆட்சி மொழி என்ற சட்டம் முழுமையடையாமல் ஒவ்வொரு தமிழனும் பிறந்த பயனை அடையமுடியாமல் போயிற்று.

சமச்சீர்க் கல்வியை நடைமுறைப்படுத்துவதில் ஊச லாட்டம். கல்வி வியாபாரிகள், பணபலம் படைத்தவர்கள் ஒன்றிணைந்து எதிர்க்கட்சியைக் கொண்டுவந்துவிடுவார் களோ என்ற அச்சம் உள்தண்டுவடம் வரை ஓடுகிறது. தமிழுக்குக் கடமையாற்றுவதால் ஆட்சி கைமாறிப் போனா லும் அது தோல்வியல்ல; வெற்றியே என்ற மாவீர அரசியல் இங்கு எவருக்கும் இல்லை. அதே பொழுதில்,

"உடல் மண்ணுக்கு
உயிர் தமிழுக்கு–"

என மூச்சுக்கு முந்நூறுமுறை முழங்குகிறபோது, இதைவிடத் தமிழை மோசமாய்க் கேலி செய்ய முடியும் என்று தோன்ற வில்லை.

தமிழ் வழியில் கல்வி பயின்றோருக்கு வேலை வாய்ப்பில் முன்னுரிமை என்ற கருணாநிதி அரசின் அறிவிப்பு நெஞ்சார வரவேற்புக்குரியது. அது அரசு ஆணையாக மட்டுமல்லாமல், சட்டப் பேரவையின் அங்கீகாரத்துடன் சட்டமாக்கப்படல் அவசியம். இந்த அறிவிப்பை *350* கோடி ரூபாய் செலவில் ஒரு மாநாடு நடத்தி அறிவிக்க வேண்டுமா என்ற கேள்வி எழாமல் இல்லை. அறிவுப்பூர்வ வழிமுறையில் இயல்பாகச் சட்டம் கொண்டுவந்து நிறைவேற்றியிருக்க முடியும்.

ஒன்பதாவது 'உலகத் தமிழ் மாநாடு' *2010*, சனவரியில் நடைபெறுமென, *2009* செப்டம்பரில் தமிழக முதல்வர் கருணாநிதி அறிவித்தபோது, "கால அவகாசம் போதாது. *2011* சனவரியில் வைத்துக்கொள்ளளாம்" என உலகத் தமிழாய்வுக் கழகத்தின் தலைவர் நொபுரு கராஷிமா

ஆலோசனை தெரிவித்தார். "2011 ஏப்ரல், மே மாதங்களில் சட்டப் பேரவைத் தேர்தல் நடைபெறுவதால் அவருடைய கருத்தை ஏற்றுச் செயல்படுவதில் பிரச்சனைகள் உள்ளன. எனவே முதலாவது உலகத் தமிழ்ச் செம்மொழி மாநாட்டை நடத்த முடிவு செய்துள்ளதாக" அக்டோபர் 16இல் முதல்வர் கருணாநிதி அறிவித்தார். ஒன்பதாவது உலகத் தமிழ் மாநாட்டிலிருந்து முதலாவது உலகத் தமிழ்ச் செம்மொழி மாநாட்டிற்கு மாறியதற்குத் தேர்தல் அரசியலே காரண மானது என்பதை முதல்வரின் கூற்று உறுதிப்படுத்திற்று.

எனவே மொழி அரசியலிலிருந்து தன்னையும் உலகத் தமிழாய்வுக் கழகத்தையும் அப்பால் நிறுத்தி சுயமரியாதையை இதுகாறும் காத்து வந்த நொபுரு கராஷிமா இந்த மொழி அரசியல் சுழலுக்குள் அகப்படாமல் இப்போது பதவி விலகியுள்ளார்.

> "உலகத் தமிழாய்வுக் கழகத்தின் தொடக்க ஆண்டுகளில் திராவிட இயக்கத்தின் முற்போக்கான இலட்சியங் களோடு அது சம்பந்தப்பட்டிருப்பதில் சற்றே நியாயம் இருந்தது. இப்போது மாநில அரசியல் நிகழ்வுகளிலிருந்து தன்னை விலக்கிக்கொள்வதற்கான நேரம் வந்துவிட்டது. இக்காரணங்களினால் நடுவண் மன்றத்திடம் பதவி விலகல் கடிதத்தைக் கொடுத்துவிட்டேன்"

எனத் தமிழ் எவ்வாறு சுயநல அரசியலுக்குப் பயன்படு கருவியாகிறது என்ற உள்ளூறைப் பொருளை வெளிப்படுத்தி யுள்ளார்.

உலகத் தமிழாய்வுக் கழக நிர்வாக மன்றம் ஒன்பது உறுப்பினர்கள் கொண்டது. கால அவகாசம் போதாது ஒன்ப தாவது உலகத் தமிழ் மாநாட்டை நடத்த என ஆலோசனை தெரிவித்தபோது நொபுரு கராஷிமா ஏன் நிர்வாக மன்றத்தையோ நடுவர் மன்றத்தையோ கலந்தாலோசிக்க வில்லை? அல்லது கூட்டவில்லை? மற்ற உறுப்பினர்களின் கருத்தைக் கேட்டுப் பெறும் சனநாயகத்தை அவர் ஏன் செயற் படுத்தவில்லை என்ற கேள்விகள் நியாயமானவை. அதிகார அரசியலுக்கு ஆட்படாமல் தன்னைத் தற்காத்து வந்தவர், சனநாயக நடைமுறையை ஏன் காக்கத் தவறினார்? இதுவும் ஒரு மொழி அரசியல்தானோ என்று கேட்கத் தோன்றுகிறது.

மொழி அரசியலுக்குச் சரியான எடுத்துக்காட்டு எதிர் வரும் சனவரி 6 முதல் 9 தேதி வரை கொழும்பில் நடைபெறப் போகும் சர்வதேசத் தமிழ் எழுத்தாளர் மாநாடு. மாநாட்டு

ஏற்பாட்டளர்கள் தங்களைத் தமிழ் உணர்வாளர்களாய்க் காட்டிக்கொள்ளும் முயற்சி – சிங்கள இனவாத அரசுக்குத் தற்போது தன்னை நியாயப்படுத்திக்கொள்ளத் தேவையான காரியமாக ஆகப்போகிறது. உலக அளவில் இலங்கை மீதான போர்க்குற்ற விசாரணை தீவிரப்பட்டு வருகிற வேளையில் அதைத் தடுத்து நிறுத்த, தமிழர் – சிங்களர் இனப் பகைமை அற்று, ஒன்றுகூடினர் என உலகுக்கு அறிவிக்கப் பயன் படுத்திக்கொள்ளும் ராஜதந்திரம் இம்மாநாட்டின் பின்புலத் தில் வேகமாய் ஆடுகிறது. தமிழர் – சிங்களர் அனைவரும் இலங்கையர்; இனப் பகையை உண்டாக்கியவர்கள் பயங்கர வாதிகள், பயங்கரவாதிகள் அழிக்கப்பட்ட பின் இது பகை மறக்கும் காலம் என இராஜபக்சேக்கள் அறிவிப்பார்கள். “இதை அரசியலாக்கிக் கொச்சைப் படுத்திவிட வேண்டாம்” என்று ஏற்பாட்டாளர்கள் கேட்டுக்கொண்டாலும், இதற்குள் ஓடுகிற அரசியல் அதுதான். இன ஒடுக்குமுறை பாசிஸ்டுகள் விரிக்கும் இந்தப் பகைமறப்பு மாநாட்டுக்கு இங்குள்ள தோழமைகள் சிலரும் பயணப்படலாம்.

தீராநதி **– நவம்பர், 2010**

11

கொழும்பு – சர்வதேசத் தமிழ் எழுத்தாளர் மாநாடு

2010 சனவரி மத்தியில் கொழும்பு சென்றிருந்த வேளையில், கொழும்புத் தமிழ்ச் சங்கத்தில் செம்மொழி மாநாடு பற்றிக் கருத்துகள் கேட்டார்கள். செம்மொழி மாநாட்டின் உயிர்நிலை அரசியல் ஆதாயம் பெறுவதில் தங்கியுள்ளது பற்றி – அதற்கான எதிர்வினைகள் எங்களிடமிருந்து தொடங்கியுள்ளது பற்றி எடுத்து வைத்தேன்.

"இந்த மாநாட்டிற்கான நோக்கம் உலகத் தமிழர்களிடம் நன்மதிப்பைப் பெற்று இலங்கையில் ஈழத் தமிழர்களுக்குச் செய்த துரோகத்தை மறைப்பதுதான்" (புதிய பார்வை – 16.5.2010) என இந்தியக் கம்யூனிஸ்ட் கட்சியின் துணைப் பொதுச்செயலர் சி. மகேந்திரன் குறிப்பிட்டது, மாநாட்டின் பிரதான அரசியல் நோக்கம் பற்றி வெளிப்படுத்தியது. கொழும்புத் தமிழ்ச் சங்க நண்பர்களுடன் உரையாடிய வேளையில் 2011 – சனவரியில் கொழும்பில் சர்வதேசத் தமிழ் எழுத்தாளர் மாநாட்டினை ஒழுங்கு செய்யவிருப்பதாகவும், அதன் பொருட்டான ஆலோசனைக் கூட்டம் சனவரி 3ஆம் நாள் நடத்தப் பெற்றதெனவும் தெரிவித்தார்கள். பேரா. கா. சிவத்தம்பி முன்னிலை வகித்துள்ளார். ஆஸ்திரேலியாவிலுள்ள முருகபூபதி, நடேசன், லண்டனிலுள்ள ராசேஸ்வரி பாலசுப்பிரமணியம் முன்கை எடுத்துச் செய்கிறார்களெனக் குறிப்பிட்டார்கள்.

தமிழினப் படுகொலை முழு வீச்சில் நடந்துள்ள நிலையில், இன்னும் அந்த வன்கொடுமை வெப்பத்தினை இராஜபக்சே சகோதரர்கள் இறக்கிக்கொள்ளாத சூழலில் மாநாடு சாத்தியமா என்ற ஐயம் எழுந்தது. அரசு அனுமதி யுடன்தான் நடக்கும் என்றார்கள். பன்னிரண்டு பணிகளை முன்னெடுக்கும் ஒரு அறிக்கையினை என் கையில் அளித்துத் தமிழகம் திரும்பியதும், எழுத்தாள நண்பர்களிடம் விநியோகிக்குமாறு தெரிவித்தார்கள். சில ஐயங்கள் தெளிவு படுத்தப்படாததால் அதை நான் ஒருவருக்கும் விநியோகிக்க வில்லை. அறிக்கையில் அவர்கள் எழுதியுள்ள 12 அம்சங்கள் பற்றி ஈழத்தின் மூத்த எழுத்தாளர் எஸ்.பொ. எழுப்பியுள்ள கேள்விகள் தருக்க ரீதியில் அர்த்தமுள்ளவை.

செம்மொழி மாநாட்டின் ஆரவாரம் காதுகளிலிருந்து அகலும் முன்பே, கொழும்பில் மாநாட்டு முயற்சியினை தீவிரப்படுத்தியுள்ளார்கள். இந்தச் சிலர் அங்கும் இங்கும் உள்ள சிலராவர். முன்னது தமிழர் செவிப்பறை கிழித்து – அவர் தம் புத்திமங்கச் செய்ய நடந்த ஆரவாரம் எனில், முதலாவது உலகத் தமிழ்ச் செம்மொழி மாநாட்டினைக் கோலாகோலமாக நடத்தி மகிழ்ந்த கருணாநிதியைவிட, இலங்கையின் இராஜபக்சே உள்ளுக்குள் மகிழ்ச்சியடைந் திருப்பார். பச்சை ரத்த வாசனையை மறைத்துத் தமிழ்ப்பதம் காட்டியதற்காக இராஜபக்சேக்கள் மகிழ்ச்சி கொள்ளாமல் எவ்வாறு இருப்பார்கள்? அவ்வாறாயின், இப்போது கொழும்பில் நடக்க இருப்பது இரைச்சல் ஏற்படுத்தாது அதே பாதையில் நடக்கும் அடக்கமான முயற்சி.

கொழும்பு என்றவுடன் இலங்கையும், இலங்கை என்ற தும் இராஜபக்சேக்களும், இராஜபக்சேக்களைத் தொடர்ந்து முள்ளிவாய்க்கால் படுகொலையும் நினைவில் மேலெழுதல் ஒவ்வொரு தமிழனுக்கு மட்டுமல்ல, மனிதனான எவ ரொருவருக்கும் வருதல் தவிர்க்க இயலாதது. மனிதன் சிந்திப்பு சக்தி கொண்டவன்.

2010 சனவரி இந்தியக் குடியரசு நாள் விழாவில் தென் கொரிய அதிபர் சிறப்பு விருந்தினராகக் கலந்துகொண்டார். அப்போது இவ்வாண்டின் இந்தியத் திரைப்பட விழா (IFFA) தென்கொரியாவில் நடைபெறுமென இந்தியப் பிரதமர் உறுதிமொழி அளித்தார். முள்ளிவாய்க்காலினுள் ளிருந்து உலக முழுதும் வீசுகின்ற பிணநாற்றத்தைத் திரைப்பட விழா என்னும் மாயாஜாலத்தால் மறைத்திடலா மென அதைக் கொழும்பில் நடத்திட வந்தார் இராஜபக்சே.

குடியரசு நாளின் உறுதிமொழி பற்றிப் பிரதமர் கவலைப் படவில்லை. உலகமயமாதலின் இந்திய நாயகனான பிரதமர், இலங்கையைக் கபளீகரம் செய்யும் முயற்சியாகக் கண்டதால் ஐஃபா (IFFA) நிகழ்ச்சியினை நடத்தத் தடையேதும் இல்லா மல் போனது.

இந்தியத் திரைப்பட விழாவினை ஏற்பாடு செய்வது ஃபிக்கி (Federation of Indian Chamber of Commerce & Industries) இந்தியத் தொழில் வர்த்தகச் சங்கங்களின் கூட்டமைப்பு ஆகும். சாதாரண மக்களை வீழ்த்தத் திரைப்பட விழா; சர்வதேச மூலதனத்தை இறக்க இந்தியத் தொழில் வர்த்தக விழா – என்ற இரு பிரிவாக இலங்கையை வளைப்பதில் இந்தியப் பிரதமருக்கும் இலங்கை அதிபருக்கும் உடன்பாடு. இலங்கையின் இராஜபக்சேக்கு இதனினும் கூடுதலான ஒரு குறிக்கோள் உண்டு என நாமறிவோம்.

இந்த ஃபிக்கி (FICCI) அமைப்பின் ஊடகப் பொழுது போக்குத் துறையின் (Media of Entertainment) தலைவராக இருப்பவர் நடிகர் கமலஹாசன். இவர் பத்மஸ்ரீ விருது பெற்ற போது, முதல் பாராட்டைத் தெரிவித்தது இந்த அமைப்பு.

தமிழகத்தில் இதற்கான முதல் எதிர்ப்பைக் கையிலெடுத் தனர் மே–17 இயக்கத்தினர் – ஃபிக்கியின் ஊடகத் துறைத் தலைவரான கமலஹாசன் வீட்டின் முன்பு ஆர்ப்பாட்டத்தை முன்னெடுத்தார்கள்.

இலங்கையில் நடைபெறும் விழாவில் தான் கலந்து கொள்ளப் போவதில்லை என்று கமலஹாசன் வாக்குறுதி கொடுத்தார். ஃபிக்கி அமைப்பின் ஊடகத் தலைவர் பொறுப்பிலிருந்து அவர் விலகவில்லை. அதிலிருந்து விலகு வதால் தமிழருக்கு என்ன பயன் என்கிற ரீதியில் தர்க்கம் செய்தார். தமிழர்களுக்கு நன்மை விளைகிறதோ இல்லையோ, ஃபிக்கி அமைப்பின் நிரந்தரச் சுரண்டலுக்குத் துணை செய்வதால் அவருக்குக் கோடி கோடியாய்ப் பயன் விளை கிறது. தமிழ்த் திரையுலகம் – ஐஃபா விழாவினைப் புறக்கணிப்பது என்ற திடமான முடிவை எடுத்ததன் பின் கமலஹாசனுக்கு வேறு வழியில்லை என்பதாலும், இந்தித் திரைப்பட நடிகர்களின் வீடுகளுக்கு முன், மும்பைத் தமிழர்கள் நடத்திய ஆர்ப்பாட்டங்களினாலும், இலங்கை இராஜபக்சேக்கள் நடத்த நினைத்த திரைப்பட நாடகம் வெற்றியடையவில்லை.

எழுத்தாளர்கள், சிந்தனையாளர்கள், அறிவுஜீவிகளது மூளையில் இலங்கையின் பயங்கரவாதம் பற்றி ஆழமாக நடப்பட்டுள்ள வேர்களைக் களைவது இலங்கையின் அடுத்த உடனடித் தேவை. அங்கும் இங்குமுள்ள சாதாரண சனக் கூட்டத்தைக் கவர எடுத்த முயற்சி தோல்வியுற்ற நிலையில் சிந்தனையாளர்களை இழுக்க சர்வதேசத் தமிழ் எழுத்தாளர் ஒன்று கூடலுக்கு இலங்கை தன் ஆதரவாளர்களை இறக்கி விட்டுள்ளது. அதற்கான பின்புல இயக்குநர்களில் மிக முக்கியமானவர் லண்டன்வாழ் ஈழரான, எழுத்தாளர் ராசேஸ்வரி பாலசுப்பிரமணியம். (தனியான கட்டுரை இவர் பற்றி வெளிப்பட்டுள்ளது.)

"சர்வதேச ரீதியாகப் புலம்பெயர்ந்து வாழும் தமிழ் எழுத்தாளர்களைத் தனிப்பட்ட விருப்பு வெறுப்புகளுக்கு அப்பால் ஒன்றிணைத்துக் கலந்துரையாடல்களை மேற் கொள்ளும் முயற்சி."

மாநாட்டு ஏற்பாட்டாளர்கள் விடுத்துள்ள அறிக்கை இவ்வாறு தொடங்குகிறது.

ஈழத் தமிழராயினும், புலம்பெயர் தமிழராயினும் தமக்கென ஒரு தாயகம் கண்டு, சுயநிர்ணய உரிமையைக் கொண்டாடுதல் அவர்களின் விருப்பு; அதைத் தடுத்துத் தமிழின அடையாளமே இல்லாமல் செய்கிற சிங்களப் பேரினவாதத்தின் மீதானது அவர்களது வெறுப்பு.

தமிழினத்தின் விருப்பு, வெறுப்பாக இந்த இரு எல்லை கள்தான் இருக்க முடியும். இந்த யதார்த்தத்தைப் புறக் கணித்து, புலம்பெயர் தமிழ் எழுத்தாளர்கள் ஒன்றிணைதல் என்பது, புலம்பெயர்ந்த தமிழர்களில் தமிழீழ விடுதலைக்கு எதிராகவும் குறிப்பாய் விடுதலைப் புலிகளுக்கு எதிராகவும் நிற்கும் சிலரை ஒன்று கூட்டும் காரியமாகக் காணமுடியும்.

எழுத்துச் சுதந்திரம், கருத்துரிமை மறுக்கப்பட்ட இராணுவ பூமியில் எதைப் பேச, எழுத வேண்டுமென ஆளுபவனே வரையறுக்கிறான்.

மாநாட்டில் இலங்கை அரசினையோ இராஜபக்சேக் களையோ விமரிசித்துப் பேச இயலுமா? அவ்வாறு தமிழினத்தை அழித்தவனை விமரிசிக்காமல் தமிழைச் செழுமைப்படுத்த என்ன திட்டம் வைத்துள்ளீர்கள்?

'அவன் ஒரு ஆங்கிலேயன்' என்ற கவிதை உண்டு. அக் கவிதை இவ்வாறு பேசுகிறது.

அவர் ஓர் ஆங்கிலேயர்
அவரே அதைக் கூறினார்
அந்தப் பெருமை அவரையே சாரும்
அதாவது அவர் ஓர் ஆங்கிலேயர்
அவர் ஒரு ருசியனாக இருக்கலாம்
ஒரு பிரெஞ்சுக்காரர், ஒரு துருக்கியர்
இத்தாலியனாக இருக்கலாம்;
பிற தேசங்களினவராக மாற
அனைத்து ஆசைகளிருந்தாலும்
அவர் ஓர் ஆங்கிலேயராகவே இருக்கிறார்

– கில்பர்ட் 1878

அதுபோல், எந்தத் தேசத்தில் வாழ்ந்தாலும், அத் தேசத்தவராக மாறும் ஆசைகளிருந்தாலும் புலம்பெயர் ஈழர் – தானொரு ஈழத் தமிழராக இருக்கவே விரும்புகிறார். ஈழத் தமிழர் என்றொரு பெருமித அடையாளத்துடன் நடவடிக்கைகளை ஒழுங்கு செய்யவே எண்ணுவார். அவர்களுடைய இந்தப் பெருமிதம் கடந்த காலம் சார்ந்ததல்ல; சமகாலத்தின் உரிமைப் போராளி என்ற பெருமிதத்தினை அடியாகக் கொண்டது. அது இன விடுதலைப் போராட்டப் பெருமிதம். இனவிடுதலைப் போராளி என்ற உணர்வுடன், உரிமைப் போராட்டச் செயல்பாட்டுடனுள்ள புலம்பெயர் தமிழர்களால் ஈழத்தாரின் வாழ்வு, பண்பாடு, மொழிக்காப்பு என அனைத்தும் அவர்களின் வழிகாட்டலில் அமையும்; அவர்களை உரிமைப் போராட்டத் தடத்திலிருந்து இறக்கி, சிங்கள இனக் கரைப்புக்குள் செலுத்தும் தடம் மாறும் வேலையை – கொழும்பில் நடக்கும் மாநாடு செய்ய இருக்கிறதா? அப்படியானால் தமிழர் செறிந்துவாழும் யாழ்ப்பாணத்தில் நடைபெறுதல்தானே சரியாக இருக்கும்? கொழும்பில் நடக்கும் என்றால் சிங்கள அதிகாரத்தின் இசைவுடன்தானே நடக்க முடியும்?

ஈழத்தில் நசுங்கி, நைந்துபோன மக்களது உணர்வு நிலையிலிருந்து – மேலோங்கிய இன்னொரு மட்டத்தில் புலம்பெயர் ஈழர்கள் இருந்தாலும், அதுவே மற்றொரு சாதகமாக மாறியுள்ளது. உலக அளவில் பரந்து வாழுவதால், வாழுகிற நாடுகளில் உரிமைக்குரல் எழுப்புவதும், ஒன்றிணைப்பதும் சாத்தியமாகியுள்ளது. லண்டனில் ஓரிரு மாதங்கள் முன்னர் உலகத் தமிழர் பேரவை நடத்திய மாநாட்டில் வெளி விவகாரத்துறை அமைச்சர் மிலிபாண்ட், பிரிட்டன் பிரதமர் ஆகியோர் கலந்துகொண்டு, தமிழின உரிமை

மீட்டெடுக்கப்பட வேண்டுமெனப் பேசினார்கள். இலங்கைப் பிரதமர் ரத்னசிறிவிக்கிரம நாயக, உடனே "வெளிநாடுகளில் உள்ள விடுதலைப் புலிகளின் கிளைகளை வலுப்படுத்தச் சில வல்லரசுகள் முயற்சிகளை மேற்கொள்கின்றன. இலங்கை ஆசிய நாடுகளில் வலுவான நாடாக வளருவது சில சக்தி களுக்குப் பிடிக்கவில்லை" எனச் சீற்றத்தைக் கொட்டினார்.

ஈழத் தமிழர் பிரச்சனையைக் கையாண்டதில் உலக நாடுகளுக்கு அவரவர் நலனே முதன்மையாக வந்தது. அதைக் கையாண்டது குறித்து அவர்களுக்கு எந்தக் குற்ற உணர்வும் கிடையாது. ஓரினத்தின் தேசிய விடுதலைப் போராட்டம் ஒடுக்கப்பட்டதில் அவை பெரும் பங்கு வகித்ததை ஓரங்கட்டிவிட முடியாது. அந்த நாடுகளின் காதுகளில் மறுபடி நுழைக்கவும், அழுத்தம் தரவுமான கடமையினைப் புலம்பெயர் ஈழர்கள் செய்து வருகிறார்கள். அவர்களைக் குறிவைத்துச் சலனப்படுத்தும் காரியத்தை சர்வதேசத் தமிழ் எழுத்தாளர் மாநாட்டு ஏற்பாட்டாளர்கள் செய்கிறார்கள் எனத் தோன்றுகிறது.

இந்த நேரத்தில் 1974இல் யாழ்ப்பாணத்தில் நடைபெற்ற உலகத் தமிழ் ஆராய்ச்சி மாநாடு நிகழ்வு ஒரு படிப்பினை யாக அமைகிறது. கொழும்பில் நடத்த முயலுதலை ஏன் தமிழ் மக்கள் மட்டுமே செறிவாய் வாழும் யாழ்நகரில் நடத்தக்கூடாது, ஏன் முயற்சி மேற்கொள்ளவில்லை என்ற கேள்வி எழுகிறது.

1972இல் புதிய யாப்பைக் கொண்டுவந்தது, சிங்கள மொழி, மத, பண்பாட்டு, அரசியல் ஆதிக்கத்தை நிலைப்படுத்தியதன் காரணமாய் சிறீமாவோ பண்டார நாயகாவின் முகம் சர்வதேச அளவில் சர்வாதிகார முகமாக ஆகியிருந்தது. தான் இனச்சமத்துவம் பேணுபவர், சனநாயகவாதி என்ற புதிய முகத்தை மாட்டிக்கொள்ளும் தேவையில் கொழும்பில் உலகத் தமிழ் ஆராய்ச்சி மாநாட்டை நடத்தி, பெயர் வாங்கிக் கொள்ள நினைத்தார். தமிழர்கள் தங்களின் தலைநகரில் அம்மாநாட்டை நடத்தியே தீருவோம் எனப் போராடி வெற்றி பெற்றார்கள். அந்த வெற்றியைத் தாங்கிக்கொள்ள முடியாத சிறீமாவோ பண்டாரநாயகா ஒன்பது தமிழ் உயிர் களை மாநாட்டு அரங்கிலேயே கொன்று களிப்படைந்தார்.

> "அன்று பண்டார நாயகா இருந்த நிலையைப் போல இராஜபக்சே இன்று பன்னாட்டுஅளவில் முகமிழந்து போயிருக்கிறார். அங்கு நடக்கும் கொடுமைகளை

விசாரிக்கப் பன்னாட்டு அவை (ஐ.நா) முயலும்போது அதைக்கூட மோசமான முறையில் தாக்கி மூடச் செய்த அரசாக அவருடைய அரசு அமைந்திருக்கிறது. புலம் பெயர்ந்த எழுத்தாளர்கள், பன்னாட்டு எழுத்தாளர்கள் ஆகியோரைக் கொழும்பிற்கு அழைத்து அவர் மாநாடு நடத்துவதற்குக் காரணமே தான் மனித உரிமைகளை மதிப்பவன் என்று ஒப்பனை செய்து பன்னாட்டு அரங்கில் காட்டிக்கொள்ளத்தான்''

என்று மூத்த ஈழ எழுத்தாளர் எஸ்.பொ கூறுவது உண்மை.

உலகத் தமிழ் ஆராய்ச்சி மாநாட்டினைக் கொழும்பிலே நடத்த வேண்டுமென சிறீமாவோ முனைப்புச் செலுத்திய போது, மறுப்புக் காட்டாமல் அதற்கு முட்டுக்கொடுத்தவர் கா.சிவத்தம்பி. அதனால் யாழ் நகரில் 1974இல் நடைபெற்ற மாநாட்டில் சிவத்தம்பி பங்கேற்கவில்லை என்ற உண்மையை யும் இங்கு கருதிப் பார்க்க வேண்டும். அந்த சிவத்தம்பிதான் இப்போதும் கொழும்பு மாநாட்டுக்கு முன்னிலைப் படுத்தப் படுகிறார்.

சிங்கள அரசை நம்பி ஒருபோதும் காரியம் ஆற்றக் கூடாது என்பதை உலக நாடுகள் பல உணர்ந்துள்ளன. உலக நாடுகள் உணர்ந்த அளவுகூட ஈழத் தமிழர்கள், குறிப்பாய் கொழும்புத் தமிழர்கள் உணரவில்லையோ என்கிறபோது, ரணமாகக் காந்துகிறது. சிங்கள அரசை நம்பி இது போன்ற காரியங்களை முன்னெடுக்கிறார்கள் என்றால் உள்ளறுப்பு வேலைகள் செய்கிறவர்கள் யார் என்ற கேள்வி சரியே.

இன்றைய தகிக்கும் நிலையில், தவிதாயப்படும் தமிழர் கோருவது தமிழை வளர்ப்பது அல்ல; தமிழை வளர்ப்பதற் கான அரசியல் அதிகாரத்தையே. சிங்களத்துக்குச் சமமாகத் தமிழ் என்று நிறுவுவதற்கான அரசியல் அதிகாரத்தைக் கேட்பதே முதன்மைப் பணியேயன்றி உலகத்துக்கும் மேலாகத் தமிழைக் கொண்டு செல்லும் பணி அல்ல. அதைச் செய்வ தாகக் கூறித்தான் 350 கோடி ரூபாய் செலவில் செம்மொழி மாநாடு எல்லா ஒப்பாரிகளையும் பாடி முடித்துவிட்டதே! மொழி வளர்ச்சிக்கு அரசியல் உரிமையே முதல் தேவை யாகும் என்பதை எவரும் உணர்வர். ஆட்சியில், நிர்வாகத்தில், கல்வியில், வேலைவாய்ப்பில் எல்லா இனங்களின் வாழ்வை யும் நிர்ணயிப்பதில் சிங்களம் எதனால் சாத்தியமாயிற்று? அரசியல் மேலாண்மையினால்தான். சிங்களத்திற்குச் சம மாகத் தமிழ்மொழியை வளர்ச்சி செய்ய வேண்டுமெனில்

மொழி வளர்ச்சிக்கு முன்னிபந்தனையாய் ஈழத்து மண்ணில் அரசியல் அதிகாரம் முக்கியத்துவம் பெறுகிறது. இந்த அரசியல் பற்றி எண்ணிப் பார்க்காமல் மொழி வளர்ச்சிக்குத் தலைகொடுக்கப் போகும் வித்தையை எவ்வாறு செய்யப் போகிறார்கள்?

தமிழர் பிரதேசத்தை அபிவிருத்தி செய்தல் என்ற போர்வையில் இராஜபக்சேக்கள் வேறொரு காரியத்துக்கு வழிவகை நடத்திக்கொண்டிருக்கிறார்கள். அடிமைச் சமூக மாக ஆக்கப்பட்ட தமிழினத்தை – சிங்கள இனக் கரைப்பில் செலுத்துவதுதான் அது. தமிழ் மக்களுக்கு இப்போது தேவைப்படுவது அதிகாரமல்ல; அபிவிருத்திதான் என்று மொழி வளர்ச்சிக்கு வழி அமைப்பதுபோல் காட்டுவதும் ஒரு உத்தியாகும்.

“வளர்ச்சியை விரும்புகிற ஒரு தேசிய இனம் முதலில் தனது சுதந்திரத்தைப் பெற வேண்டும். அவர்களுடைய தேசிய சுதந்திரம் இரண்டாம் பட்சம் என மற்றவர்கள் அவர்களுக்குக் கூறுவது தேவையற்ற வேலை” என்று ஒரு சமயத்தில் போலந்து பற்றி காவுட்ஸ்கிக்கு மார்க்ஸும் ஏங்கல்ஸும் எழுதினார்கள்.

அயர்லாந்திலுள்ள நிரந்தர மக்கள் தீர்ப்பாயம் என்ற அமைப்பு அளித்த டப்ளின்அறிக்கை,

> “போர் நிறுத்த ஒப்பந்தத்தை மீறிய இலங்கை அரசு, சூலை 2006இல் போர் தொடங்கிய நாள் முதல் ஏப்ரல் 2009 வரை ஐக்கிய நாடுகள் அவையின் ஆவணங்கள்படி, வான்வழித் தாக்குதல், கனரக ஆயுதத் தாக்குதல், காரணமாய் நாளொன்றுக்கு 116 பேர் கொல்லப் பட்டனர். இறுதிச் சில நாட்களில் மட்டும் 20,000 பேர் கொல்லப்பட்டதாக, பிரெஞ்சு, பிரித்தானிய ஊடகங்கள் வெளியிட்டன.”

என முன்வைக்கிறது. அதன்படி சூலை 2006 முதல் ஏப்ரல் 2009 வரை கொல்லப்பட்டோரின் எண்ணிக்கை ஒரு லட்சத்து 22 ஆயிரம். அதன்பின் 20,000 என்றால் ஒரு லட்சத்து 42 ஆயிரம். ஆனால் கடைசி நாட்களில் கொல்லப்பட்ட மக்கள், போராளிகளின் எண்ணிக்கையையும் கணக்கிட்டால் இரண்டு லட்சம் பேர் என்று வருகிறது. இதன் காரணமாக மட்டுமல்ல எல்லாக் காரணங்களின் படியும்,

“இலங்கை அரசிடமிருந்து தங்களைக் காப்பாற்றிக் கொள்ளத் தனி நாடு ஒன்றை உருவாக்கிக்கொள்வதே

தமிழர்களுக்கு ஏற்புடையது. பன்னாட்டுச் சட்டதிட்டங்களின்படி, இன அழிப்பால் பாதிக்கப்பட்டவர்கள் தனிநாடு ஒன்றை உருவாக்கிக்கொள்வதே பயனுள்ள தீர்வும் உரிய இழப்பீடும் ஆகும்" என மனித உரிமையாளரும், பேராசிரியருமான பிரான்சிஸ் பாய்ல் கூறியுள்ளார்.

இவ்வாறான சிந்தனைகளால் வார்க்கப்பட்டு, வழி நடக்கும் புலம்பெயர் ஈழர்களைத் தடம் மாறச் செய்ய – மொழி வளர்ச்சி, கலை, இலக்கிய வளர்ச்சி என்ற பெயரில் கொழும்புத் தமிழர்கள் முயலுகிறார்கள். இதனை இராஜபக்சேயிசத்தின் இன்னொரு பக்கம் என்கிறோம். தடம் மாறுதல் ஆபத்தானது. ஆசியத் தடகளப்போட்டி நடைபெற்றபோது, ஓட்டப்பந்தயத்தில் இரண்டாவதாய் வருவார் என எதிர்பாக்கப்பட்ட ஒரு இந்திய வீராங்கனை முதல் சுற்றின் இறுதியில் தடம் மாறி ஓடியதால், தகுதி இழந்தவராய் ஆக்கப்பட்டார். என்ன இப்படிச் செய்துவிட்டாயே என்று முன்னாள் பிரதமர் இந்திரா காந்தி வருத்தப்பட்டதாகக் கூறுவார்கள். அதுபோல் புலம்பெயர்ந்த எழுத்தாளர்களை மொழி வளர்ச்சி, கலை, இலக்கிய மேம்பாடு என்று தடம் மாற்றி ஓட வைக்கும் பொறுப்பு கொழும்புத் தமிழர்களிடம் ஒப்படைக்கப்பட்டுள்ளதோ என்று எண்ணத் தோன்றுகிறது. தமிழர் கோருவது மொழி வளர்ச்சி, இலக்கிய வளர்ச்சி அல்ல என்பதை, ஈழத்து அரசியல் ஆய்வாளர் தனபாலா முன்வைக்கிறார்.

"தமிழர்க் கோருவது அபிவிருத்தி செய்வதற்கான அரசியல் அதிகாரத்தைத் தான். அதைத்தான் நாம் தீர்வு என்கிறோம். அதாவது நாம் அபிவிருத்தியை நிராகரிக்கவில்லை. எமது வாழ்நிலை, பழக்கவழக்கம், பண்பாடு என்பவற்றிற்கு இசைவான அபிவிருத்தியை நாம் செய்வதற்கு எமக்கு அரசியல் அதிகாரம் வேண்டும் என்று கோருகிறோமே தவிர, தமிழினத்தைச் சிங்கள இனமாகக் கரைப்பதற்கு ஏதுவான பண்பாட்டுக் கொலையைச் செய்யவல்ல சிங்கள மேலாதிக்க அரசியல் ஆதிக்கத்தை அல்ல; இங்கே இலங்கை அரசு ஒடுக்குமுறையை இன்னொரு தளத்திற்கு அபிவிருத்தி என்ற அழகான வார்த்தைப் பிரயோகம் மூலம் இராசதந்திர ரீதியாக நகர்த்தியுள்ளது. எனவே அரசியலைப் பற்றிக் கதைக்க மாட்டோம்; அபிவிருத்தி பற்றிக் கதைப்போம் என்பது ஒடுக்குமுறைக்கான இன்னொரு பெயராகும்."

(பொங்கு தமிழ் இணையம் – 23.7.2010)

அரசியல் பற்றி உதடு பிரிக்காமல், மொழி வளர்ச்சி, கலை இலக்கிய மேம்பாடு என்று உச்சாடனம் செய்து, ஒடுக்கு முறைக்குத் துணை போக ஏற்பாட்டாளர்கள் முடிவு செய்துள்ளார்கள் என்பது தெளிவாய்ப் புலப்படுகிறது; அதுவும் இராஜபக்சேகள் மீதான போர்க்குற்ற விசாரணை தீவிரப்பட்டுக்கொண்டிருக்கிற வேளையில், உலக அளவில் அதனை உடைக்க எடுக்கும் முயச்சிக்கு இந்த நேரத்தில் அறிவுஜீவிகளின் இதுபோன்ற ஒன்றிப்பு தேவைப்படுகிறது. இந்த வகைச் செயல்பாட்டுக்குள் கண்டுகொள்ள முடியாத வகையில் ஒளிந்துகொண்டுள்ளது சிங்கள ராசதந்திரம்; அரசியல் மேலாண்மையில் இருப்பவர்கள் அறிவுச் சூழச்சியி லும் மேலாண்மை கொண்டிருப்பார்கள் என்ற பக்கத்தையே இது திறந்து காட்டுகிறது.

இந்திய அரசும் இலங்கை அரசும் கை கோர்த்து நடத்திய திரைப்பட விழாவைத் தோல்விகாணச் செய்த தமிழர் ஒற்றுமை நமக்கு ஒரு முன்மாதிரியாகும். இந்த ஒற்றுமை சர்வதேசத் தமிழ் எழுத்தாளர் மாநாட்டைப் புறக்கணிக்கவும் அவசியப்படும் தருணமிது. நடைபெறப் போகும் கொழும்பு மாநாட்டில் நிச்சயமாக நாங்கள் இல்லை என்போம்.

***கீற்று* இணையம் – ஆகஸ்டு, 2010**

12

இப்போதாவது பேசுங்கள்

சமூகத்தின் எந்த ஒரு நிகழ்வாயினும், உள்வாங்கி உடனே எதிர்வினை செய்கிறவர்களாக மக்களிருக் கிறார்கள். அவர்களது சொந்தப் பாதிப்பாக அது உணரப்படுகிறது. ஆனால் அது அவர்களின் பாதிப்பு தான் என உணர வைப்பதற்கும் வெளியில் இருந்து ஒரு உந்துதல் தேவைப்படுகிறது.

கேரள மாநிலம் கோழிக்கோடு நகரில் மக்களை வெளியேற்றிச் சட்டத்துக்குப் புறம்பாக அடுக்கக உணவு விடுதி (Multi storied hotel) கட்டப்பட்டிருந்தது. அதைத் திறந்து வைக்க வர வேண்டாம் என அப்போதைய மாநில முதல்வர் உம்மண் சாண்டியை சுகுமார் அழிக்கோடு என்ற எழுத்தாளர் கேட்டுக் கொண்டார். வேண்டுகோளைப் புறந்தள்ளி முதல்வர் உம்மன் சாண்டி அடுக்கு மாடி விடுதியைத் திறந்து வைத்தார். கேரளத்தின் மிக உயர்ந்த இலக்கிய விருதான எழுத்தச்சன் விருது அப்போது எழுத்தாளர் சுகுமாரன் அழிக்கோடுக்கு அறிவிக்கப்பட்டிருந்தது. ஊழல் செய்த அநீதிப் பேர்வழிகளுக்குத் துணை போகும் முதலமைச்சரின் கையிலிருந்து விருதைப் பெறமாட்டேன் என விலக்கித் தள்ளினார் சுகுமாரன்.

“சனநாயக மக்கள் விரோத அரசிடமிருந்து நான் பரிசு பெற விரும்பவில்லை; மோதல்கள் (Encounters) என்ற பெயரில் ஒன்றுமறியா அப்பாவி மக்களை நூற்றுக்கணக்கில் கொன்று குவித்த அரசின் எந்த அங்கீகாரமும் எனக்குத் தேவையில்லை” – காளிப் பட்டணம் ராமாராவ் என்ற தெலுங்கு எழுத்தாளர் ‘யக்ஞம்’ – என்ற தனது சிறுகதைத் தொகுதிக்கு ஆந்திர அரசு அளித்தப் பரிசை பெற்றுக்கொள்ள மறுத்தார்.

மக்களுக்கு நேருகிற ஏதொன்றையும் தனதாகக் கருதிக் களிப்போ சினமோ கொண்டு கூத்தாடுதலை பாரதியிடம் கண்டிருக்கிறோம். எழுத்தில் தமது மனச்சாட்சியின் உணர்தலை, சிந்திப்பைக் கொண்டுவருகிற வாய்ப்புக் கிட்டியவர்கள் இலக்கியவாதிகள். படித்தவன் சூதும் வாதும் பண்ண மாட்டான் என்பது பாரதியின் எதிர்பார்ப்பு.

திரைப்படத்தின் வீச்சால் ரசிகர் கூட்டத்தைத் திரட்டிய வர்கள், அதையே மூலதனமாக்கி அரசியல் தலைமை யெடுத்தல் 1970களில் தொடங்கியது. ராஜ்குமார் என்ற கன்னட நடிகர் திரைப்பட வசீகரிப்பினை மூலதமானக்கி இனத்தின் பெயரால் மக்களைத் திரட்டத் தொடங்கினார். 2001இல் ராஜ்குமார் சந்தன வீரப்பனால் கடத்தப்பட்டு ஏறத்தாழ நூறு நாட்கள் வைக்கப்பட்டிருந்தார். திரையரங்கு களில் நூறு நாட்கள் வெற்றியைக் கொண்டாடி மகிழ்ந்த ரசிகர்கள், நூறு நாட்கள் சிறைப்பிடிப்பை ஏற்றுக்கொள்ள இயலாமல் கொந்தளித்தார்கள். கன்னடத்தின் முன்னணி இலக்கியவாதிகளாய்க் கௌரவிக்கப்படும் கவிஞர் சந்திரகாந்த் பாட்டில், எழுத்தாளர்கள் அனுமந்தையா, சோமனூர் மகா தேவா போன்றவர்கள், தமிழகம் வந்து எங்களைச் சந்தித்து, ராஜ்குமாரை மீட்டுத் தரும் முயற்சியில் ஈடுபட்டிருப்பதாக வும், துணை செய்யுமாறும் கேட்டுக்கொண்டார்கள். அப் போது அம்முயற்சியில் ஈடுபட்ட பழ.நெடுமாறனை அவர்கள் சந்திக்க ஏற்பாடு செய்தோம். ஒரு நடிகராகக் கருதாமல், தங்கள் இனத்தின் பிரதிநிதியாக ராஜ்குமாரைக் கண்டதால் – வந்தவர்கள் அவர்கள். அதுவே அங்கு இனத் தாக்குதலாக உருவாகக்கூடும் என உணரல் எங்களுக்கு மட்டுமல்ல; அவர் களுக்கும் இருந்தது என்பதை நாங்கள் தெரிந்துகொண்டோம்.

ஆனால் இதே எழுத்தாளர்கள் நதி நீர்ப் பங்கீட்டில் கடைமடை விவசாயிகளுக்கே முன்னுரிமை என்ற அனைத் துலக நதி நீர்ப் பங்கீட்டின் விதிகளை வீசியெறிந்து ‘தமிழகத் துக்குத் தண்ணீர் தராதே’ என 22.9.2002 அன்று மைசூரில் திரண்டு ஊர்வலம் போனார்கள். முன்னர் உதவி கோரி வந்தபோது செய்தது போல், ஒப்புக்காகிலும் தமிழக எழுத்தாளர்களைத் தொடர்புகொள்ளவோ கருத்தறியவோ கன்னட எழுத்தாளர்கள் முயலவில்லை.

ஈழத் தமிழர்கள் மேல் மிகப் பெரிய இனப் படுகொலை நடந்திருப்பதாக ஐ.நா. வல்லுநர் குழு அறிக்கை கூறுகிறது. 1948 முதல் பௌத்த சிங்களப் பேரினவாதத்தைச் செயல் படுத்தி வரும் ஓரின அரசின் ஆதிக்க வெறி பற்றி ஐ.நா

இப்போதாவது வாய் திறந்திருக்கிறதே என்பது ஒரு ஆறுதல். அந்தத் தமிழனின் ஆசுவாசத்தில் மண் அள்ளிப் போடுகிற மாதிரி படுகொலைக்கு சீன, ருசிய, கியூபா நாடுகளின் ஆதரவு; ரத்து அதிகாரத்தைப் (Veto Power) பயன்படுத்தப் போவதாக ருசியாவின் முழக்கம்; இன்றளவுமான இந்திய மௌனம் (மௌனம் சம்மதம்); ஐ.நா அறிக்கையைக் கண்டித்து இராஜபக்சே நடத்திய மே தினப் பேரணி எனக் கொடூரத் தாக்குதல்கள் தொடர்கின்றன. சுனாமி என்ற இயற்கை அனர்த்தத்தின்போது துடித்த கலை இலக்கிய மனங்கள், இனப் படுகொலை என்ற செயற்கை அனர்த்தத் தினால் கொந்தளிப்புக் கொள்ளவில்லை.

தமிழ்க் கலை இலக்கியவாதிகள் விசித்திரமானவர்கள். வரலாற்றின் முக்கியமான தருணங்களில் ஒடுக்குமுறைக்கு எதிராக எவ்வாறு நடந்துகொள்கிறார்கள்?

நம்மில் முக்கியமான இலக்கியக்காரர்கள் இருக்கிறார் கள். இவர்கள் இலக்கியத்தில் எல்லாவற்றைப் பற்றியும் எழுதுவார்கள். சமகாலத்தின் உயிர்நிலையான பிரச்சனை யாக எதைக்கொள்ள வேண்டுமோ அதைப் பேச வாய்திறக்க மாட்டார்கள்.

மில்லினம் எனக் கொண்டாடப்பட்ட 2000ஆம் ஆண்டு பிறப்புக்குப் பின் நடைபெற்ற இரு நிகழ்வுகள் வரலாற்றி லிருந்து அகற்றிவிட முடியாதவை.

ஒன்று – ஈழத் தமிழர்மீது நடைபெற்ற கொடூர அடக்கு முறை. டப்ளின் நடுவர் மன்றக் கணக்குப்படி 2006 ஜனவரி முதல் 2009 மே முடிய இரண்டு லட்சம் பேர் கொல்லப் பட்டிருக்கிறார்கள்.

இரண்டாவது – இந்தியாவின் மத்திய மாநிலங்களில் பழங்குடி மக்கள், ஏழைகள்மீது நடந்த தாக்குதல்; வாழ் வாதாரத்தைக் காத்துக்கொள்ளப் போராடும் மக்கள்மீது – அன்னா ஹஸாரேவுக்குக் காட்டும் கரிசனத்தில் ஒரு துளி கூடக் காட்டவில்லை அரசு.

தமிழகக் கலை இலக்கியவாதிகள் இந்த இரு நிகழ்வுகள் பற்றியும் அதிகம் அலட்டிக்கொள்ளவில்லை. ஈழத்தில் நடந்த கொடூரப் படுகொலைகள் ஏதோ ஒரு பூபாகத்தில் நடக்கிறது என்று உலக நாடுகள் கண்டுகொள்ளாமை போலவே அருகி லிருக்கிற இவர்களும் கண்டுகொள்ளவில்லை. அன்னா ஹஸாரேவுடன் பேச்சு வார்த்தைக்குப் போகும் இந்திய அரசு,

போராடும் மத்திய மாநிலங்களின் பழங்குடி மக்களைப் பற்றிக் காட்டும் அலட்சியம் போலவே, இந்த உள்நாட்டு அடக்குமுறைகள் பற்றியும் எழுத்தாளர்கள் லட்சியம் செய்ய வில்லை. எழுத்தில், கலை வடிவத்தில் பதிவு செய்வது இருக்கட்டும், குறைந்த அளவு எண்ண வெளிப்பாடு களிலும்கூடக் காட்டிக்கொள்ளவில்லை. பேசினால் எழுத்தும் கலை வடிவமும் அழுக்குப்பட்டுவிடுமோ என்று தமக்குத் தாமே வாய்ப்பூட்டுச் சட்டத்தைச் செயல்படுத்திடத் தயங்காத இவர்களுக்கு அதிகாரத்தை எதிர்த்துப் பேசி, அப்படியான பழக்கமில்லை என்ற போதிலும், அதனால் சட்டம் ஒழுங்கு என்ற சாக்கில் இறங்கும் அரசின் அடக்குமுறை குறித்த அச்சம் நடு நரம்பில் ஓடுகிறது. மனிதர்கள் குறித்த பிரச்சனை களைத் தனித் தீண்டாமைப் பிரதேசமாக ஆக்கிவிட்டு இலக்கிய விழாக்கள், நூல் வெளியீடுகள், வம்பு வேலைகளில் வழக்கம்போல் சுயமாகப் பயணிக்கிறார்கள்.

எழுத்து அல்லது கலையின் வரையறை யாது? எந்த வரையறையும் எழுத்துக்கு வேண்டாமென அடுக்கிக் கொண்டிருக்கிறவர்களும், மானுட அறம் சார்ந்து படைப்பது என்ற வரையறையை ஒதுக்கிவிட முடியாது. ஆனால் தன் வாழ்வுத் தொடர்பில் நிகழும் உட்பிரச்சனைகளை ஒலிப்ப தாக இவர்கள் குரல் வருமே தவிரப் பொதுப் பிரச்சனை யின் குரலாக வெளிப்பட்டதில்லை. மானுட குலம் பற்றிய உணர்தலும் ஓர்மையுமில்லாமல் தனது தனித்திறன்மீது குவிக்கப்படுகிற கவனம், தன்னை மட்டுமே உயர்த்திக் கொள்ளப் பயன்படும். நேர்மையில்லாத புலமை சமுதாயத் துக்குப் பயன்தராது. தன்னை உயர்த்திக்கொள்வதற்கே பயன் படும் என்பதன் சாட்சியங்களாகப் பல படைப்பாளிகள் இங்கு இருக்கிறார்கள்.

ராஜ்குமார் என்ற ஒரு உயிர் பறிக்கப்பட்டுவிடுமோ என்ற ஆதங்கத்தில் கன்னட எழுத்தாளர்கள் அணியாக இன உணர்வோடு வந்தார்கள். ஒரு உயிர் அல்ல ஐ.நா. அறிக்கை யில் காணப்படுவது போல் விடுதலைப் புலிகளை ஒழிப்பது என்ற பெயரில் கடைசிச் சில நாட்களில் பல பத்தாயிரம் உயிர்கள் பறிக்கப்பட்டிருக்கின்றன. இலங்கை அரசு இன்றும் இயங்குகிறது. இலங்கை அரசை அது நிகழ்த்திய படுகொலை களுக்கு அத்து மீறல்களுக்குப் பொறுப்பாக்குதல் என்ற நடவடிக்கைகளில் ஐ.நா. பொதுச்செயலாளர் பான் கி மூன் அந்தப் பதவிக்குரிய அதிகாரங்களைக் கையாள்வதில்கூடத் திராணியோடு செயல்படவில்லை என்பதோடு நேர்மைக்

கோட்டில் பயணிக்கவில்லை. இன ஒடுக்குமுறையும் படு கொலையும் நடந்த நாடுகளில் ஒரு விதமான நிலைப்பாட்டை யும், ஈழத் தமிழர் படுகொலையில் எதிர்விதமான நிலைப் பாட்டையும் கொண்டு ஓரவஞ்சகமாகச் செயல்படும் ஐ.நா. அமைப்பை நேர்மைக் கோட்டில் பயணிக்கச் செய்ய அறிவுலகத் தளத்தில் அழுத்தம் தரமுடியும். இந்தியச் சுதந்திரப் போராட்டக் காலத்தின் இலக்கிய வாதிகள், கலைஞர்கள், மக்களின் விடுதலையின் பொருட்டு உணர்வுபூர்வமாக வரலாற்றுப் பணி ஆற்றினார்கள். நாடக மேடையில் நடித்துக் கொண்டிருக்கிறபோதே உயிர் நீத்த விஸ்வநாத தாஸ் போன்றோர் நாடக மேடையை சுதந்திரத் தாகத்தை வெளிப் படுத்திய களமாகக் கண்டார்கள். எழுத்தாளர்கள், கலைஞர் கள் ஒரு உண்மையைப் புரிந்துகொள்ள வேண்டும். ஈழத் தமிழர் பிரச்சனை இன்று உலகப் பரிமாணம் பெற்று விட்டது. அது அந்த மக்களின் பிரச்சனை மட்டுமே அல்ல. அவலத்தில் வாழும் உலகெங்குமுள்ள மானுட இனத்தின் பிரச்சனை அது. அனாதையாக விடப்பட்டுவிட்ட ஒரு இனத்துக்காக இப்போது நாம் பேசியாக வேண்டும்.

சமகாலத்தில் நடந்த அநியாயம் பற்றிய எந்த உணர்வும் உரையாடலுமற்று நிறைய நிறைய இலக்கிய நிகழ்வுகளும் நூல் வெளியீடுகளும் சுகமாய்க் கொண்டாடப் பெறுகின்றன. தமிழன் என்ற உணர்வுகூட வேண்டாம். மானுட குலத்தின் ஒரு பகுதி துவம்சம் செய்யப்பட்டுள்ளது என்ற மனச்சாட்சி உயிர்ப்புடன் இயங்கினாலே போதும்.

பிளாசி யுத்தத்தில் மன்னர் சிராஜ் உத்தௌலாவை ராபர்ட் கிளைவ் தோற்கடித்தது இந்தியா அடிமைப்பட்ட வரலாற்றில் முக்கியத் திருப்பு முனை. வெற்றி கொண்ட ராபர்ட் கிளைவ் 144–சிப்பாய்களுடன் நகரத்தைக் கடந்து செல்கிறான். வெறும் 144 சிப்பாய்கள். நகர மக்கள் வீதிகளில், வீடுகளில், சந்திப்புகளில் நின்று வேடிக்கை பார்க்கிறார்கள். நடுக்கத்துடன் நகரத்தைக் கடந்துவிட்ட கிளைவ்,

> “இப்போதுதான் உயிர் வந்தது; கூடிய மக்கள் அனை வரும் ஆளுக்கொரு கல்லெடுத்து வீசியிருந்தால்கூட நாங்கள் இல்லாமல் போயிருப்போம்” என்றான்.

முக்கிய வரலாற்றுப் புள்ளியில் மக்கள் செயல்படாமல் நின்றார்கள். முதல் கல்லெறிவதைச் செய்து வழிநடத்தக் கூட ஒருவரும் இல்லை. வரலாற்றில் வாழுதல் என்பது வரலாற்றில் முதல் கல்லெறிதல்தான். ஐ.நா. முன்னடி

வைத்துள்ள இவ்வேளையில்கூட சமூகத்தின் மனச் சாட்சிகள் என்கிற எழுத்தாளர்களாகிய நாம் கல்லெறியப் போகிறோமா? அவரவர் சார்புகளால் மௌனம் காப்பதையே கடமையாகத் தொடரப் போகிறோமா?

முதல் கல்லெறிதலைச் செய்ய வேண்டிய இலக்கியவாதி கள் அதை அரசியல்வாதிகளது கைகளுக்குத் தந்துவிடு கிறார்கள். இலக்கியவாதிகள் எனப்படும் அறிவாளிகளின் செயலற்ற மௌனம், அரசியல்வாதிகளுக்குச் சாதகமாய் ஆகிவிடுகிறது. அவர்கள் தப்பும் தவறுமாய் சுயநலன் கருதிக் கல்லெறிகிறார்கள். ஈழத் தமிழர் படுகொலையில் தமிழ் இலக்கியவாதிகளின் செயலற்ற அமைதி தமது நலன்கள் சார்ந்து எடுத்ததோ என்று எண்ண வைக்கிறது.

“இந்த மயான அமைதியில் உறைந்திருப்பது கொலை களுக்கு உதவியாக இருந்த இந்திய அரசு மட்டும் அல்ல; கூடவே, இந்திய அரசியல்வாதிகள், எழுத்தாளர்கள், பத்திரிகைகள், மக்கள் உரிமை அமைப்பினர், சனநாயக வாதிகள், போராடும் மக்கள் இயக்கங்கள்கூட இது விசயத்தில் அமைதியாக இருக்கின்றனர். இந்த மனச் சாட்சியற்ற மௌனம் பல காலம் இந்திய மக்களை வதைக்க இருக்கிறது என்பதை நாம் உணர்ந்து கொள்ள வேண்டும்.”

– அருந்ததிராய்

***தீராநதி* – ஜூன், 2011**

13

கறுப்பு ஆடுகள்

யாழ்ப்பணத்தில் வசிக்கும் தீபச் செல்வன் ஒரு கவிஞர். எழுத்தாளர். ஈழத்து மக்களின் விடுதலைக் கனவை அதன் பொருட்டான அவர் தம் வலியைப் பேசுபவர். 'ஈழம் – மக்களின் கனவு' – என்பது அவருடைய தற்போதைய நூல். ஓராண்டு முன்புவரை யாழ் பல்கலைக்கழக மாணவராக இருந்தபோது யாழ் பல்கலைக்கழக மாணவர் ஒன்றியத்தின் செயலராகவு மிருந்தார்.

தீபச் செல்வன் எழுதுவதற்கு ஒரு பத்திரிகையும் சில பக்கங்களுமிருந்தால் எதையும் எழுதித் தள்ளுபவ ரல்ல. மக்களின் வளர்ச்சியைக் கருதாத குப்பைகளை நெஞ்சாரத் தழுவிக்கொள்ளுதலைக் குறிப்பது 'எழுதித் தள்ளுதல்' என்னும் சொல். எதையும் பரிசீலனைக்கு உட்படுத்தி ஆதாரபூர்வமாகச் சொல்லிச் செல்பவர் தீபச் செல்வன்.

மூன்று மாதங்கள் முன்பு தீபச் செல்வனை லண்டன் வாழ் எழுத்தாளர் ராசேஸ்வரி பால சுப்பிரமணியம், ஆஸ்திரேலியாவைச் சேர்ந்த முருக பூபதி, டாக்டர் நடேசன் ஆகியோர் யாழ்ப்பாணத்தில் சந்தித்தனர். சனவரி 6, 7, 8, 9 நாட்களில் கொழும்பில் நடைபெறும் தமிழ் எழுத்தாளர் மாநாட்டில் கலந்து கொள்ளுமாறு கேட்டனர் மாநாட்டின் முக்கிய ஏற்பாட்டாளர்களான இவர்கள்.

"யோசித்துச் சொல்கிறேன். பின்னர் எனது கருத்தைத் தெரிவிப்பேன்" என எழுத்தாள நாகரிகத் தைக் கடைப்பிடித்தார் தீபச் செல்வன். இவர்கள் பற்றியும் இவர்கள் முன்னின்று நடத்தும் மாநாடு

பற்றியும் அப்போது அவருக்கு முழுமையாகத் தெரியாது. ஒன்று, புலம்பெயர் நாடுகளில் வாழும் எழுத்தாளர் களுடன் நேரடி அறிமுகம், பழகுதல் இருந்தாலன்றி அவர் களைப் பற்றிய மதிப்பீடு கொள்ள இயலாது; இரண்டா வது, அவர்கள் வெளியுலகுக்குத் தரும் எழுத்துக்களை வாசிப்பதன் மூலம் அவர்களைப் பற்றி அறிய இயலும். இந்த இரு வாய்ப்புகளும் குறைவாகப் பெற்ற தீபச் செல்வ னுக்கு அவர்களின் நோக்கம் பற்றித் தெளிவுபெற முடிய வில்லை.

இப்போது அவருக்கு எந்த சந்தேகமும் இல்லை. கொழும்பில் நடத்தவுள்ள சர்வதேசத் தமிழ் எழுத்தாளர் மாநாட்டில் பங்கேற்பதில்லை என்ற தனது முடிவில் உறுதியாக நின்றார்.

மாநாட்டில் பங்கேற்குமாறு கேட்டுக்கொண்ட ராசேஸ்வரி பாலசுப்பிரமணியம் இந்த மாநாட்டு ஏற்பாடு களுக்கும் தனக்கும் எவ்விதத் தொடர்புமில்லையென்று, கோவை ஞானியிடம் சில மாதங்கள் முன்பு தெரிவித்திருக் கிறார். இதை கோவை ஞானி என்னிடம் கூறினார்.

நிறைய நிதி மூலதனத்துடன் கோவையில் இறங்கி, கோவை ஞானி மூலம் பெண்ணியக் கவிதைகள், கதைகள், கட்டுரைகள் எனப் போட்டிகள் நடத்தி அவைகளை நூலாக்கி வெளியீட்டு விழா நடத்தி இலண்டன் திரும்புவார் இந்த ராசேஸ்வரி. தானொரு பெண்ணுரிமைப் போராளி என்ற பிம்பத்தைக் கட்டியமைத்துக்கொள்வார். இவையாவும், தன்னை முன்னிறுத்துதல் என்ற ஒற்றைத் திசையிலேயே நடைபெறும். தன்னை முன்னிறுத்தலில் எந்த எல்லைக்கும் செல்பவர் என்பதை விடுதலைப் புலிகளுடனான தனது பகைமையை நிலைநிறுத்துவதற்காக, இராஜபக்சேயுடன் கைகுலுக்கி, விருந்து மேசையைப் பகிர்ந்துகொள்பவர் என்று அண்மையில் கிடைத்த சேதி உணர்த்துகிறது.

கொழும்பு சர்வதேச எழுத்தாளர் மாநாட்டினை எதிர்த்து சென்னையில் அக்டோபர் 5, 2010இல் ஒரு செய்தியாளர் கூட்டம் நடத்தியபோது, வரவேற்புத் தெரிவித்து கோவை ஞானி எழுதிய நீண்ட கடிதம், பச்சை மை காயாமல் இன்னும் என் கைவசம் உள்ளது. அந்த ஞானிதான் இப்போது 2011, சனவரியில் நடைபெறும் இந்த மாநாட்டுக்கும் வாழ்த்துத் தெரிவித்து, ஏற்பாட்டாளர்களில் ஒருவரான ஞானம் இதழாசிரியர் ராசசேகரனுக்குக் கடிதம் வரைகிறார் எனில் அவர் மீதே ஐயம் எழுகிறது.

உத்தியோகப் பூர்வ அழைப்பில்லாமல், தனிப்பட்ட பயணமாக இலங்கை அதிபர் இராஜபக்சே டிசம்பர் 1–2 நாட்களில் இலண்டன் சென்றது விநோதமானது. இந்த விநோதமான பயணத்துக்குப் பின்னணியிலிருந்து அனைத்துக் காரியமும் பண்ணியவர் ராசேஸ்வரி அம்மையார் என்று சொல்லப்படுகிறது. இராஜபக்சேவின் பயணத்துக்கு அரசின் சிவப்புக் கம்பள வரவேற்பு இல்லையென்றாலும் இவரைப் போன்றவர்களின் வரவேற்பு அதிகம். இனக் கொலையாளிக்கு இடமா அதுவும் பல்கலைக்கழகத்திலா எனப் பெருங்கோபம் கொண்ட பிரித்தானியத் தமிழர்களும், மனித உரிமை ஆர்வலர்களும் ஆக்ஸ்போர்டில் இராஜபக்சேவைக் கால் பதிக்க விடாமல் விரட்டியடித்தனர். அடுக்கடுக்காய் நிகழ்ந்த அவமான நிகழ்வுகளுக்கெல்லாம் இந்த அம்மையார் காரண மாக இருந்திருக்கிறார் என்று *Sri Lanka Guardian* இதழ் எழுதுகிறது *'யார் இந்தக் கறுப்பு ஆடு?'* (Who is the black sheep) இங்கிலாந்தில் வாழும் இலங்கையின் கூட்டாளி. பிரித்தானியத் தமிழர்களின் அறிவுஜீவிப் பிரதிநிதித்துவமாக அடிக்கடி இலங்கை ஊடகங்களில் காட்டிக்கொள்கிற இவர் இலங்கை அரசின் உளவாளி" – என ஐ.தே. கட்சி (UNP) கூறுகிறது (*Sri Lanka Guardian* 6.12.2010)

இங்கிலாந்து வாழ் தமிழர்களிடம் நன்கு பரிச்சய மானவர். பிரித்தானியத் தமிழர்களின் அறிவுஜீவித்துவப் பிரதிநிதித்துவமாக இலண்டனிலுள்ள இலங்கைத் தூதரகத் தில் நடைபெறும் தமிழர் எதிர்ப்புப் பரப்புரைக் கூட்டங் களில் தவறாது இடம்பெறுவார். ஆலோசனை தருவார்.

இலங்கையின் முன்னாள் உளவுத்துறை அதிகாரியும், இலங்கைக்கான தற்போதைய இங்கிலாந்து துணைத் தூதரான எச்.பி. ஹம்சாவை நினைவிருக்கும். இலங்கைத் தூதரக அதிகாரியாகத் தமிழ்நாட்டுக்கு அனுப்பப்பட்ட போது, விடுதலைப் போராட்டத்துக்கு எதிராகவும், சிறீலங்கா அரசுக்கு ஆதரவாகவும் இங்குள்ள பத்திரிகையாளர்களுக்கு காரும், பங்களாவும், பணமும் வாரி, வழங்கி எழுதச் செய்தவர். இந்தச் சதி வலையில் அகப்பட்ட *ஜூனியர் விகடன்* செய்தியாளர் வெங்கடேஷ் கல்தா கொடுத்து அனுப்பப்பட்டார். இந்த ஹம்சா மட்டுமல்ல, இலங்கை யின் தூதராக இலண்டனுக்கு வரும் எவராக இருந்தாலும் நெருக்கமாகி விடுவார் ராசேஸ்வரி பாலசுப்பிரமணியம். 'ராஜேஸ் பாலா' – இது அவருக்கு நெருங்கிய வட்டாரத் தில் உள்ள அவர்களால் மட்டுமே உச்சரிக்கப்படும் பெயர்.

சிறீலங்கா கார்டியன் (*Sri Lanka Guardian*) இதழ் அவர் பற்றித் தீட்டும் மற்றொரு சித்திரம் – "தன்னை ஒரு எழுத்தாளர் என்று அறிமுகப்படுத்திக்கொள்கிற இவர் ஒரு தன் புகழ்பாடி. யுத்தம் தீவிரப்பட்ட 2008 முதல் சீறீலங்கா படைத்துறையுடன் நெருக்கமான உறவை (Gosy relationship) வலுப்படுத்திக்கொண்டார். இவர் நினைத்தால், நினைத்தபோது தொலைபேசியில் பேசலாம். யாருடன், மகிந்த இராஜபக்சே, அவருடைய சகோதரர்களான கோத்தபய, பொருளாதார அமைச்சர் பசில் இராஜபக்சே, பிற அமைச்சர்கள், இராணுவப் புலனாய்வுத்துறைத் தளபதி பிரிகேடியர் ஹெந்த விதாரனே போன்றோருடன் உரையாடுவார். தேவைப்படுகிறபோது அவருக்குப் பணம் வரும். எங்கிருந்து? இலங்கை அரசிடமிருந்து! நினைக்கிறபோதெல்லாம் இலங்கைக்கு விமானப் பயணம் செய்ய முடியும் எப்படி? (*Sri Lanka Guardian* 6.12.2010) இலங்கையின் கருணைப் பார்வையால்.

> "வெளிநாடு வாழ் தமிழ் மக்களின் எதிர்ப்பு உணர்வுகள், போராட்ட முனைப்புகளைச் சேகரித்து, இலங்கை அரசுக்குக் கொடுக்கிற ஒரு உளவாளிக்கும், சற்றே மேலே போய் ஒரு கைக்கூலிக்கு என்னனென்ன சலுகைகளைத் தர முடியுமோ அவையெல்லாமும் இராஜபக்சே அரசு செய்து தருகிறது."

சிறீலங்கா கார்டியன் இவ்வாறு எழுத –

சண்டே அப்சர்வர் (*Sunday Observer* 5.12.2010) என்ற மற்றொரு இதழ் – அவர் ஒரு நாடகமாடி என்று இன்னொரு முகத்தை வரைகிறது.

"'பெண்ணியவாதி, சமூகத் தொண்டர், மனிதாபிமானி – என்றெல்லாம் தனக்குத் தேவையான பிம்பத்தைத் தேவையான நேரத்தில் மாட்டிக்கொள்வார். அவருடைய குறிக்கோள் மாறாதது – தமிழீழ விடுதலைப் போராட்டத்தை நசுக்க அனைத்தையும் செய்வது குறிக்கோள். யுத்தத்தால் பாதிக்கப்பட்ட, முள்வேலி முகாம்களில் அடைபட்ட மக்களுக்கு மாந்தநேய உதவிகள் செய்தார் எனச் செய்திகள் வந்தன. அவருடன் உறுதுணையாய் இருந்த கூட்டாளிகள் (Associates) இதை மறுக்கிறார்கள். நாங்கள் செய்த உதவிகளையெல்லாம் தான் செய்ததாகக் காட்டிக்கொண்டார் என்கின்றார்கள். அதில் ஒருவர் "முள்வேலி முகாம்களுக்கு அளிக்கப்பட்ட மனிதநேய உதவிகளுக்குக் குந்தகம் செய்தது இவர்தான்" என்கிறார். (She is an absolute nuisance to the work within the camp (*Sunday observer* 5.12.2010))

ஆங்கிலத்தில் ஒரு வாசகம் உண்டு "மான்களோடு சேர்ந்துகொண்டும் ஓடுகிறார்கள்; புலிகளோடு சேர்ந்து கொண்டும் வேட்டையாடுகிறார்கள்." அதுபோல இவருடைய மனிதாபிமான நாடகம், மக்களுக்காக; அதன் இறுதி நோக்கம் இலங்கை இனவாத அரசுக்காக! சிங்களச் சிங்கங்களோடு சேர்ந்து இவர்களும் மான் வேட்டையாடுகிறவர்களே!

II

இராஜபக்சேயின் வருகையை இலண்டனிலுள்ள இலங்கைத் தூதரகம் ஏற்கவில்லை. இந்தச் சூழலில் வர வேண்டாம் என்று தூதரகம் தந்த ஆலோசனையையும் இலங்கை உளவுத்துறையின் எச்சரிக்கையையும் இராஜபக்சே கண்டுகொள்ளவில்லை. போர்க்குற்ற விசாரணையைத் தீவிரப்படுத்தும் முயற்சியில் உலகத் தமிழர்களுடன் மனித உரிமைப் போராளிகளும் முனைப்புக் கொண்டிருந்ததால், பிரித்தானிய சட்டவிதிகளின்படி கைது செய்யப்படலாம் என்றிருந்தது நிலை. என்ன இருந்தாலும், ஒரு நாட்டு அரசின் அதிபரை இன்னொரு அரசு கைது செய்து விசாரித்தல் எளிமையானதல்ல; இருப்பினும் உடன் வந்த, போர்க்குற்றங் களில் ஈடுபட்ட இராணுவத் தளபதிகள் தப்பித்தோம் பிழைத்தோம் என்று இலங்கைக்கு ஓடிவிட்டனர்.

முள்ளிவாய்க்கால் கொலைக்குப்பின் 50 ஆயிரம் தமிழர்கள் குவிந்து கைவசப்படுத்திய முதல் வெற்றி இது. இந்த வெற்றியைத் தொடர்ந்து தக்கவைத்துக்கொள்வோம் எனத் தாயகத் தமிழர்கள் தமது வெற்றிகள் மூலம் உறுதி அளித்துள்ளார்கள்.

இராஜபக்சே, ஆக்ஸ்போர்டு பல்கலைக்கழகத்தின் உள் நுழைய முடியாமல் விரட்டியடிக்கப்பட்ட பின்னர், தூதரகத் தில் தேநீர் விருந்து என்ற பெயரில் அதற்குப் பதிலாய் ஒரு ஆலோசனைக் கூட்டம் டிசம்பர் 2ஆம் நாள் நடந்தது. அதில் ராசேஸ் பாலா கலந்துகொண்டு இராஜபக்சேயுடன் பேசு கிறார். (ராசேஸ்வரி பாலசுப்பிரமணியம் இராஜபக்சே யுடன் அளவளாவும் இரு படங்கள் – *சிறிலங்கா கார்டியன்* வெளியிட்டுள்ளது.) கடைசியில், தமிழரின் இந்த ஒன்று திரண்ட கொந்தளிப்புக்கு டிச. 25இல் இலண்டன் வந்து சொற்பொழிவாற்றி, தமிழர்களைத் தூண்டிவிட்ட இலங்கை யின் எதிர்க்கட்சி நாடாளுமன்ற (UNP) உறுப்பினர் டாக்டர் ஜெயலத் ஜெயவர்த்தனா, இடதுசாரித் தலைவரான டாக்டர் விக்கிரமபாகு கருணாரத்ன ஆகியோரின் உரையாடல்கள் தான் காரணம் எனத் திசை திருப்பிவிடப்பட்டது.

2010 நவம்பர் *25*இல் டாக்டர் ஜெயலத் ஜெயவர்த்தனாவின் இலண்டன் பேச்சுக்கள்:

- தமிழர்களுக்கு நீதி வழங்கப்படவில்லை
- இலங்கை அமைதியற்ற ஒரு நாடு
- நல்லிணக்க ஆணைக்குழு விசாரணை ஒரு கண் துடைப்பு; அண்மையில் இலங்கைக்கு வருகை தர வைத்த பிரித்தானிய நாடாளுமன்ற உறுப்பினர்களின் வருகை – பாதுகாக்கப்பட்ட ஒரு பயணம். 'டெம்பிள் டிரீ' விடுதியில் சுவையான பிரியாணி உண்டு திரும்பினர்.
- தமிழ்க் கைதிகள் சித்திரவதைச் செய்யப்படுகிறார்கள்.
- அரசாங்கத்தின் ஐந்து நட்சத்திர விருந்தாளி கே. பி. என அழைக்கப்படும் கே. பத்மநாதன்.
- நான் உட்பட, தமிழ்த் தேசியக் கூட்டமைப்பின் நாடாளுமன்ற உறுப்பினர்களுக்குக் கொலை அச்சுறுத்தல்.
- சிறையில் சரத் பொன்சேகாவுக்குப் போதுமான வசதிகள் செய்து தரப்படவில்லை.

2010, நவ. *25*இல் டாக்டர் ஜெயலத் ஜெயவர்த்தனாவின் லண்டன் பேச்சுகள் இவைதாம். கறையான் புற்றெடுக்கக் கருநாகம் அமர்ந்தது போல், இயல்பான இந்த உரைகளைக் கருநாகங்கள் பயன்படுத்திக்கொண்டன.

டாக்டர் ஜெயலத் ஜெயவர்த்தனாவும் விக்கிரமபாகுவும் பேசிய கூட்டங்களுக்குச் சிங்களர்களே விசேடமாக அழைக்கப்பட்டிருந்தனர். இராஜபக்சே அரசின் புகழ் பாடுதலுக்கு மாற்றான எதிர்க் கருத்துக்களுக்கான ஒரு மேடையாக இது அமைந்தது. சிங்களர்களே பெரும்பாலும் கலந்துகொண்ட கூட்டத்தில் விரல்விட்டு எண்ணக்கூடிய அளவில் அதுவும் ராசேஸ் பாலா போன்ற ஒன்றிரண்டு தமிழர்களே கலந்துகொண்டனர். ஒரு கட்டத்தில் டாக்டர் ஜெயலத் பேசிக்கொண்டிருக்கும்போதே இடையில் குறுக்கிட்டு ராசேஸ் பாலா "யுத்தத்தின் கடைசி நாட்களில் நான் அங்கு இருந்தேன். விடுதலைப் புலிகளிடமிருந்து தப்பி மக்கள் ஓடிவந்தபோது, சிங்கள மக்களும் முஸ்லிம்களும் இணைந்து அவர்களுக்குப் பாதுகாப்புத் தந்து உதவி செய்தார்கள். முட்டாள்தனமாகப் பேசாதீர்கள்" என்று

கத்தினார். இப்போது எதிர்க்கட்சி உறுப்பினரான டாக்டர் ஜெயலத் தேசத் துரோகியாகச் சித்தரிக்கப்பட்டு இலங்கை நாடாளுமன்றத்தின் நெருக்கடிக்கு உள்ளாகியுள்ளார். இலண்டனில் இராஜபக்சேக்கு ஏற்பட்ட அவமானத்துக் கெல்லாம் காரணமான அம்மையார் ஒதுங்கிக்கொள்ள, இராஜபக்சேக்களின் சிவந்த கண்கள் உண்மை பேசிய ஜெயலத்தை எரித்துச் சாம்பலாக்குகின்றன.

ராசேஸ்வரி பாலசுப்பிரமணியம் ஜெயலத்தின் கூட்டத் தில் குறுக்கிட்டது, கத்தியது முதல் முறையல்ல. பிரித்தானியா வின் நாடாளுமன்ற உறுப்பினர்கள் பங்கேற்கும் மக்களவை யில் (House of commons) லிபரல் ஜனநாயக் கட்சித் தலைவரும் நாடாளுமன்ற உறுப்பினருமான சைமன் ஹியுக்ஸ் உரையாற்ற உள் நுழைந்தார். அவரைப் பார்த்ததும், அவர்மீது எந்த மரியாதையுமில்லாமல் சபை நடந்துகொண்டிருக்கிறது என்ற கவலையுமில்லாமல் “நீ ஒரு விடுதலைப் புலி; எனக்குத் தெரியும், நீ ஒரு புலி” என்று பார்வையாளர் மாடத்திலிருந்த படியே கத்தினார். நாடாளுமன்றம் சங்கடத்தில் நெளிந்தது. சில உறுப்பினர்கள் வேறு அநாகரிமான வார்த்தைகளை உதிர்த்து விடாமல் அந்த மனநோயாளியை அமைதிப்படுத்தி னார்கள்.

ராசேஸ்வரி பாலசுப்பிரமணியத்தின் இதுபோன்ற அருவருப்பான செயல்பாடுகளும், இலங்கை அரசுடனான வரைமுறையற்ற கூட்டுச் செயல்களும் லண்டனிலிருந்து இயங்கும் தமிழ் ஒளிபரப்பு மையத்தினரின் (TBC) கடுமை யான விமர்சனத்துக்கு வழி அமைத்துள்ளது. பிரித்தானியத் தமிழர்களின் பெருங்கோபம் இவரை இலங்கைக்கே ஓட வைத்தால் ஆச்சரியப்படுவதற்கில்லை. தமிழர்களின் கடுஞ் சினத்தைவிட, சிங்கள அரசுடனான நேசம், இவரை கொழும்பில் குடியேற வைத்துவிடும் என்று சொல்லப் படுகிறது.

III

ஒரு இலட்சம் உயிர்களைத் தின்ற முள்ளிவாய்க்காலோடு நான்காம் கட்டப் போர் முடிவுக்கு வந்துவிட்டதாகப் பலர் கருதுகிறார்கள். யுத்தத்துக்கு உதவிய அனைத்து நாடுகளும் அவ்வாறே நினைக்கின்றன. அரசியல் வல்லுநர்கள், பத்தி எழுத்தாளர்கள், ஊடகவியலாளர், எழுத்தாளர்கள் அனைவரும் இந்த முடிவுடனேயே எழுதவும், பரப்பவும் செய்கிறார்கள்.

ஆனால் இராஜபக்சே சகோதரர்கள் ஐந்தாவது கட்டப் போரைத் தொடர்ந்து கொண்டிருக்கிறார்கள்; அவர்கள் வழி நடத்தும் அரசும் இராணுவமும் தமிழர் மீதான ஐந்தாம் கட்டப் போரை அபிவிருத்தி, அமைதி என்ற பெயரில் தமிழ்ப் பிரதேசம் முழுமையையும் சிங்களமயமாக்கும்வரை தொடரு கிறார்கள். தமிழருடைய வாழ்விடங்களைச் சிதைப்பது, சொந்தக் காணிகளைஅடையவிடாமல் துரத்தித் துரத்தி அடிப்பது, முள்வேலி முகாம்களுக்குள் முடக்குவது, மீள் குடியேற்றம் புகவிடாமல், பாடசாலை, கல்லூரி, பொது இடங்களில் நிர்க்கதியாக்குவது, தமிழ் நிலமெங்கும் இராணுவ முகாம்களாக ஆக்குவது என்ற ஐந்தாம் கட்டப் போரில் வெற்றிக்கொடி நாட்டியபடி நடக்கிறார்கள். வடக்கு, கிழக்கு தமிழ்ப் பிரதேசம் முழுமையும் சிங்களமயமாகிறபோது ஐந்தாம் கட்டப்போர் நிறைவடையும்.

மேற்குலக நாடுகளில் வாழும் புலம்பெயர்ந்த தமிழர் களுக்கு எதிரான போரை முன்னெடுக்கப் போவதாக – சிறீலங்கா அரசு அந்த யுத்தத்தின் மற்றொரு பகுதியை அறிவித் துள்ளது. ஆக்ஸ்போர்டு பல்கலைக்கழகத்தில் கால்பதிக்க முடியாதபடிக்குப் புலம்பெயர் ஈழர்களால் இராஜபக்சே விரட்டியக்கப்பட்டதினால் வந்ததல்ல இந்த ஞானம். “உள்ளே விடுதலைக் குரல் எழுப்பிய ஒரு பகுதியினரை முள்ளி வாய்க்காலுக்குள் முடித்தோம். வெளியே விடாது குரல் எழும்பும் இன்னொரு பகுதியைச் சிதைக்காமல் ஓய மாட்டோம்” என்று எடுத்துள்ள முடிவு அது. மீண்டும் மீண்டும் கொல்லப்பட்டுக்கொண்டே இருக்கிற அடிமைச் சமூகமாகிவிட்ட ஈழத்து மக்கள் எதையும் வெளிப்படுத்த அஞ்சுகிறார்கள். அவர்களின் நாக்காக, புலம்பெயர்ந்தோரே இன்று இருக்கிறார்கள். அவர்களின் எதிர்ப்புணர்வுகளை அளவிட, போராட்ட நடவடிக்கைகளை உளவறிய ராசேஸ்வரி பாலசுப்பிரமணியம் போன்ற கைக்கூலிகளை அமர்த்தியிருக்கிறார்கள். இதன் தொடர்ச்சியில் யுத்தத்தில் பங்கேற்ற பல இராணுவத் தளபதிகளை – முக்கியமான மேற்கு நாடுகளில் தூதர்களாக நியமிக்கும் தந்திரோபாயத்தைக் காணலாம். நடேசன் போன்ற போராளிகள் வெள்ளைக் கொடி ஏந்திச் சரணடையச் சென்றபோது களத்திலிருந்து கொன்ற 58ஆவது படைப்பிவிரின் தளபதியான சில்வா, இலங்கைக்கான ஐ.நா.வின் சிறப்புப் பிரதிநிதியாக நியமிக்கப் படுகிறார்.

புலம்பெயர் தமிழர்களின் ஒன்றுபட்ட குரலைச் சிதைப்பதில் அதற்கான முகவர்களைத் தமிழர்களிடமிருந்தே

பெறுவதில் கணிசமான அளவில் இராஜபக்சேக்கள் வெற்றியும் ஈட்டியுள்ளார்கள். அவர்கள் எவராகவும் இருக்கலாம். முன்னாள் பேராளிகள், கலைஞர்கள், எழுத்தாளர்கள் என யாராகவும் இருக்கலாம். "இனிப் போராடும் எண்ணம் வேண்டாம் சமூக வாழ்வு வாழ்ந்தால் போதும்" என உறவுகளுக்கு, நண்பர்களுக்கு, மக்களுக்கு அறிவுறுத்துமாறு அவர்கள் வலியுறுத்தப்படுகிறார்கள். அவ்வாறு செயற்பட ஒவ்வாதவர்கள் புலத்திலிருந்து இறங்கி, ஈழத்தில் தங்கியிருக்கும் வேளையிலே காணாமல் ஆக்கப்படுகிறார்கள். அரசின் முழுமையான ஆசியுடன் வெள்ளை வேன் கும்பல்கள் கடத்திச் செல்வார்கள்.

புலம்பெயர் குரலை, முற்றாக இல்லாமல் சிதைக்கிற போது – ஆறாம் கட்டப்போரை முடித்துக்கொள்வார்கள். இந்தப் போரை நடத்தத் தாங்கள் தேடித் தேடிப் போய்ப் பிடிக்க வேண்டியவர்கள், ராசேஸ் பாலாக்கள், தேடாமலே கிடைத்துவிட்ட எழுத்தாளர் மாநாட்டு ஏற்பாட்டாளர்கள் பற்றி இலங்கை அரசினர் மகிழ்ச்சிகொண்டிருக்கிறார்கள்.

பொங்குதமிழ் இணையம்

14

செங்கடல் சாட்சியாகி!

கடல்மேல் ஆரஞ்சு வண்ணத்தில், ஆரஞ்சு வடிவ முழு நிலா. மார்ச் 19இல் வழக்கமான வட்டத்தினும் பதினாறு மடங்கு பெரிய நிலா தெரியுமென்றார்கள். காணக் கிடைக்காத சந்திரோதயத்தைக் காண கச்சத் தீவுக்கு வந்தது போலாயிற்று என்று நினைப்பு ஓடியது. அன்றும், மறுநாளும் கச்சத் தீவு அந்தோணியார் ஆலயத் திருவிழா. நாங்கள் அந்தோணியாரைத் தரிசிக்க வரவில்லையென நூற்றுக்கு நூறு உறுதியாகச் சொல்ல முடியும்.

கடற்கரை மணல் பொது பொதுவென்று ஏந்திக் கொள்ளப் பௌர்ணமியில் படுத்துத் தூங்கினோம். காலுக்குக்கீழ் பத்தடியில் கடல். பக்கத்தில் ஒரு பள்ளம் – எதற்காக வெட்டியது என்று தெரியவில்லை. பக்கத்தில் படுத்த ரகு சொன்னார்:

"இன்னும் தோண்டினால் எலும்புக்கூடுகள் கிடைக்கும்."

"யாருடையது?"

"ஈழத் தமிழர்களுடையது; தமிழக மீனவர்களுடைய எலும்புகள் கிடைக்க வாய்ப்பில்லை. சுட்டுக் கொன்றதும், சடலங்களைத் தமிழ் மீனவர்கள் கரைக்கு எடுத்து வந்துவிடுவார்கள்."

தோண்டியெடுத்ததில் குவிந்த மணல் மேடு இடுப்பளவு உயரமிருக்கும். பௌர்ணமி ஏற்றத்தில் சீறிய அலைகள் – மணல் மேட்டைக் கரைத்துப் பள்ளத்தை நிறைத்திருந்தது.

விடிகாலையில் தேவாலயத்தின் திருப்பலி சிறப்பு நிகழ்ச்சிப் பாட்டு எழுப்பியது. காலையில் ஐந்தடி தொலைவாய்க் குறைந்து போன கடலும், சத்தம் கொடுத்து எழுப்புகிறது. எழுந்து, உட்கார்ந்து கிழக்குத் திசையைக் கண்டோம். பூர்ணிமை வட்டம் மெல்ல மெல்ல மேற்குத் திசையில் நழுவிக்கொண்டிருக்க, கிழக்கில், செஞ்சாந்துக் கலசமாய் வந்தது சூரியன். கடல் நீரை முட்டி உடைத்த முரட்டு முட்டைத் தலைபோல் வெளிக்காட்டிய செஞ் சூரியனை மறைக்க அவ்வப்போது படையெடுக்கும் கடல் மேகங்கள் தென்படவில்லை.

அந்த *20*ஆம் தேதி காலை *7.30* மணி, நடுப்பகல் சூரியனாய் உருமாற்றம் கொண்டிருக்க, ஆலயத்தின் முன் கூடியிருந்தார்கள் தமிழர்கள். இங்கிருந்து போனவர்களும் அங்கு நெடுந்தீவு, யாழ்ப்பாணம் வட்டாரத்திலிருந்து வந்தவர்களும் எனப் போன வருடத்தைக் காட்டிலும் அங்கிருந்து வந்தோர், இந்த வருடம் குறைவு.

அந்தோணியார் திருத்தல யாத்திரை என்று முகப்பில் எழுதியிருந்த, சிறு ஓடுகள் வேய்ந்த கொட்டகை அது. ஒரே ஒரு ஹால் போன்ற இடமும் முன் வராண்டாவும் தான் ஆலயம். உச்சியில் பெரிய சிலுவை.

*2004*இல் மாதாவின் சொரூபம் (படம்) மதுரையிலுள்ள சில தமிழ் உணர்வாளர்களால் கொண்டுவந்து தரப்பட்டது. அதைக் கொண்டுவந்து அங்கு நிறுவியர் பாதிரியார் அமல் ராஜ். அந்த சொரூபத்தின் முன் மெழுகுவர்த்தி ஏற்றி வழிபடு கின்றனர்.

சுள்ளென்று தைத்த காலை வெயிலில் சிறப்புத் திருப்பலி மன்றாட்டு நடந்துகொண்டிருந்த வேளையில் இலங்கைக் கடற்படையின் படகு வந்தது. செய்தியாளர்கள், தொலைக் காட்சிப் படப்பிடிப்பாளர்கள் இறங்கி வந்தார்கள். அந்தப் படகு முன்னே வந்த மணியோசை என்று தெரிந்தது. அடுத்து வந்த இன்னொரு கடற்படைப் படகிலிருந்து, இலங்கை ராணுவ ஜெனரல் மகேந்திரகுதிர் சிங்கே, வடக்குக் கடற்படை கமாண்டர் சுசித் வீர சேகர, யாழ் மாவட்ட ஆட்சியர் இமல்டா சுகுமார், யாழ் மாவட்ட நீதிபதி அனந்தராஜ், பலாலி விமான நிலைய இராணுவ அதிகாரி கள் இறங்கினார்கள். படகிலிருந்து கரைவரை விரிக்கப்பட்ட பலகை அவர்களைச் சேறுபடாமல், நனையாமல் கொண்டு சேர்த்தது.

இலவசத்துக்குப் பறப்பவர்கள் தமிழர்கள் என்று உயர் அதிகாரச் சிங்களவருக்குப் புரிந்திருந்தது. செய்தியாளர்கள் வந்த படகிலும் இவர்கள் வந்த படகிலுமிருந்து எலுமிச்சம் பழ சாதம், ரொட்டி, முட்டை, ஒரு தண்ணீர்ப் புட்டி என்று உணவுப் பொட்டலங்களை இறக்கினார்கள். அதைப் பார்த்த பெருங்கூட்டம் திசை திரும்பியது.

அண்மையில் சப்பான் நாட்டைச் சுழற்றியடித்தது சுனாமி. உயிரிழந்தவர் போக, உணவும் குடிநீரும் இல்லா மல் உயிருள்ளோர் அலைந்த காட்சி கல்லையும் கரைய வைத்தது. வாழ்க்கையே அந்து போய்க்கிடக்கும் அந்த நிலையில், திறந்து வைத்த கடைகள் முன்னால் வரிசையில் நின்று, உணவும் உடையும் குடிநீரும் மக்கள் வாங்கிச் சென்றனர். இலவசத்துக்குப் பேயாய் அலையும் அல்லது இது போன்ற சூழல்களில் பொருட்களைக் கொள்ளையடித்துச் செல்லும் நம்மையும் ஒப்பிட்டுப் பார்க்கத் தோன்றியது.

மேல்நிலை அதிகாரிகள் வருவதோ சோற்றுப் பொட்டலங்கள் விநியோகிப்பதோ இதற்கு முந்தைய ஆண்டு களில் இல்லை. டிராக்டர்களில் கொண்டுவந்து இந்த ஆண்டு குடிநீர் வசதி செய்யப்பட்டது. வாயில் வைக்க முடியாத சவர்த் தண்ணீரென்றாலும் குடிநீர் விநியோகம் நடந்தது.

"மாண்புமிகு அமைச்சர் டக்ளஸ் தேவானந்தா அவர் களே, வருக, வருக" என ஆலயத்துக்கு முன்னுள்ள திடலில் டிஜிட்டல் விளம்பரப் பலகை நட்டிருந்தார்கள். இப்படிக்கு நெடுந்தீவு மக்கள் எனப் போட்டிருக்க, டக்ளஸ் தேவானந்தா வராமலிருந்ததற்கான காரணம் புரியவில்லை. அச்சம் காரணமாக இருக்கக்கூடும் எனச் சிந்திக்க வேண்டி வந்தது. கொலையுண்ட விடுதலைப் புலிகள் எழுந்து வரப் போவ தில்லை. வழிபாட்டுக்கு வந்திருந்த மக்களும் துப்பாக்கி களோடு வரவில்லை. இராஜபக்சே பெரிதாகவும் டக்ளஸ் அடுத்த சைஸிலும், டிஜிட்டல் பதாகையில் கண் சிமிட்டிய படி இருக்க, நாலாயிரம் மக்களும் நடந்ததால் கடற்கரையில் புழுதி வாரித் தூற்றியடித்தது.

2

நெடுந்தீவு, யாழ்ப்பாணம் நகர், வட்டாரங்களிலிருந்து வந்தோரும் தமிழகத்திலிருந்து போயிருந்த எல்லோரும் துப்பாக்கியுடன் வருகிறார்களா என்று சோதிக்கப்பட்ட பின்பே, உள்ளே அனுமதிக்கப்பட்டோம். பரிசோதனை என்ற

பெயரில் அத்தனை கெடுபிடிகள் நடந்தன. முந்தியிருந்த அ.தி.மு.க ஆட்சியில் *(2001 – 2006)* இதனினும் கூடுதலான கெடுபிடிகள் நடத்தப்பட்டனவாம்.

மார்ச் 19, 2011இல் ராமேஸ்வரம் புறநகர்ப் பகுதியிலுள்ள வேர்க்கோடு தேவாலயத்தில் காலை ஆறு மணிக்கு இருந் தோம். எங்களுக்கு முன்பே சிவகங்கை மறைமாவட்டப் பங்குத் தந்தை, பாதிரியார் அமல்ராஜ் வந்திருந்தவர்களை ஒழுங்குபடுத்திக்கொண்டிருந்தார். புனித அந்தோணியார் யாத்திரைத் தலத்துக்கு வருகிறவர்கள் பட்டியல் அவரிடம் இருந்தது. ஒரு அடையாள அட்டையின் நகல், மூன்று புகைப் படங்கள், விண்ணப்பத்துடன் அவருக்குத் தொலையச்சு நகல் மூலமாக (Fax) அனுப்பியிருந்தோம். ஒரு புகைப்படம் மாவட்ட ஆட்சியருக்கு; மற்றொன்று காவல்துறைக்கு, மூன்றாவது படம் கடலோரக் காவற்படைக்கு. வேர்க்கோடு ஆலயத்தி லிருந்து கூட்டமாய்க் காலை ஆறரை மணிக்குக் கடற் கரைக்குக் கூட்டிப்போனார் தந்தை அமல்ராஜ்.

இளஞ்சிவப்பில் லைப் ஜாக்கெட் கட்டாயமாய் அணிய வேண்டுமாம். நான் சும்மா இல்லை.

“எனக்கு நீச்சல் தெரியும், எதற்கு லைப் ஜாக்கெட்?” பக்கத்தில் வந்த முரளி சொன்னார்.

“ஒங்களுக்கு நீச்சல் தெரியுமா, தெரியாதா என்பது அவனுக்குத் (அரசாங்கம்) தெரியாது. படகு கவிழ்ந்தால் எவ்வளவு நேரம்தான் நீந்துவீர்கள்?”

எங்கள் ஒவ்வொருவரிடத்தும், புகைப்படம் ஒட்டிய அடையாள அட்டையை அமல்ராஜ் கொடுத்திருந்தார். காவல்துறையினர் வரிசையாய் அமர்ந்து புகைப்படத்தையும் முகத்தையும் பார்த்துச் சோதனை செய்தனர். பைகள் துழாவி எடுக்கப்பட்டு, தலைகீழாய்க் கொட்டப்பட்டன. எங்களுடன் வந்தவர் பிரபாகரன்.

“பிரபாகரன் பெயரா?”

“ஆமாம்.”

இவர் அந்தப் பிரபாகரன் இல்லை.

“நீங்கதானா பிரபாகரன்.”

“ஆமாம் நான் நானேதான்.”

முகத்தையும் படத்தையும் மாறி மாறிப் பார்த்துவிட்டு, பிறகு முகவரியைச் சரி பார்த்தார்கள்.

அடுத்த கட்டம் சுங்கச் சோதனை.

“தங்கம் இருக்கா?”

“கரன்சி கட்டாய் இருக்கா?”

இருந்தால் அங்குப் பதிவு செய்துவிட்டுச் செல்லச் சொன்னார்கள்.

படகில் எங்களோடு இரு பாதிரியார்கள், படகு இயக்கு பவர்கள் சேர்த்து, மொத்தம் 27 பேர். படகில் ஏறுமுன் ஒருமுறை பெயர்களை, அடையாள அட்டையைச் சரி பார்த்து அனுமதித்தது போலீஸ்.

படகு புறப்பட்டுக் சிறிது தொலைவு போனபோது இந்தியக் கப்பற்படை ரோந்துப் படகு மறித்தது. “இதற்கு மேல் போகக்கூடாது” என்ற அறிவிப்பு. ஐந்து படகுகளாய்ச் சேர்ந்து சேர்ந்து போக அனுமதித்தார்கள். ஆளுக்கொரு திசையில் வேகமெடுத்த படகுகளை இப்போது மறுபடி மறித்தது இந்தியக் கடற்படைக் கப்பல்.

“எண் 33 கடலோரக் காவல்படை கப்பல் தெரிகிறதா? அங்கே போங்கள்” என்று விரட்டுகிறான். எண் 33க்கு அருகாமையில் போனபோது எத்தனை பேர் என்று ஒலிபெருக்கியில் கேட்க “27” என்றார் படகு கேப்டன் அந்தோணி. கப்பலில் இருந்தபடியே எண்ணிவிட்டுச் “சரி போ” என்றார்கள்.

இந்திய எல்லையைத் தாண்டிய பின் இலங்கைக் கடற்படையின் மறிப்பு. கப்பலின் அருகிலிருந்த ரோந்துப் படகு எங்கள் பக்கம் வந்தது. இந்தியக் கடற்படையின்மீது நம்பிக்கை இல்லை.

எங்கள் படகினுள்ளே தாவிச் சோதனை போட்டார்கள்.

1974வரை நம் கைவசமிருந்த கச்சத் தீவு இலங்கைக்குக் கைமாறியதற்கு ஒரு கதை இருந்தது. இந்தியா, பாகிஸ்தானி லிருந்து பிரிந்து வங்க தேசத்தை உருவாக்கிய பின் பாகிஸ்தான் இந்தியாமீது வன்மங் கொண்டது. இந்தியாவை எப்போதும் நடுக்கத்தில் வைத்திருக்க இலங்கையில் விமானத்

தளம் அமைக்க இடம் கேட்டது. இலங்கையும் சம்மதிக்க, ஒப்பந்தம் போட இருப்பது தெரிந்த அப்போதைய பிரதமர் இந்திராகாந்தி, இலங்கைப் பிரதமர் சிறீமாவோ பண்டார நாயகாவுடன் பேசினார். கச்சத் தீவை எங்களுக்குத் தந்தால் பாகிஸ்தான் விமானத் தளத்துக்கு இடம்தர மாட்டோம் எனறு சிறீமாவோ பேரம் பேச பேரத்துக்குச் சம்மதித்தார் இந்திராகாந்தி. தமிழக எல்லையைச் சேர்ந்த கச்சத் தீவு தாரை வார்க்கப்பட்டது. தமிழக அரசோ தமிழக அரசியல் தலைமைகளோ மக்களோ யாரையும் ஒப்புக்குக் கூடக் கேட்கவில்லை. இந்தியாவைத் தொடர்ந்து தோற்கடித்து வரும் சிங்கள ராசதந்திரத்தின் வெற்றி இது.

பின்னர் 1976இல் மீண்டும் ஒரு ஒப்பந்தம் போடப் பட்டது. தமிழக மீனவர்கள் கச்சத் தீவுக் கடற்கரையில் போய் வலைகளை உலர்த்தவும், ஆண்டுக்கு ஒருமுறை கச்சத் தீவில் நடக்கும் அந்தோணியார் ஆலயத் திருவிழாவில் இரு நாட்டுக் கிறித்துவர்கள் பங்கேற்கலாம் எனவும் புதிய விதிகள் சேர்க்கப்பட்டன.

1983இல் இலங்கையில் சிங்களர்கள் தமிழினப் படு கொலையை நடத்தியபோது கச்சத் தீவு அந்தோணியார் திருவிழாவைத் தடை செய்தது இலங்கை. 20 ஆண்டுகளாய் முடக்கப்பட்ட திருவிழா 2002 நார்வே முயற்சியால் அமைதி ஒப்பந்தம் கையெழுத்தான பின் முதன்முதலாக நடைபெற்றது. அப்போது பங்குத் தந்தை அமல்ராஜ் தலைமையில் 16 பேர்தான் சென்றனர். ஈழப்பகுதியிலிருந்து நிறையப் பேர் வந்து தரிசித்துச் சென்றனர் என அமல்ராஜ் தெரிவிக்கிறார்.

ஒவ்வொரு ஆண்டும் இங்குள்ள பாதிரியார் அமல் ராஜும் யாழ்ப்பாணத்திலும் நெடுந்தீவிலுமிருக்கிற பாதிரியார் களும் முன்முயற்சி எடுத்து நடத்துகிறார்கள். ஈழ விடுதலைப் போராட்டத்துக்கு எதிராகவும் விடுதலைப் புலிகளுக்கு எதிரானதுமான கருத்து நிலைகொண்டிருந்த ஜெயலலிதா முதல்வராய் இருந்த காலத்தில் தந்தை அமல்ராஜ் விசாரணைக்கு ஆளாக்கப்பட்டார். விடுதலைப் புலிகளிடம் பணம் வாங்கிக்கொண்டு அந்தோணியார் திருவிழாவை நடத்த அளவுக்கதிமாக ஆர்வம் காட்டுவதாக க்யூ பிராஞ்ச் (Q Branch) குற்றம் சுமத்தியது. ஒவ்வொரு ஆண்டும் அந்தோணியார் திருவிழாவைக் கொண்டாட இரு நாட்டுக் கிறித்துவர்களும் ஒன்று சேரலாம் என ஒப்பந்தம் மூன்றாவது விதியில் உள்ளதாகவும் அதற்கான பணிகளையே தான்

செய்வதாகவும் அமல்ராஜ் விளக்கம் அளித்தார். அ.தி.மு.க அரசு இருந்தவரை அவர்மீது ஒரு கண் வைத்துக் கண்காணித்தபடியே இருந்தது.

கரையில் இறக்கிவிடப்பட்ட நாங்கள் கச்சத் தீவின் வெப்பத்தால் வறுக்கப்பட்டோம். தாகமெடுத்தது. ராமேஸ்வரம் கடற்கரையில் சோதனை செய்த போலீசார் நாங்கள் வாங்கி வைத்த தண்ணீர் பாக்கெட்டுகளை எடுத்துக் கீழே எறிந்தார்கள். தண்ணீர் பாக்கெட்டுகள் கொண்டு போகக் கூடாதாம். ஆனால் தண்ணீர்ப் பாட்டில்கள் கொண்டு போகலாமாம். இரண்டுமே பிளாஸ்டிக்தானே என்ற எதிர்க் கேள்விக்குப் பதில் சொல்ல வாய் இல்லை

வெயில் கொடுமையிலிருந்து தப்பிக்க ஒவ்வொரு குழுவும் இடம் தேடிக்கொண்டிருந்தது. அங்கங்கே தெரிந்த சில மரங் களின் கீழ், செடி கொடிகளை வெட்டி, புதர் நீக்கி இடம் அமைத்தார்கள். நாங்கள் நடந்து கொஞ்ச தூரம்போய் ஒரு இடம் கண்டுபிடித்தோம். இண்டம் புதர். வெட்டுக்கத்தி கடன் வாங்கிப் புதர் நீக்கி, கீழே தூசி துப்பட்டை சுத்த மாக்கி மேலிருந்த கொடிகள் செடிகள் குடையாய்க் கவிழ்ந்த குளுமையில் உட்கார்ந்தோம்.

இரண்டு பக்கம் சட்டிகள் போல் மிதக்க நடுவில் தற்காலிகமாக ஒரு மிதவைப் பாலம் அமைத்திருந்தார்கள் இலங்கைக் கடற்படையினர். மிதக்கும் பாலத்தில் ஒருவர் பின் ஒருவராக இடைவெளிவிட்டு நடந்துவர வேண்டும். அதுவும் நடுவாக நடந்து செல்ல வேண்டும். பெரிய படகி லிருந்து இறக்கிவிடப்பட்டு அதில் நடந்து வந்தவர்கள் மிதவைப் பாலம் ஒரு பக்கமாய்ச் சாயத் தண்ணீரில் விழுந்து எழுந்தார்கள்.

“பெண்டு பிள்ளைகளெல்லாம் பயந்து போயினம்” என்றார் நெடுந்தீவு இளைஞர் பரிதாபமாய். எங்களுக்கு எதிரிலிருந்த மரத்தடியில் செடி கொடிகளை அறுத்து இருப்பிடம் உருவாக்கிக் கொண்டிருந்தவர்கள் நெடுந்தீவுக் காரர்கள். இருப்பிடம் தயாரித்து முடிந்ததும் நனைந்துபோன துணிகளைப் பிழிந்து காயப் போட்டார்கள். அதே நேரத்தில் காலில் சிறு தூசும் ஒரு துளித் தண்ணீரும் படாதபடி கடற் படகிலிருந்து மேல் மட்ட அதிகாரிகள் இறங்கி வந்தது நினைவில் வந்தது.

நாங்கள் கொண்டு போயிருந்த சோற்றுப் பொட்டலங் களைப் பிரித்துச் சாப்பிட உட்கார்ந்தபோது எதிரிலிருந்தவர் கள் இன்னும் துணிகளைக் காயவைத்துக்கொண்டிருந்தார்கள்.

“சாப்பிடநீங்களா அய்யா” என்று கேட்டோம்.

“நாங்க கொண்டு வந்திருக்கம்தானே. இன்னும் கண நேரம் செல்லும். நீங்க சாப்பிடுங்கோ.”

அவர்கள் நாவில் உதிர்ந்த ஈழத் தமிழ் எங்கள் உயிர் தடவி இளக்கியது.

கமல், சதீஷ் வன்னியில் இருந்து வந்த பையன்கள். இப்போது யாழ்ப்பாணத்தில் இருக்கிறார்கள். மாலையில் கடற்கரையில் இவர்கள் கிடைத்தார்கள்.

“சினிமா பாப்பீங்களா, உங்களுக்குப் பிடித்த நடிகர் யார்?”

என்று பேசத் தொடங்கினோம். சினிமா என்பது, சமகாலத்தின் மிகப் பெரிய வெளி (Space), அதற்குள் எல்லோரும் இருந்தார்கள் அல்லது அதற்குள் இல்லாத ஒருவரும் இல்லை எனச் சொல்லலாம்.

சினிமா பற்றிப் பல விசயங்களைப் பேசி மையப் புள்ளிக்கு வந்தோம். இந்தியாவில் நாங்கள் இரண்டாந் தரக் குடிமக்களாய் ஒதுக்கப்படுகிறோம் என்று விளக்கியபோது

“நீங்க சொல்றது நெஜந்தான் அண்ணை. இங்க நாங்க அடிமையாட்டம் இருக்கிறம்” என்றான் சதீஷ்,

முன்பு இவர்கள் கொழும்பு போனால், ஒரு பொருளை என்ன விலைக்குக் கேட்டாலும் சிங்களர் கொடுத்தார்கள். அப்போது தமிழன் என்றால் சிங்களருக்கு ஒரு அரண் (பயம்) இருந்தது. ஒவ்வொரு தமிழனையும் அவர்கள் புலிகளாகப் பார்த்தார்கள்.

“அண்டைக்கு எங்கட ஆட்சி நடந்தது. அதான் பயந்தாங்கள்” என்கிறான் சனார்த்தனம் என்ற மற்றொரு இளைஞன்.

இப்போது யாழ்ப்பாணத்தில் சிங்களரின் வியாபாரப் படையெடுப்பு நடந்துகொண்டிருக்கிறது. அவர்கள் நினைத்த விலைக்கு விற்றுக்கொண்டு போகிறார்கள்.

“அவங்களுக்கு நீங்கதானே கடைகள விடுறீங்க, வீடு வாடகைக்கு விடுறீங்க” என்றபோது

“எதிர்த்துப் பேச முடியாது. பேசினா மேலிடத்துக்குக் கொண்டுபோய்க் கொன்னு போடுவாங்களண்ணை” என்றான் சதீஷ்.

நாங்க பேசிக்கொண்டிருந்தபோது கிடைத்த இன்னொரு வர் செகன். அவர் தனியார் கல்லூரிப் பகுதிநேர ஆசிரியர்.

சொந்தப் பூமியில் அவர்கள் நடுக்கத்துடன் வாழுகிறார் கள். எந்த வீட்டையும் எந்த இடத்தையும் சிங்களர் நினைத் தால் எடுத்துக்கொள்வார்கள். அந்த அட்டூழியம் செய்ய ராணுவம் துணைவரும். பொதுப் பிரச்சனை என்று வெளிப் படப் பேச முடியாது. பேசுவோர் காணாமல் போய்விடு வார்கள் என்ற அச்சம். தன் வாழ்வை, தன் உயிரைத் தக்க வைத்துக்கொள்ளத் தமிழர்கள் தவிதாயப்படுகிறார்கள். பெற்றோர்கள் பையன்களை வெளிநாடுகளுக்கு அனுப்பு வதில் குறியாயிருக்கிறார்கள். யாழ்ப்பாணத்தில் பையன்கள் வாழவே முடியாது. பொது விசயங்களில் அக்கறை கொள்ளு தல், எதிர்த்துக் கேட்பது, போராடுதல் என்று பையன்களுக் குரிய குணங்களோடு இருப்பவர்கள் வாழ முடியாது.

இளைஞன், இளைஞனாக இருந்தால் முதலில் காட்டிக் கொடுப்பவர்கள் வருவார்கள். இரண்டாவதாய் இராணுவம் வரும். கடைசியாய் டக்ளஸின் ஆட்களால் கடத்தப்பட்டும், கொல்லப்பட்டுக் காணாமல் போவார்கள்.

தோற்றுப் போய்விட்டோம் என்ற உணர்வு அவர்கள் பேச்சில் வெளிப்பட்டது.

“பெரிசு நிறையப் பிழைகள் விட்டிட்டாங்க அண்ணை” என்றார் செகன். (விடுதலைப் புலிகளை அவர்கள் அடையாளப்படுத்துகிற சொல் பெரிசு.)

விடுதலைப் புலிகள் சரியாகச் செயல்படவில்லை; மிகச் சாதுரியமாகச் செயல்பட்டிருப்பார்களானால் இந்த அவலம் ஏற்பட்டிருக்காது என்ற ஆதங்கம் அவர்களுக்குள் இருக்கிறது. சர்வதேச சதி, இந்திய வஞ்சகம் என்றெல்லாம் நான் பேச முயன்றபோது –

“என்னவானாலும் இருக்கட்டும், சொந்த மக்களைவிடப் பலம் வேறென்ன பூமியில்” என்று பதில் வைத்தார் செகன்.

கிளிநொச்சியிலிருந்து யாழ் செல்லும் ஏ 9 சாலையில் ஓமந்தை தாண்டியதும் முறிகண்டி கோயில். சாலையின் இடதுபக்கம் உள்ள பிரபலமான கோயில். அந்த வழியாய்ப் பயணிப்பவர்கள் வாகனங்களில் இருந்து இறங்கி வழிபடா மல் செல்வதில்லை. அதைச் சுற்றிச் சில ஏக்கர் நிலம் கோயிலுக்குச் சொந்தம். ஒரு தனிப்பட்டவரின் கோயில் அது. கோயிலுக்குச் சொந்தக்காரர் இப்போது லண்டனில்

வசிக்கிறார். கோயிலையும் கோயிலைச் சுற்றியுள்ள நிலத்தையும் விலைக்கு வாங்கிச் சிங்கள முதலாளிகள் சுற்றுலாத் தலமாக ஆக்க முயற்சி செய்கிறார்களாம்; சிங்கள முதலாளிகளுக்குக் கோயிலுக்குச் சொந்தக்காரர் விற்பதாக இல்லை.

“விற்றுவிட்டு நான் லண்டனில் சுகவாசியாக இருப்பேன். ஆனால் எனது மக்களை அவர்கள் கொன்று போடுவார்கள்.”

விற்பதில்லை என்பதில் அவர் உறுதியாக நிற்கிறார். விலைக்கு வாங்கி விட்டால் கோயில் பக்கத்திலேயே புத்த விகாரை கட்டுவது சிங்களத் திட்டம். இப்போது கோயில் எதிரில் பெரிய சுற்றுலா விடுதியைக் (ஓட்டல்) கட்டி விட்டார்கள் சிங்களர்கள். எல்லாம் போச்சு என்றார்கள் எங்களின் எதிரில் அமர்ந்தவர்கள்.

இரண்டு இனத்துக்குமிடையே பகைமை மூட்டுவதில் இலங்கை குறியாக இருக்கிறது. குறிப்பாக மீனவர்களிடையே கலகம் மூட்டுவதில் வல்லமை கொண்டிருக்கிறார்கள்.

தங்களைப் போன்ற மீனவர்களுடன் பகைமையை இலங்கை மீனவர்கள் விரும்பவில்லை. தங்கள் கடல் வளத்தை இழக்கவும் விரும்பவில்லை. எங்கள் விசைப் படகைச் செலுத்திவந்த அந்தோணியும் மற்ற நான்கு பேரும் சொன்னார்கள்.

“நாங்க அவங்களோட சண்டை போடுவமா? எங்க தண்ணியில மீன்பாடில்லை. பத்துப் படகு, இருபது இருந்தா எங்க கடலுக்குள்ளேயே பிடிக்கலாம். நாங்க 500 பேர்; விசைப் படகில் சில பேர் ரெட்டைமடி (வலை) போடுவாங்க. அதனால கச்சத் தீவைத் தாண்டித்தான் போய்ப் பிடிக்கணும். இந்தக் கச்சாலை மீன் பிடிச்சா வெலை கிடைக்காது. எறால் கிடைக்கணும்னா எல்லை தாண்டித்தான் போகனும்.”

நம்முடைய மீனவர்கள் பக்கம் நியாயமிருக்கிறது. கச்சத் தீவைக் கைமாற்றியவர்கள் இதைப் பற்றி யோசித்திருக்க வேண்டும். கச்சத் தீவு நம்மிடம் இருந்திருந்தால் எல்லை தாண்டிப் போகிறார்கள் என்று வெளியுறவு அமைச்சர் எஸ்.எம். கிருஷ்ணா கொட்டுகிற உளறலையெல்லாம் கேட்க வேண்டிய அவலம் நேர்ந்திருக்காது.

நிலத்துக்கு எல்லை உண்டு. அவரவர் வயல், புஞ்சை – அவரவருக்குச் சொந்தம். வரப்புகள் உண்டு. பொழி இருக்கும், வரப்புகளும் பொழியும் அற்றது கடல்; எங்கு மீன் கிட்டுமோ அது அவர்களுக்கு எல்லை. எல்லைகளற்றது மீனவர் உலகம்.

தண்ணீரில் எல்லை வகுத்து, வாழ்வாதாரத்தைச் சிதைக்கிற கொடுமையைப் பேச வேண்டிய அவலம் நமக்கு ஏற்பட்டுள்ளது. நெடுந்தீவு, யாழ்த் தமிழர்களும் பேசினார்கள்.

இனப் பகைமையை எல்லையற்று விரித்துச் செய்வது சிங்கள அரசு என்பதற்கு இருதயராஜ் என்பவரின் வாழ்க்கை ஒரு சாட்சியம். கச்சத் தீவு திருப்பலி சிறப்பு நிகழ்ச்சிக்குக் குடும்பத்துடன் வந்திருந்தார். இருதயராஜ் அகதியாக மண்டபம் முகாமில் மூன்று வருடங்கள் வாழ்ந்தவர். பிறகு முகாமை விட்டு வெளியேறி வெளிப்பதிவில் தூத்துக்குடியில் 12 வருசங்களாக இருக்கிறார். அவர் வியாபார நிமித்தம் சிங்கப்பூரிலிருந்து இந்த ஜனவரி 24ஆம் நாள் கொழும்பு வந்திருக்கிறார். விமானத்தில் இவருக்குப் பக்கத்தில் உட்கார்ந்த ஆள் ஒரு சிங்களர். கொழும்பு போலிஸ் மா அதிபரின் (இங்கு டி.ஐ.ஜி போல) மருமகன் என்று தன்னை அறிமுகப்படுத்திக்கொண்டார். பேச்சுக் கொடுக்கையில் இக்னேசியஸ் யார், எப்படிப்பட்ட ஆள் என்ற பக்க விபரங்களையெல்லாம், விமானத்தில் விஸ்கி வரவழைத்து மேலதிகமாய்ச் சாப்பிட வைத்து மயக்கத்தில் கறந்து கொண்டார். கொழும்பில் வேறெங்கும் தங்க வேண்டாம். என் வீட்டிலேயே தங்கலாம். போலிஸ் மா அதிபர் மூலமாய் எல்லா உதவிகளும் செய்வதாக அழைத்துச் சென்றிருக்கிறார்.

இக்னேசியஸை இருக்கச் செய்த இடம் சொந்த வீடல்ல. அருகில் வீடுகளும் இல்லை. தன்னைக் கடத்திக்கொண்டு வந்திருக்கிறான் என்பது இருதயராஜுக்குப் புரிந்துபோனது. பூட்டி வைத்துவிட்டு வெளியே போனவன் இரவு வந்திருக்கிறான். 25 லட்சம் ரூபாய் கொடுத்தால் வெளியே விடுவேன் என்றிருக்கிறான். என்னிடம் பணம் இல்லை என்று இக்னேசியஸ் சொல்ல அப்படியென்றால் இங்கேயே கெட என்று மறுபடி பூட்டிவிட்டு வெளியில் சென்றான். அடுத்த நாள் காலையில் வந்தவனிடம் சிங்கப்பூரில் வாங்கி வந்த 12 பவுன் நகை இருக்கிறது இதை எடுத்துக்கொண்டு விட்டு விடு என்று முறையிட்டிருக்கிறார். 12 பவுன் நகைகளை எடுத்துக்கொண்டு இன்னும் 5 லட்ச ரூபாய் வேண்டும் கொடு என்று மிரட்டினான்.

இருந்ததெல்லாம் இந்த நகைதான் என்று இருதயராஜ் அழுதபோது யாழ்ப்பாணத்தில் உறவினர்கள் இருக்கிறார்கள் தானே அவர்களிடம் வாங்கிக்கொடு என்று இவரிடமிருந்து பறித்து வைத்துக்கொண்ட கைபேசியை அவர் கையில் கொடுத்துவிட்டு வெளியேறியிருக்கிறான்.

யாழ்ப்பாணத்திலுள்ள உறவினர்களைத் தொடர்பு கொண்டு ரூ. 5 லட்சத்தை எப்படியாவது தயார் செய்து தன் கணக்கில் போடுமாறு தெரிவித்துள்ளார். அதைக் காசோலையாக அவனுக்குக் கொடுத்த போதும் தான் கடத்தி வைக்கப்பட்டுள்ளதை உறவினர்களுக்குத் தெரிவிக்க வில்லை. தெரிவித்தால் அவருடைய உயிர் இருக்காது என்பது தெரிந்த விசயம். பண இழப்போடு உயிரிழப்பும் ஏற்பட வேண்டுமா என நினைத்தார். அந்த 5 லட்சம் ரூபாயையும் பெற்றுக்கொண்டு இன்னும் ஒரு லட்சம் கொடுத்தால் விடுவேன் என்று மிரட்டினானாம் கொழும்பு போலிஸ் மா அதிபரின் மருமகன். கடைசியில் கையில் அணிந்திருந்த ஒன்றரைப் பவுன் மோதிரத்தைப் பிடுங்கிக்கொண்டு அனுப்பியிருக்கிறான்.

“அவன் போலிஸ் மா அதிபரின் மருமகன் தானா? தெரியுமா?” எங்களுடைய கேள்விக்குப் பதில் சொன்னார்.

“அவன் போலீஸ் வாகனத்தில்தான் வந்தான். போனான். அவன் கையில் துப்பாக்கி. அதைக் காட்டி மிரட்டினான்.”

ஆள்கடத்தல், பணம் பறித்தல், தாதாக்களின் பயமுறுத்தல், காணாமல் போதல், கொல்லப்படுதல், பாலியல் வன்முறை எனப் பலவகையிலும் தமிழர்களை என்னென்ன தினுசுகளில் செய்யத் திறனுண்டோ அத்தனை முறைகளிலும் செய்ய சிங்கள அதிகாரம் முனைந்து நிற்கிறது.

முதல் நாள் இரவில் திருப்பலி நிகழ்ச்சியின்போது யாழ்ப்பாணப் பாதிரியார் நடத்திய மன்றாட்டில் வெளிப் பட்ட சில வாசகங்கள் முக்கியமானவை.

அருள் நிறைந்த மரியே,
அத்திஷ்ட மரியாளே
தேவனுடைய மாதாவே
பெண்களுக்குள்ளே ஆசிர்வதிக்கப்பட்டவரே
உம்முடைய சிறுவயிற்றின் கனியாகிய
ஏசுவும் ஆசிர்வதிக்கப்பட்டவரே

யார் யாரெல்லாம் வாழ்க்கைப் போராட்டத்தில்
துன்பங்களால் துயருறுகிறார்களோ
அவர்களுக்காகப் பிரார்த்திப்போம்
ஆமென்

இறந்து போனவர்களை நினைத்துப் பார்த்தோம்
இயற்கை உற்பாதமான சுனாமியால்
உயிரிழந்தோரை நினைத்துப் பார்த்தோம்

வாழ்க்கைப் போராட்டத்தில் தொழில்செய்கிறபோது
இறந்த போனவர்களை
யுத்தத்தில் கொல்லப்பட்டு மரித்தவர்களை
நினைத்துப் பார்த்தோம்

அருள்நிறைந்த மரியே, அத்திஷ்ட மாதாவே
பெண்களில் ஆசிர்வதிக்கப்பட்டவரே
இறந்து போனவர்களும் கொல்லப்பட்டவர்களும்
சிலுவையில் அறையப்பட்டவர்களே
இவர்களுக்காகப் பிரார்த்திப்போம்

யுத்தத்திலே உறவுகளை இழந்தவர்கள்,
தாய், தந்தையரைப் பறிகொடுத்தவர்கள்
இவர்களும் சிலுவையில் அறையப்பட்டவர்களே
இவர்களுக்காக எங்கள் மன்றாட்டை
ஏற்றுக்கொள்ளும்
ஆமென்

போரிலே உடல் உறுப்புக்களை இழந்தவர்கள்
இரசாயனக் குண்டு வீச்சினால் பார்வை பறிபோனவர்கள்
அனாதையாக்கப்பட்டவர்கள்
இவர்களும் சிலுவையில்அறையப்பட்டவர்களே
இப்போதும் இந்த மரண நேரத்திலும்
அவர்களுக்காக வேண்டிக் கொள்கிறோம்
முகாம்களில் அல்லற்படும் எமது இனமக்களுக்காக
சித்திரவதை முகாம்களில் துன்புறுத்தப்படும் எம்
மக்களுக்காக
கற்பழிக்கப்பட்ட எங்கள் சகோதரிகளுக்காக

அருள்நிறைந்த மரியே, அத்தியஷ்ட மரியாளே
தேவனுடைய மாதாவே
பெண்களுக்குள்ளே ஆசிர்வதிக்கப்பட்டவரே
இப்போதும் இந்த மரண நேரத்திலும்
எங்கள் மன்றாட்டை ஏற்றுக்கொள்வீராக
ஆமென்'

இந்த மன்றாட்டு யாழ்ப்பாணத்திலிருந்து வந்திருந்த ஒரு பாதிரியார் சமர்ப்பித்தது.

"மிகப் பெரிய சித்திவதைகளைப்பட்ட எமது இன மக்களின் உணர்வுகளோடு, இந்தியாவிலிருந்து வந்த உறவு களின் உணர்வுகளைப் பகிர்ந்துகொள்வதாக இச்சமய நிகழ்வை நடத்தினோம்."

தனியாகச் சந்தித்துப் பேசிக்கொண்டிருக்கையில் பாதிரியார் தெரிவித்தார்.

இராணுவக் கட்டுக்கோப்பில் நடந்த விழாவில் தமிழர்களின் கோபக் குரலையும் உள் உணர்வுகளையும் தாபத்தையும் வெளிப்படுத்தினார்கள். சிலுவைப்பாட்டின் வழியாகப் பாதிரியார்கள் – அவர்கள் தமிழகத்திலிருந்து வந்திருந்தாலும், யாழ்ப்பாணம், நெடுந்தீவிலிருந்து வந்தவர்களானாலும் மனித நேயம் கொண்டவர்கள்; மனிதர்களுக்கு அவலம் உறைக்கிறது.

இராணுவக் கட்டுக்கோப்புக்குள் நடந்த விழாவில் இலங்கை அரசை விமரிசித்துப் பாதிரியார் மன்றாட்டு நடத்தினார் என்ற செய்தி மேலிடத்துக்குப் போகலாம். இலங்கை உளவுத் துறையினரும் வந்திருந்தார்கள். பாதிரியாரும் காணாமல் போகலாம் – பொது நலன்களின் பொருட்டு அரசை எதிர்த்துப் பேசுகிறவர்களைப் போலவே!

ஒரு பாதிரியாரைச் சாதாரணனைப் போல் காணாமல் போகச் செய்துவிட முடியாது. ஆனால் இராஜபக்சே போன்ற முரடர்கள் மீசை வைத்திருக்கிறார்கள் என்பது மட்டுமல்ல; முகத்துக்கு மேலே மூளையும் கொண்டிருக்கிறார்கள்.

***அம்ருதா* – ஏப்ரல், 2010**

15

கொழும்பு ‘உலகத் தமிழ் இலக்கிய மாநாடு’ – பாரதியை முன்னிறுத்திய ஒரு பார்வை

2010, சனவரி நடுவில் கொழும்பு சென்றிருந் தேன். 2009, மே–18இன் இரத்தச் சதசதப்புக் குறையாத நாட்கள் அவை. நிணநாற்றமும் ரத்தநெடியும் அந் நாட்களுக்குள்ளிருந்து தீராமல் வீசியது. கொழும்புத் தமிழ்ச் சங்க உறுப்பினர்கள் சிலரும், நண்பர்களும் சந்தித்தபோது, 2011, சனவரியில் கொழும்பில் ‘சர்வ தேசத் தமிழ் எழுத்தாளர்கள் மாநாடு’ நடத்தவிருப் பது பற்றித் தெரிவித்தார்கள். அதன் ஆலோசனைக் கூட்டம் சனவரி 3ந் தேதி நடைபெற்றிருக்கிறது.

இன்னும், ஈராயிரம் ஆண்டுகளுக்கு ‘ஆறாவடு’ இருக்கவிருக்கும் நிலையில், இப்போது உடனடியாக இம்மாநாடு அவசியமா? இராஜபக்சேக்கள் அனுமதிப் பார்களா என்ற கேள்வியை முன்வைத்தேன். அரசின் அனுமதியின்றி நடத்த இயலாது எனத் தெரியவந்தது.

ஷேக்ஸ்பியரின் ‘மேக்பெத்’ நாடகத்தில் ஆட்சி யைக் கைப்பற்ற, கணவனுடன் கூட்டுச் சேர்ந்து, சித்தப்பாவான அரசனைக் கொலை செய்கிறாள் லேடி மேக்பெத். கொலைக்குப்பின் அதே நினைப்பில் மனநோய்க்கு ஆளாகிய லேடி மேக்பெத் தூக்கத்தில் நடக்கிறாள். “அரேபியாவின் வாசனைத் தைலங்களை யெல்லாம் சேர்த்து கழுவினாலும் என் கைகளில் படிந் திருக்கும் ரத்தக் கறை போகாது” என்று கதறுகிறாள்.

கோவையில் நடத்திய முதலாவது உலகத் தமிழ்ச் செம்மொழி மாநாடு, கொழும்பில் நடைபெற்ற 'சர்வதேசத் தமிழ் எழுத்தாளர் மாநாடு', அண்மையில் ஜூன் 1 முதல் 5 முடிய கொழும்புத் தமிழ்ச் சங்கத்தில் நடைபெற்றுள்ள 'உலகத் தமிழ் மாநாடு' போன்ற நிகழ்வுகளை அவதானிக்கையில், லேடி மேக்பெத் போல் தூக்கத்தில் நடக்கிறோமோ என்று எண்ண வைக்கிறது. லேடி மேக்பெத் சொல்லும் அந்த வாசகம் போல், தமிழன்பர்களின் செயல்கள் அமைகின்றனவோ என்று நினைக்கத் தோன்றுகிறது.

இம்மாநாடுகள் எதுவும், முள்ளிவாய்க்காலில் நடந்த பெரு ஊழியைப் பதிவு செய்யாமல் கடந்து சென்றன என்பது எத்துணை அவலம்.

முதல் நிகழ்வாக ஜூன் 1இல் கொழும்புத் தமிழ்ச் சங்கமும் சென்னை பாரதியார் சங்கமும் இணைந்து மகாகவி பாரதியார் விழா நடத்தினார்கள். பாரதியின் தேமதுரத் தமிழோசை உலகமெலாம் பரவும் வகை செய்தல் வேண்டுமென்ற செயற்பாட்டை முன்வைப்பது சரியானது. இந்தக் கடமையைச் செய்யத் தமிழகத்திலிருந்து வந்த பங்கேற்பாளர்கள் யார் என்பது கேள்விக்குரியது.

சென்னை பாரதியார் சங்கத் தலைவர் காந்தி – உயர் நீதிமன்ற வழக்குரைஞர். காங்கிரஸ் என அழைக்கப்படுகின்ற பேராயக் கட்சிக்காரர். கடந்த நாடாளுமன்றத் தேர்தலில் பழனி தொகுதியில் வாய்ப்புக் கேட்டு, காங்கிரஸ் இவருக்கு வழங்க மறுத்தது. பாரதி சங்கத்தின் செயலர் மதிவாணன், காந்தி போன்ற ஒருவர். எந்த காங்கிரஸ்காரரும் தமிழராக இல்லை என்ற பொதுக் கருத்து இங்கு தமிழுணர்வாளர்கள் சிந்தையில் அழுத்தமாக இடம்பெற்றுள்ளது. இந்தியத் தூதரக முதன்மைச் செயலராக இருக்கும் ஜஸ்டிஸ் மோகன் என்பவர், நிகழ்வில் பங்கேற்க உள்ளார் என்பது முதலில் கிடைத்த தகவல். ஆனால் அழைப்பிதழில் அவர் பெயர் காணப்படவில்லை. வேர் இல்லாமல் மரம் இல்லை என்பதுபோல, பூமிக்குள் மறைந்திருந்து இணைக்கும் வேராகத் தமிழ்நாட்டில் அனைத்து ஒருங்கிணைப்பையும் செய்துள்ளார் என்பது நிரூபணப்பட்டிருக்கிறது.

"தேமதுரத் தமிழோசையை உலகமெலாம் பரப்பவும், சொன்ன பாரதியை உலகுக்குப் பரப்பவும் பாரதி விழா நடத்தினோம். பாரதி சங்கம் என்ற அடையாளம் மட்டுமே எங்களுக்குப் போதுமானது" என்று கொழும்புத் தமிழ்ச் சங்க அன்பர்கள் சொல்லக் கூடும். நோக்கம் தமிழ் வளர்ச்சி, தமிழ் ஆராய்ச்சி, இதற்காக ஒரு செப்புக்காசு கூட, இலங்கையின்

கஜானாவிலிருந்து கைமாறவில்லை என்று சொல்வதையும் ஏற்றுக்கொள்கிறோம். ஆனால் எவரோடு இணைந்து செய்தார்கள் என்பதும், இலங்கை அரசாங்கத் திணைக் களங்களோடு நெருக்கமான தொடர்பாளர்கள் இல்லாது இந்நிகழ்வை நடத்தக் கூடுமா? என்ற கேள்வியும் எழுகிறது.

காந்தி போன்றவர்கள் கொழும்புக்குப் பயணமாகிறார் கள் என்ற சேதி புறப்படும் முந்தைய பொழுதுவரை இங்கு அறியத் தரப்படவில்லை. எதிர்ப்பு வரும், அது என்ன ரூபத்தில் வரும் என்று அறிந்தவர்களாதலால், "கள்ளத்தன மாகப்" புறப்பட்டார்கள். புதுவைப் பல்கலைக்கழகத்தைச் சேர்ந்த ஒரு பேராசிரியர் கலந்துகொள்வது, அவருடைய தமிழத் துறை நண்பர்களே அறியாதவாறு கமுக்கமாய் வைக்கப்பட்டிருக்கிறது. அவரின் கீழ் ஆய்வு செய்யும் இரு மாணவர்களையும் அழைத்துக்கொண்டு கொழும்பு புறப்படு முன், செய்தித் தாள்களுக்கு தந்து அச்செய்தி புதுச்சேரி தினகரன் செய்தித்தாளில் மட்டும் வெளியாகியுள்ளது.

பாரதி கவிஞன் மட்டும் அல்ல, வீர சுதந்திரம் வேண்டி நின்ற போராளி. அச்சம் தவிர், ஆண்மை தவறேல் என நெஞ்சுரத்தை உரைத்ததின் வழி – மானுட இனத்துக்கு நெஞ்சுத் திடம் போதித்தவன். கொடுங்கோல் அரசுகளுக்கு அடிபணியாதவன். ஒன்றரை லட்சம் தமிழர்களைக் கொன்று கொண்டாடிக் கொண்டிருக்கும் கொழுப்பை, பாரதி இருந்திருந்தால் யுகப்புரட்சி ஆவேசம் கொண்டு எதிர்த் திருக்க மாட்டானா? மகாகவியின் பெயரால் எடுக்கும் இந்த விழா நிச்சயம் அந்தக் கொலைக் கொழுப்புக்குக் கொம்பு சீவிவிடும் காரியமாக இருக்கும் என்பது சந்தேகமில்லை.

'இயல்பாய் நாங்களேதான் விழா எடுக்கிறோம்' என்று சொல்லலாம். இந்த இயல்பை இனக் கொலைகாரர்கள் தமக்குக் கிட்டிய வாய்ப்பாய்ப் பயன்படுத்திக்கொள்ளவும், "தமிழர்கள் இந்த அரசோடு இணக்கமாகவும் புரிதலோடும் இருப்பதால், மாநாடு கண்டு தமிழ் வளர்த்து, செழிக்கச் செய்கிறார்கள். சிங்களரும் தமிழரும் பகைமறப்புக் கொண்டு சுமூகமாகச் சுவாசிப்பதால் தமிழ் வளர்த்து மகிழ்கிறார்கள்" எனப் பேரின இராஜபக்சேக்கள் உலகின்முன் அறிவித்து உரிமை கொண்டாடவும் கைகொடுக்கும் அல்லவா? ஆஸ்திரேலியாவாழ் தமிழ்ப் பேராசிரியர் இலங்கையில் தமிழர் என்னும் நூலாசிரியர், முனைவர் மு. குணசிங்கம் இது குறித்து "இவர்கள் எடுக்கும் பாரதி விழாவானது, ஈழத் தமிழர்களுக்கு எதுவிதப் பிரச்சனைகளும் இல்லை. அவர் கள் விழா எடுத்துக் கொண்டாடும் நிலையிலேயே இருக்கிறார்

கள் என்பதையே உலகிற்குக் காட்டி நிற்கும். இவ்வாறான தேவையற்ற விழாக்கள் சிங்கள இனவாத அரசிற்கு நிச்சயம் ஒரு சாதகமான சூழ்நிலையையே ஏற்படுத்திக் கொடுப்பதாக அமையும்" என்கிறார்.

வரும் செப்டம்பரில் *(2012)* ஜெனிவா மனித உரிமை அவையில், இலங்கை மீதான விவாதம் களை கட்டப் போகிறது. இராஜபக்சேக்களின் திட்டமிட்ட பொதுமக்கள் படுகொலையையும் மனித உரிமை மீறல்களையும் பெரும் பாலான நாடுகள் கண்டித்து வருகின்றன. பயங்கரவாதிகள் என்று தாம் எண்ணிய விடுதலைப் புலிகளை அழிப்பதற்கு ஆதரவாய் நின்ற பல நாடுகளும், விடுதலைப் புலிகளை இல்லாமல் ஆக்குவது என்ற போர்வையில் அப்பாவிப் பொதுமக்களையும் ஒன்றாய்க் குவித்துக் கொலை புரிந்த, செயல் திட்டமிட்ட இன அழிப்புச் சூழ்ச்சியே என அறிந்து அதிருப்தி கொண்டுள்ளனர். "சர்வதேச மனிதநேயச் சட்ட மீறல்கள் தொடர்பில் ஒரு சார்பற்ற விசாரணைகளை நடத்தி, குற்றச் செயல்களுக்குத் தண்டனை விதிக்க வேண்டியது அவசியம். போர் முடிவு பெற்று மூன்று ஆண்டுகள் கடந்து விட்டபோதிலும் இன்னமும் இலங்கையில் மனித உரிமை மீறல்கள் நடைபெறுகின்றன. அத்துடன் நல்லிணக்க ஆணைக் குழுவின் பரிந்துரைகளை நடைமுறைப்படுத்துவதிலும் இலங்கையின் செயல்திட்டம் திருப்திகரமானதாக இல்லை, இலங்கை அரசு சர்வதேசத்துக்கு வழங்கி வரும் வாக்குறுதி களை நம்புவதைவிட, நீதியான தீர்வை வழங்கும் நடவடிக்கை களையே வலியுறுத்த வேண்டும்" என சர்வதேச மன்னிப்பு சபை (Amnesty International) இந்தச் சூழலில் குறிப்பிட்டுள்ளது கவனத்துக்குரியது.

இந்தியா வயிற்றுப் பிள்ளைபோல் இலங்கையைப் பொத்திப் பொத்திக் காத்தாலும், நடத்திய கொடூரங்களுக்குப் பொறுப்புக் கூறவேண்டிய இலங்கை, அது தொடர்பான சிறு செயலும் மேற்கொள்ளாமல், மேலே மேலே ஒடுக்கு முறைக் களத்தை விரிவுபடுத்திக்கொண்டே செல்கிறது.

'புதியன பாடிய புலவன்' – இது கருத்தரங்கத் தலைப்பு. அரசியல் நோக்கில், சமுதாய நோக்கில், அறிவியற் பார்வையில், கற்பனை ஓட்டத்தில், அறம் சொல்லும் பண்பில், காவியம் படைத்தலில் என்ற தலைப்புகளில் இங்கிருந்து சென்றோரும் அங்குள்ளோரும் உரையாற்றியுள்ளார்கள். இந்தத் தமிழறிஞர்கள் என்ன உரை நிகழ்த்தினார்கள் என்பதினும், என்ன பேசியிருக்கமாட்டார்கள் என்பதை நம்மால் அவதானிக்க முடியும். பிற்பகலில் நடைபெற்ற

மகளிர் மட்டுமே பங்கேற்கும் 'மகளிர் முற்றம்' நிகழ்வின் தலைப்பு – 'பாரதியார் கவிதைகளில் உளம் கவர்ந்த ஓர் அடி.'

விதியே விதியே தமிழ்ச் சாதியை
என்செய்ய நினைத்தாய்

என்ற அடியையோ

கரும்புத் தோட்டத்திலே அவர் கரும்புத் தோட்டத்திலே

என்ற ஓர் அடியையோ எடுத்து எவரும் பேசினார்களா தெரியவில்லை.

"எலும்புக் கூடுகளின் குவியல்களை நான் காணவில்லை. இரத்தம் கசிய இறந்து கிடந்த உடல்களைத் தொகை தொகையாய்க் கண்டேன். கண்விழித்து என்னையே பார்ப்பதுபோல் காணப்பட்ட பச்சை உடல்களை நான் எப்படி மறப்பேன். உயிர் உண்டோ என நப்பாசையில் தலையைத் திருப்பும்போது, மடிந்து சரிந்த அந்தத் தலை களை எப்படி மறப்பேன். சூடாறா அந்த உடலங்களின் பரிசம் என் கைகளில் இன்னும் ஒட்டுண்டு கிடக்கிறது. மனிதகுல விடுதலையின் பெயரால் அந்தப் பரிசம் ஒரு போதும் என்னை விட்டு நீங்க முடியாது. அந்தப் பரிசத்தால் மனித குல விடுதலைக்கான நாதத்தை நான் மீட்டியாக வேண்டும்."

பாரதி இருந்தால், இந்த வார்த்தைகளைப் பேசியிருப் பான். மு. திருநாவுக்கரசு என்ற வரலாற்றாய்வாளனே இதைப் பேச வேண்டி வந்தது.

பாரதி இருந்திருந்தால், சத்தியமான அவனது குரல் இவ்வாறுதானே வெளிப்பட்டிருக்கும். ஈரல் குலை உருகும் உருக்கத்தை, அதன் மேல் நிறுவும் வெஞ்சின சபதத்தை இந்த வரலாற்றாய்வாளன் எவ்வாறு கொண்டு வர முடிந்தது? அவனுக்குள் ஒரு பாரதி அமர்ந்தான். அதனால்.

ஆனால் தமிழ்ச் சங்க நண்பர்களே! ஒன்றை உங்களுக்குக் காட்டியாக வேண்டும். பாரதியை, கம்பனை, இளங்கோவை, பாரதிதாசனைப் பேசிட நீங்கள் அழைத்தப் பேச்சு வியாபாரிகளுக்குள் பாரதி இல்லை. அவர்கள் அழைத்தாலும் பாரதி வரப் போவதில்லை.

"காயப்பட்ட மகனைக் கைவிட்டு, காயப்படாத தன் பிள்ளைகளைக் காப்பாற்ற ஓடினாள் தாய். காயப்படாத பிள்ளைகளைக் காப்பாற்றித் திரும்புகையில், காயப்பட்ட பிள்ளை இறந்திருந்தான். காயப்பட்ட பிள்ளையைப் பிரிய ஒரு தாயால் ஒருபோதும் முடியாது. இந்தத் தாயோ எறி

கணையிலிருந்து ஏனைய பிள்ளைகளைக் காக்கச் சற்று நேரம், அந்தப் பிள்ளையைப் பிரியவேண்டிய நிர்ப்பந்தம் ஏற்பட்டது. அந்த வேளை அந்தத் தாய் அழுத அழுகையை எப்படி விவரிப்பது? எப்படி மறப்பது?”

இதுவும் மு. திருநாவுக்கரசு என்ற வரலாற்றாய்வாளர் தான்.

‘அவர் விம்மி விம்மி விம்மியழும் குரல் கேட்டிருப்பாய் காற்றே’ என்ற பாரதியின் வரிகளில் அந்தத் தாய்மார்களின் அழுகுரலை நீங்கள் கேட்கவில்லையா? இதை மாநாட்டில் சொல்லவும் திறனற்றுப் போனீரோ?

நாட்டை நினைப்பாரோ – எந்த
நாள் இனி அதைப் பார்ப்பதென்று அன்னை
வீட்டை நினைப்பாரோ
கரும்புத் தோட்டத்திலே – அவர்
கரும்புத் தோட்டத்திலே

முள்வேலி முகாம்களுக்குள் நிறைந்த ஓலத்தில், நீங்கள் கரும்புத் தோட்டத்தினைக் காணவில்லையா?

ஆப்பிரிக்கக் காப்பிரி நாட்டினும்
தென்முனை அடுத்த தீவுகள் பலவினும்
பூமிப்பந்தின் கீழ்ப் புறத்து உள்ள பற்பல தீவினும் பரவி,
இவ்வெளிய தமிழ்ச் சாதி தடியுதையுண்டும்
காலுதையுண்டும் கயிற்றடியுண்டும்
வருந்திடும் செய்தியும் மாண்டிடும் செய்தியும்
பெண்டிரை மிலேச்சர் பிரித்திடல் பொறாது
செத்திடும் செய்தியும் பசியாற் சாதலும்

வன்னியில், முல்லைத் தீவில், முள்ளிவாய்க்காலில், முள் வேலி முகாமில், தமிழர்ப் பிரதேசங்களில் தாமே நடந்தேறின. இன்றும் நடந்தேறுகின்றன.

பிணிகளாற் சாதலும் பெருந்தொலைவுள்ள தன்
நாட்டினைப் பிரிந்த நலிவினாற் சாதலும்
இஃதெலாம் கேட்டு எனதுளம் அழிந்திலேன்

– கண்ணீர், கதறல், கொடுந்துயரம் அறிந்தும் எனது உயிர் இன்னும் தரித்துளதே என அந்த மகாகவி அழுதான்; பாரதிக்கு அப்போது கேட்டுக் கிரகிக்கும் வாய்ப்பே கிடைத்தது. இப்போது போல் சாட்சியங்களின்றி நடந்த கொலைகளைக் காட்டிய காணொளிகள் அன்று பாரதிக்குக் கிட்டவில்லை.

ஜூன் 2லிருந்து 5முடிய நடந்த உலகத் தமிழ் இலக்கிய மாநாட்டில், நான்கு நாட்கள் பலரும் பல தலைப்பில்

உரையாற்றி நடந்த நிகழ்வுகளில் இன, மொழி, பண்பாட்டு அழிப்பினைப் பேசாமல் அவ்வளவு பாதுகாப்பாக மொழியைப் பேணிக்கொண்டார்கள். தங்கள் புலமைசார் பசியைத் தீர்த்துக்கொள்ளவதைவிட, வேறு எந்த நோக்கமும் நிறைவேறியதாகத் தெரியவில்லை. துறைசார் புலமையை, புலமைத் திறனைப் புலப்படுத்தக்கூடாது என்றோ புலப்படுத்தும் வாய்ப்பை நழுவவிட வேண்டுமென்றோ நாம் யாரும் சொல்வதில்லை. புலமை வெளிப்பாட்டுக்கு, மேதமைக்கு எல்லை வரையறுத்துக்கொள்வது எவ்வகைத் தர்க்க பூர்வம் என்று கேட்கத் தோன்றுகிறது.

இக்கரையில் இருந்துகொண்டு உபதேசிப்பதில் எங்களுக்கு ஒருவிதச் சிக்கலுமில்லை. அக்கரை வாழ் ஜீவன்களாகிய உங்களுக்கு நடைமுறைச் சிக்கல் உண்டு என நாங்கள் அறிவோம். அதற்காக அறிவுத்தளச் செயல்பாடுகளில் ஒடுக்கம் கொள்வோர் பாரதிவழி நடப்போர் எனில் சரியா?

பெரும்பான்மை வீதத்தில் மக்களை அழித்தாகி விட்டது; மக்களை அழித்தபின் மொழி வாழுமா? மொழியைக் காக்க வேண்டுமாயின், மிச்சம் மீதி இருக்கும் மக்களையும் அழிப்புக்குள் விட்டுவிடாமல் காப்பது பற்றியே முதற்சிந்திப்பு நடக்க வேண்டும். மொழிக்காப்புக்குள், மொழி வளர்ச்சிக்குள், இலக்கிய ஆய்வுக்குள் ஒரு அரசியல் உள்ளார்ந்து இருக்கிறது என்பதைப் புறக்கணித்து விடக்கூடாது. வாழும் தமிழ், வளரும் தமிழ் எது? தமிழன் வாழ்ந்தால்தான் தமிழ்வாழும்; தமிழர் இல்லாமல் தமிழ்வாழும் என்பது நல்ல, திறமான கற்பனை. டென்மார்க் ஜீவகுமாரன் போன்றவர்கள் இதனைச் சிந்திக்கக் கடமைப்பட்டவர்கள். “தமிழ் உணர்வு என்பது வேறு; தமிழருக்கு நிரந்தர அரசியல் தீர்வு என்பது வேறு” என்று ஜீவகுமாரன் முன்னெடுக்கிற சமாதான முன்னெடுப்பில் யதார்த்தம் இல்லை; உண்மை ஒளி இல்லை.

“அரசியலுக்கு விலை போகாத சுயமும் தன்னம்பிக்கையும். யதார்த்தமும் நேர்மையும் எழுத்திலும் எழுதுபவன் வாழ்விலும் இருந்தால் கணதியான இலக்கியங்கள் பிறக்கும் என்பதில் ஐயமில்லை” என்பது ஜீவகுமாரனின் வாசகம்; இதில் நமக்கும் ஐயமில்லைதான். ஆனால் மக்களின் விடுதலை அரசியலுக்குத் துணை போகும் சுயத்துடன்தான் அங்கு இணைந்திருந்தீர்களா? மனச்சாட்சி கொண்ட எந்த ஒரு கலைஞனும் இலக்கியவாதியும் விடுதலைப் புலிகளின் அரசியலிலிருந்து வேறுபடலாமேயன்றி, மக்களுக்கான விடுதலை அரசியலிலிருந்து விடுபடுவது அல்ல.

“இராஜபக்சே, ஊடக நிறுவனங்களின் உரிமையாளர்களை அலரி மாளிகைக்கு அழைத்து, நீங்கள் ராணுவத்தினருடன் மோதிப் பிரச்சனைகளை ஏற்படுத்திக்கொண்டால் அதனை என்னால் தீர்க்க முடியாது எனப் பொறுப்பற்ற வகையில் அச்சுறுத்தியிருந்தார்?”

கூட்டுக் கொலையாளியான முன்னாள் ராணுவ ஜெனரல் பொன்சேகா, இப்போது கூறுகிறார். இதே கதி தானே அங்கு விமரிசனம் செய்யும் அறிவுத்துறைச் செயற்பாட்டாளருக்கும் தற்போதும் நிகழ்ந்து கொண்டுளது.

அச்சுறுத்தலின் சிறு காற்றும் படாத பெரும்பயன், நம் கொழும்பில் கூடிய இலக்கியவாதிகளுக்குக் கிட்டியுள்ளது. ஜீவகுமாரனின் பின்வரும் வார்த்தைகளிலேயே பேசலாம் “கருத்துச் சுதந்திரமும், பத்திரிகை சுதந்திரமும் இல்லாமை நிலவிய அல்லது நிலவும் நாட்டில் இவ்வாறான இலக்கியங்கள்தான் தோன்ற முடியும். இதையும் தாண்டி இலக்கியம் படைக்க முற்பட்டோரின் இலக்கியங்கள்தான் வாழுகின்றன. ஆனால் இலக்கியவாதிகள் இலக்கியவாதிகளாக இல்லை என்பதே வேதனையான விடயமாகும்.”

கிரேக்க அறிஞன் சாக்ரடீஸ் நஞ்சு அருந்திச் சாக வேண்டும் என்று தீர்ப்புக் கூறப்பட்டது. தீர்ப்பைச் சொன்ன நீதிபதிகள் அவரிடம், “உனது கருத்துக்களைக் திரும்பப் பெற்று உயிரைக் காப்பாற்றிக்கொள்ளப் போகிறாயா? அல்லது உயிரைவிட்டுக் கருத்துகளைக் காக்கப் போகிறாயா?” எனக் கேட்டார்கள். சாக்ரடீஸின் மனைவி, நண்பர்கள் உட்படக் கருத்தைத் திரும்பப் பெற்று உயிரைக் காத்துக்கொள்ளுமாறு வேண்டுகிறார்கள். நீதிபதிகளைப் பார்த்து சாக்ரடீஸ் சொன்னார், “என்னைப் புதைத்து என் கருதத்தை வாழவிடுவதா அல்லது என் கருத்தைப் புதைத்து என்னை வாழவிடுவதா என்று கேட்கிறீர்கள். உங்களின் கேள்விக்கு என் பதில் – என்னைப் புதையுங்கள்; என் கருத்து வாழட்டும்.”

கொழும்புவாழ் தமிழ் அறிஞர்களே, பாரதி விழாவிலும் உலகத் தமிழ் இலக்கிய மாநாட்டிலும் பங்கேற்கச் சென்ற தமிழ்ப் புலமைகளே, யாரைப் புதைத்து, யாரை வாழச் செய்யப் போகிறீர்கள்? கொழும்பையா? பாரதியையா?

***கீற்று* இணையம் – ஜூலை, 2012**